கூனன் தோப்பு

# கூனன் தோப்பு

**தோப்பில் முஹம்மது மீரான்** (1944 – 2019)

குமரி மாவட்டத்தின் கடற்கரைக் கிராமமான தேங்காப்பட்டணம் இவரின் சொந்த ஊர். தந்தை முஹம்மது அப்துல் காதர். தாயார் முஹம்மது பாத்திமா. தோப்பு என்பது இவரின் வீட்டுப் பெயர்.

தேங்காப்பட்டணம் அரசு தொடக்கப் பள்ளியிலும், அம்சி உயர்நிலைப் பள்ளியிலும், நாகர்கோவில் தெ.தி. இந்துக் கல்லூரியிலும் கல்வி பயின்றார்.

தமிழ் தாய்மொழி. கல்வி பயின்றது மலையாளத்தில்.

தமிழில் ஆறு நாவல்களும் ஏழு சிறுகதைத் தொகுப்புகளும், மலையாளத்தில் இரண்டு நாவல்களும் மலையாளச் சிறுகதைகளின் மொழிபெயர்ப்பு நூல் ஒன்றும் வெளி வந்துள்ளன. சாகித்திய அகாதெமி விருது உட்படப் பல்வேறு விருதுகள் பெற்றிருக்கிறார். 'ஒரு கடலோர கிராமத்தின் கதை'யின் ஆங்கில மொழிபெயர்ப்பு 'Crossword Book Award'க்குப் பரிந்துரை செய்யப்பட்டது.

தோப்பில் முஹம்மது மீரான் 10.05.2019 அன்று திருநெல்வேலியில் காலமானார்.

மனைவி: ஜலீலா. மகன்கள்: ஷமிம் அகம்மது, மிர்ஷாத் அகம்மது.

இந்நூல் ஜலீலா பப்ளிஷிங் ஹவுஸ் 1993ஆம் ஆண்டு வெளியிட்ட
'கூனன் தோப்பு' நாவலின் முதல் பதிப்பை அடியொற்றியது.
மேற்படிப் பதிப்பில் பின்னிணைப்பாக இடம்பெற்றிருந்த
பிழைத் திருத்தங்கள் இப்பதிப்பில் மேற்கொள்ளப்பட்டுள்ளன.

தோப்பில் முஹம்மது மீரான்

# கூனன் தோப்பு

காலச்சுவடு பதிப்பகம்

**அன்பார்ந்த வாசகருக்கு,**

**வணக்கம்.**

காலச்சுவடு நூலை வாங்கியமைக்கு நன்றி.

நூலின் உள்ளடக்கம், உருவாக்கம், அட்டைப்படம் இன்ன பிற அம்சங்கள் பற்றிய உங்கள் கருத்துகளையும் ஆலோசனைகளையும் காலச்சுவடு வரவேற்கிறது. தகவல், எழுத்து, வாக்கியப் பிழைகள் தென்பட்டால் கட்டாயம் தெரிவித்து உதவுங்கள். நூல் தயாரிப்பில் கடும் குறைபாடு இருப்பின் மாற்றுப் பிரதி உங்களுக்குக் கிடைக்கக் காலச்சுவடு ஏற்பாடு செய்யும்.

**மின்னஞ்சல்: publisher@kalachuvadu.com**

காலச்சுவடு நாகர்கோவில் தலைமையகத்துக்கும் கடிதம் அனுப்பலாம்.

தங்கள்
**எஸ்.ஆர். சுந்தரம் (கண்ணன்)**
பதிப்பாளர் — நிர்வாக இயக்குநர்

**கூனன் தோப்பு** • நாவல் • ஆசிரியர்: தோப்பில் முஹம்மது மீரான் • © ஏ. ஜலீலா பீவி • முதல் பதிப்பு: பிப்ரவரி 1993 • காலச்சுவடு முதல் பதிப்பு ஜூலை 2019, இரண்டாம் பதிப்பு: ஜூன் 2021 • வெளியீடு: காலச்சுவடு பப்ளிகேஷன்ஸ் (பி) லிட்., 669, கே.பி. சாலை, நாகர்கோவில் 629001

**kuunan tooppu** • Novel • Author: Thoppil Mohamed Meeran • © A. Jaleela Beevi • Language: Tamil • First Edition: February 1993 • Kalachuvadu First Edition: July 2019, Second Edition: June 2021 • Size: Demy 1 x 8 • Paper: 18.6 kg maplitho • Pages: 288

Published by Kalachuvadu Publications Pvt. Ltd., 669, K.P. Road, Nagercoil 629001, India • Phone: 91-4652-278525 • mail: publications @kalachuvadu.com • Printed at Print Point Offset Printers, Nagercoil 629001

ISBN: 978-93-88631-62-4

06/2021/S.No. 907, kcp 3054, 18.6 (2) 9ss

எங்கள் சிறிய தகப்பனார்
மர்ஹூம் **ம. உ. முஹம்மது மீரான் பிள்ளை**
அவர்களுக்கு இக்கலைப் படைப்பை
சமர்ப்பணம் செய்கிறேன்.

# யதார்த்தம்: அதன் சருமமும் சாரமும்

மீரானின் முதல் நாவல் 'கூனன் தோப்பு'. இதன் பின் இவர் எழுதியுள்ள நாவல்கள் முதலில் பிரசுரம் கண்டிருக்கின்றன. இவர் சற்று வித்தியாசமான படைப்பாளி. வணிக இதழ்களின் துணை இல்லாமலே இவர் வாசக வரவேற்பைப் பெற்றிருக்கிறார். டாக்டர் நுஃமான் இவரைப் பற்றி எழுதியிருக்கும் ஒரு கட்டுரையில் மலையாள எழுத்தில் இவர் தன் நாவல்களை முதலில் எழுதிக்கொள்கிறார் என்றும் பின் தமிழுக்கு மாற்றுகிறார் என்றும் குறிப்பிட்டிருக்கிறார். இவர் கற்ற மொழி மலையாளம். பரிச்சயமும் மலையாள யதார்த்த நாவல்களில். சொந்த ஊர் தமிழ்நாட்டில் கேரள எல்லையை ஒட்டி.

இந்த வித்தியாசமான பின்னணி தமிழ்ச் சூழலில் இயற்கையாக வளர்ந்துவரும் ஒரு சராசரி எழுத்தாளன் பெற முடியாத வலுக்களை மீரானுக்குத் தந்திருக்கிறது. தமிழ் வணிக இதழ்கள் ஜோடனை செய்து வைத்திருக்கும் அபத்தத் தளத்திற்கு ஆளாகாமல் இவர் தப்பித்துக் கொண்டுவிட்டார். அத்துடன், இவருடைய இரு நாவல்களிலிருந்து – 'ஒரு கடலோர கிராமத்தின் கதை', 'கூனன் தோப்பு' – நாவல் பற்றிய ஒரு முன்வரைவு இவர் மனத்தில் கிடப்பது தெரிகிறது. நடுத்தரமானதும் நடுத்தரத்திற்கும் சற்று மேலோ என்ற சந்தேகத்தை எழுப்பக்கூடியதுமான மலையாள யதார்த்த நாவல்களுக்குரிய முன்வரைவு இது.

கதைப்போக்கைத் தாண்டி வாழ்வின் விரிவைத் துழாவும் பெரிய நாவல்களுக்குரிய சுதந்திரம் தேவையற்ற மலையாள சஞ்சிகை நியதிகளுக்கு உட்பட்ட நாவல்கள் இவை. அத்துடன் சிறுகதை வடிவம் உறுதிப்பட்ட பின் படைக்கப்படும் நாவல்கள் என்பதால், சிறுகதைகளுக்குரிய வடிவ இறுக்கம் கொண்டவை. மீரானின் 'கூனன் தோப்பு'ம் சிறுகதை போல் ஒரு நெருக்கடியில்தான் ஆரம்பமாகிறது. அதன் பின் அந்நெருக்கடி தோன்றக் காரணங்கள், பதற்றத்தின் உள்ளடுக்குகள், பகிரங்கப்படும் மோதல்கள், உச்சக்கட்ட அழிவுகள், உணர்வுகள் வடியும் இறக்கம். நிதர்சன உலகத்தைக் கண்முன் நிறுத்த இவர் காட்டும் பின்னணிச் செய்திகளும் தடயங்களும் சாட்சியங்களும் அளவில் சற்று அதிகமாகவே இருக்கின்றன. யதார்த்தத்தை இறுகப் பற்ற விழையும் ஆளுமையின் வெளிப்பாடு இது.

மீரானை ஒரு தமிழ் எழுத்தாளர் என்று சொல்வதைப் பார்க்கிலும் ஒரு தமிழ் நாட்டுப்புறக் கலைஞர் என்று சொல்வது அதிகப் பொருத்தமாக இருக்கும். உடலாலும் குரலாலும் பாவனைகளாலும் கிராமியக் கலைஞர்கள் தங்கள் சிட்சைகளுக்கு உட்பட்ட கலைகளை நிகழ்த்திக் காட்டுவதுபோல் வாழ்நிலை அனுபவத்தில் பெற்ற சில சிட்சைகளை மொழியை ஊடகமாக வைத்து இவர் நிகழ்த்திக்காட்டுவதுபோல் தோன்றுகிறது. அறிவாற்றல்களைத் தங்கள் கலை சார்ந்த அளவில் நாட்டுப்புறக் கலைஞர்கள் சுருக்கிக்கொண்டிருப்பதும் சகஜ மனங்களின் ஆதரவை நிகழ்காலத்தில் எதிர்பார்த்து நிற்பதும் அவர்கள் குடும்பத்தைச் சேர்ந்தவர் இவர் என்ற எண்ணத்தை மேலும் வலுப்படுத்துகின்றன. 'இன்று இல்லை என்றாலும் நாளை நான் ஏற்றுக்கொள்ளப்படுவேன்' என்ற வாசகம் நாட்டுப்புறக் கலைஞர்கள் மனத்தில் இல்லாதது போலவே இவர் மனத்திலும் இல்லை.

விபர சூட்சுமங்களோடும் அதன் அடுக்குகளோடும் தனக்கு முற்றாகத் தெரிந்த ஒரு அனுபவ உலகத்தையே மீரான் வெளிப்படுத்துகிறார். அறிந்தவற்றை மட்டுமே சொல்வதும் ஒரு தமிழ் அதிசயம்தான். வாழ்வின் சகல மண்டலங்களையும் கற்பனையின் வீச்சில் அள்ளலாம் என்று, கள ஆராய்ச்சிகளுக்கு அகப்படாத வாழ்க்கைச் சூட்சுமங்கள் எதுவும் இல்லை என்று கொள்ளும் நம்பிக்கைக்கு எதிர்நிலை இது. மீரானின் அனுபவ உலகம் பொதுவான தமிழ்ப் படைப்புகளின் தரங்களுக்கு அப்பால் கரடுமுரடானது. முள்ளும் புதரும் விஷச் செடிகளும் கொண்ட காடு போல் கிடக்கிறது அது. ஆனால், முட்செடிகளும் பூக்கின்றன. சிறிய அழகான பூக்கள். பருவம் கூடும் காலங்களில் அவை அதிக அழகுடன் காட்சியளிக்கின்றன. பூக்களைச்

சொல்ல முட்களை மறைக்க வேண்டியதில்லை. அறிந்துகொள்ள வேண்டிய மனிதத் தேவையின் முன் பூக்களுக்கு நிகரான இடம் முட்களுக்கும் உண்டு. நம் பொய்முகங்களுக்கு இவர் எழுத்து மூலம் ஒரு சில அடிகளேனும் விழுந்திருக்கின்றன. அந்த அளவுக்கு நல்லது. இவரைப் பார்க்கிலும் ஆழமான கலைஞர்கள் வரும்போது மேலும் சில நயமான அடிகள் நமக்குக் கிடைக்கும். நாம் பொத்தி வைத்துக்கொண்டிருக்கும் பொய்மைகள் அந்த அளவுக்குத் தடித்திருக்கின்றன.

பிடுங்கி எடுக்கும் வாழ்க்கையை எதிர்கொள்ளும் சவாலின் முன் இணைந்தும் பகிர்ந்தும் வாழ எவ்வளவோ நியாயங்கள் மனித ஜீவன்களுக்கு இருந்தும்கூட, பிரிவுகளில் அவை சரிந்து கிடக்கும் நிலை இவருக்கு விசனம் தருகிறது. ஜாதி, மதம், வாழ்நிலை ஏற்றத்தாழ்வுகள் என எண்ணற்ற பிரிவுகள். இதற்கு மேல் புலப்படாத மனப் பிரிவுகளும் இருக்கின்றன. தெரியாத குறைகளும் வாழ்க்கையைச் சிதைப்பதில் மிகக் கூர்மையான பங்கை ஆற்றிக்கொண்டிருக்கின்றன. இவை சார்ந்த உள்போதம் இவருக்கு இருக்கிறது. அத்துடன் தத்துவவாதிகளின் சமூகக் கருத்துகளை நிரூபித்துக் காட்ட இவர் தன் அனுபவங்களைப் பயன்படுத்துவதில்லை. தன் அனுபவங்களைக் கலைரீதியான பரிசோதனைக்கு இவர் உட்படுத்தும்போது மேலெழுந்துவரும் உணர்வுகள் மனித உரிமைகள் மீது இவர் கொள்ளும் நம்பிக்கையை வெளிப்படுத்துகின்றன. இவ்வகையான உணர்வுகளை உள்ளடக்கிய படைப்புதான் முற்போக்கு இலக்கியத்தின் அசல் என்று சொல்ல வேண்டும்.

## 2

'கூனன் தோப்பு' நாவலில் இரண்டு சமூகங்கள் மோதிக் கொள்கின்றன. வேறுபட்ட மதங்கள், தொழில்கள், அதிகார வட்டங்கள். இடரீதியாகப் பெயர்கள் துறை, மேகரை என்பன. ஜாதியும் மதமும் துள்ளி விளையாடும் அகண்ட இந்தியாவின் துணுக்குகள். இங்கு மத அதிகாரங்களும் சமூகக் கட்டுமானங்களும் மனித அக்கறையின்றிக் கிடக்கின்றன. மனிதர்கள் தங்கள் வேற்றுமைகளை முன்னிறுத்தி அடித்துக்கொண்டு சாகிறார்கள். இந்தச் சூழலில் பிரிவுகளுக்கும் மனித சாரங்களுக்கும் இடையில் மீரானின் கவலைகள் படருகின்றன.

கோழி அலி உண்மையில் கோழியைத்தான் திருடினான். ஏன் திருடினான் என்றால் கோழி அலி என்பதால்தான். நினைத்துப்பார்க்கத் தெரிந்தால் ஒரு சில்லறைத் திருட்டு. கோழியின் சொந்தக்காரியான லில்லியின் பெண்மையை

அவன் சீண்டினான் என்று கிளப்பிவிடப்படுகிறது. காலங்காலமாக வளர்க்கப்பட்டிருக்கும் வேற்றுமைகளுக்கு இது போன்ற கற்பனைத் தீனி தேவைப்படுகிறது. இவ்வாறு வளர்த்து விடப்படும் துவேஷங்கள்தாம் இன்றும் இந்திய வாழ்க்கையைச் சீரழித்துக் கொண்டிருக்கின்றன. அதன்பின் புல்பாஸ் வீர ஆவேசத்துடன் வரும்போது நியாயத்தின் எளிய கோட்டை வரையக்கூடியவன் அவன் என்று நாம் நம்ப ஆசைப்படுகிறோம். ஆனால் அவனோ இரு உலகங்களில் கிழிபட்டுக்கொண்டிருக்கிறான்.

லில்லி மீது அவனுக்கு ஒரு கண். லில்லியைத் துன்புறுத்தியவனை அவன் தட்டிக்கேட்டால், லில்லி மனத்தில் தன் படிமம் வளரும் என அவன் எண்ணுவதை ஒரு காதலனின் இயற்கையான ஆசை என்று சொல்ல வேண்டும். அப்படியென்றால், அவன் எதிர்கொள்ள வேண்டியவன் அலி என்ற தனி மனிதன். ஒரு ஆரோக்கியமான சமூகத்தில் இப்படித்தான் நிகழ்ந்திருக்கும். ஆனால், வேற்றுமைகளை முன்னிறுத்தி வளர்க்கப்பட்ட ஒரு சமூகத்தில் மோதல்கள் வெடிக்கக் காத்துக்கொண்டிருக்கின்றன. அலியை விட்டுவிட்டு அலியின் மதத்தைச் சேர்ந்த மற்றொருவனைத் தாக்க முற்படுகிறான் புல்பாஸ். இந்த இனங்காணலின் தலைகீழ்த் தன்மையில்தான் ஜாதி, மதக் கலவரங்களின் ஆணிவேரே அடங்கியிருக்கிறது. இவ்வாறான ஒரு கோணல் பார்வை ஏற்படுவதற்கான அகக் காரணங்களும் புல்பாஸுக்கு இருக்கின்றன. புல்பாஸின் தாயின் மதம் ஒன்று; தகப்பனின் மதம் மற்றொன்று. துறையிலிருக்கும் தாய்க்கும் மேகரையிலிருக்கும் தகப்பனுக்கும் பிறந்தவன் அவன். சொந்தம் கொண்டாடத் தனக்கென ஒரு சுற்றம் இல்லாது தத்தளிப்பவன். தன் தாயின் சுற்றத்துடன் தன்னை இணைத்துக் கொள்ள அலியின் மதத்தைச் சார்ந்தவர்களைத் தாக்குவது அவனுக்குக் கைக்கு வந்த உபாயமாகிவிட்டது. உள்ளடுக்குகள் பற்றி மீரான் கொண்டிருக்கும் போதத்தைக் கோடி காட்ட ஒரு உதாரணமாகவே இதைச் சொல்கிறேன்.

கோழித் திருட்டிலிருந்து தோன்றிய பொறி, துவேஷங்களின் புதர்க் காட்டில் பற்றிக் கொழுந்துவிட்டு எரிந்து நெருப்பில் ஊரே அழிகிறது. மிருகங்களைவிடக் கேவலமாகத் தாக்கிக் கொள்கிறார்கள். சகல நாசங்களும் விளைந்த பின், தேங்கி நிற்கும் துக்கத்தின் முன், கடல் நீச்சலில் கை சோர்ந்து கரையும் தெரியாது மூழ்கும் மனிதன் போல் மீண்டும் அந்தப் பழைய கேள்வியை எழுப்புகிறான் அவன்.

மனிதன் உண்மையானவனா?

அல்லது அவனுடைய அடையாளங்கள்தாம் உண்மை யானவையா?

இங்கு நாவலிலிருந்து ஒரு காட்சியைச் சொல்ல வேண்டும்.

'பதினான்கு வயதுடைய ஒரு பெண்ணின் சடலம். முழு நிர்வாணமாக மல்லாந்து கிடக்கிறது. மேல் நோக்கி நிற்கும் சிறு குசங்களில் பற்கள் பதிந்த வடுக்கள். இழுத்துக் கிழித்த ஜம்பர், பாடி. இருபக்கமாக விரிந்த கைகள். தொடையில் காய்ந்து ஒட்டிய ரத்தம் . . .

யார்?

மௌனம்.

எப்படி அடையாளம் சொல்ல முடியும்? எதை அடையாளம் கண்டு சொல்ல முடியும்.

துறையில் உள்ளதா? மேகரையில் உள்ளதா?

எல்லோரும் குழம்பினர்.'

அடையாளத்தை முன்னிறுத்திக் குதறப்பட்ட குழந்தை. இப்போது அம்மணத்தில் அடையாளம் தெரியவில்லை.

இந்தக் குதறலுக்கு யார் பொறுப்பு?

## 3

நாட்டுப்புறக் கலைஞர்களைப் போல் தம் சிட்சைகளில் கற்ற உருப்படிகளை மீண்டும் நிகழ்த்திக் காட்டுவது மொழி சார்ந்த கலைஞர்களுக்குச் சாத்தியம் இல்லை. கிராமியக் கலைகளில் அவற்றின் எல்லைகளை அழித்துக்கொண்டே முன்பாயும் பயணம் இல்லை. அறியாத ஆழங்களுக்கு எதிர்பாராமல் போய்ச்சேரும் அரிய தருணங்களும் இல்லை. நாவல் கலையோ பெரிய சவாலைக் கொண்டது. அறியவராத ஊனங்களையும் அது பதிவில் இழுத்து நம் அனுபவ உலகத்தின் அடர்த்தியைக் கூட்டிக்கொண்டே போகிறது.

வாழ்நிலையில் பிரச்சினைகளும் ஊனங்களும் எப்போதும் இருக்கின்றன. பிரச்சினைகள் சருமங்களில் தோன்றும் கொப்புளங்கள் போல் உறுத்துபவை என்றால், ஊனங்கள் மொழிக்குள் வராமல் திமிறிக்கொண்டு வாழ்க்கையைக் குலைப்பதில் சூட்சுமமான பங்காற்றிக் கொண்டிருப்பவை. ஊனங்கள் படைப்பாளியின் நுண்ணுணர்வில் படுவதன் மூலமே அனுபவ உலகின் முதல் பதிலைப் பெறுகின்றன. இந்தியாவில்

பிரச்சினை மயமான வாழ்க்கையில் படைப்பாக்கங்களில் பிரச்சினைகளே முன்னுரிமை பெறுவது இயற்கைதான். ஆனால், நவீன அறிவு, பிரச்சினைகளை மேலோட்டமாகப் பார்த்து மதிப்பிடும் சாத்தியக் கூறுகளை நொறுக்கிவிட்டது. இந்த நொறுங்கல் புரட்சிகளின் சரிவுகள் மூலம் வரலாற்றில் உறுதிப்பட்ட பின் மனித ஊனங்கள் பற்றிய கண்டுபிடிப்புகளைப் பெருக்கி அனுபவ மண்டலங்களை விரிப்பதே பெரிய படைப்புகளின் இன்றைய குறிக்கோளாய் இருக்க முடியும்.

அறிவுச் சாரங்களால் பகுக்கப்படாத வாழ்நிலை அனுபவங்களை முன்வைத்து இனி, படைப்பில் ஆழங்களை நோக்கிச் செல்ல இயலாது. அனுபவங்களில் தோற்றங்களே – பல சந்தர்ப்பங்களில் தோற்றங்களின் மேலோட்டங்களே – கிடைக்கின்றன. பிரச்சினைகள் ஊனங்களுடன் அல்ல; தோற்றங்களுடனேயே உறவாடிக்கொண்டு கிடக்கின்றன. இந்தியப் படைப்புகளின் உள்ளடக்க வரலாறுகளை ஆராய்ந்தால், படைப்பில் நேற்று எடுத்தாளப்பட்ட பிரச்சினைகள் வாழ்க்கையில் இன்றும் எஞ்சி நிற்கும் நிலையிலேயே படைப்புகள் அப்பிரச்சினைகளை விட்டுவிட்டு அடுத்த அடுக்குகளுக்குத் தாண்டியிருப்பது தெரியும். உதாரணமாக விதவைகளின் அவலம் அல்லது வரதட்சணை போன்ற பிரச்சினைகளை முன்வைத்து யோசிக்கலாம். படைப்புகளில் இப்பிரச்சினைகள் இன்று இடம்பெறுவதில்லை. நேற்று இவை இடம்பெற்றபோது புதிய புரிதல்கள் நிகழ்ந்தன. இவற்றையே இன்று எடுத்தாளும்போது வாழ்வில் இவை இருக்கும் நிலையிலும் படைப்பில் அலுப்பைத் தருகின்றன. இதன் மூலம் கண்டுபிடிப்பு எனும் இலக்கிய நியதி உறுதிப்படுகிறது. இன்றுகூட மீண்டும் இப்பிரச்சினைகள் எடுத்தாளப்பட்டு மீண்டும் கலை வெற்றி கூடும் என்றால், புதிய கோணத்தில் அப்பிரச்சினை முன்வைக்கப்பட்டதே காரணமாக இருக்கும். புதிய கோணம் என்பது பிரச்சினையை எப்போதும் ஊனத்தைப் பார்த்து நகர்த்துவதுதான். பகுதியிலிருந்து முழுமையை நோக்கிப் பாய்வதுதான்.

மீரானின் பிரச்சினைகள் நாம் மொழி மூலம் முன்னரே அறிந்தவை தாம். அறிந்த இப்பிரச்சினைகள்கூட ஆர்வத்தைத் தூண்டக் காரணம் இவை முதன்முதலாகக் கலை அனுபவத்திற்கு ஆளாக்கப்படுவதும் முற்றிலும் அறியவராத பின்னணியின் ஜீவகளையில் பொருத்தப்பட்டிருப்பதும் ஆகும். சமூக யதார்த்தங்களில் கலைகளைக் கூட்டும் மீரானைப் போன்ற கலைஞர்கள் தங்கள் வாழ்க்கை அனுபவங்களை அறிவுச் சாரங்களில் பகுத்து முழுமையின் ஆழங்களைத்

தேட வேண்டிய கலைச் சூழல் இன்று உருவாகிவிட்டது. கலையின் குறிக்கோளாக இந்தப் பயணம் நிகழும்போது புற உலகத்தின் அடையாளங்களில் இவர்கள் வைத்திருக்கும் அதீத நம்பிக்கைகள் மட்டுப்படும். படைப்பில் சகல காரியங்களும் குறியீடானவையே. பின்னணி சார்ந்த விபரங்கள், கொச்சையின் இயற்கை, பழக்கவழக்கங்கள், வாழ்நிலை சார்ந்த வெவ்வேறு அடையாளங்கள் போன்றவற்றைப் பெரிய மூட்டை முடிச்சுகளாகக் கட்டத் தொடங்கினால் சுமையின் அழுத்தத்தில் பயணத்தின் தூரம் குறையும். யதார்த்தம் சார்ந்த தோற்றங்கள் அனுபவப் பரிமாற்றத்திற்காக முன்வைக்கப்படுபவையே. நிகழாததை நிஜம் என நம்பவைத்து வாசகப் பகிர்வுக்கு வழிகோலும் உத்தியே அவை. இவ்வுண்மையை அறியாத அல்லது ஏற்காத அறிஞர்களும் விமர்சகர்களும் கல்விமான்களும் எழுத்தாளரின் இச்சரும வித்தைகளைப் போற்றிக் காத்துக்கொண்டிருப்பார்கள். அவர்களுடைய கல்வித்துறை ஆராய்ச்சிகளுக்குச் சரும வித்தைகள் வளைந்து கொடுக்கும் அளவுக்குச் சாரங்கள் சார்ந்த ஆழங்கள் வளைந்து கொடுப்பதில்லை. மொழிவழிப்பட்டவற்றை மீண்டும் நிகழ்த்தித் தன் படிமத்தை உறுதிப்படுத்திக்கொள்வது அல்ல; படிமங்களை விட்டெறிந்துவிட்டுச் சாரங்களை நோக்கிய பயணங்களை மேற்கொள்வதே பெரிய கலைஞர்களின் லட்சியமாக எப்போதும் இருந்துவந்திருக்கிறது.

நாகர்கோவில் **சுந்தர ராமசாமி**
*6 டிசம்பர் 1992.*

# என்னுரை

இது என்னுடைய முதல் நாவல். நூல் உருவில் வெளிவரும் மூன்றாவது நாவல். 25 ஆண்டுகளுக்கு முன் எழுதியது. அன்று இதற்கு சூட்டிய பெயர் 'கரைகள்'. 'கூனன் தோப்பு' என்று மறுபெயர் சூட்டியவர் வண்ணதாசன்.

அளத்தெடுத்த அர்த்தச் செறிவான சொற்களால் முன்னுரை வழங்கிய என் மூத்த சகோதரரும் இலக்கியக் குடும்ப காரணவருமான திரு. சுந்தர ராமசாமி.

பல கசப்பான அனுபவச் சோர்வு காரணமாக வெளியிட வேண்டாமென எண்ணி இதை மூலையில் தூள் படியப் போட்டிருந்தேன். அது ஒரு கதை. அந்தக் கதை கேட்ட பின், தூள் தட்டி, என் கையில் தந்து வெளியிடுங்கள் என உற்சாகம் ஊட்டிய அண்ணன் ஆ. மாதவன்.

கைப்படியில் பிழை திருத்தங்கள் செய்து தந்த சகோதரர் திருப்பதிசாரம் எம். சிவ சுப்பிரமணியம்.

எனக்கு நிழல் தந்துகொண்டிருக்கும் பெரியவர் திரு. தி.க.சி. இதன் கைப்படியைப் பார்வையிட்ட நண்பர்களான கிருஷி, போஸ், சி. சொக்கலிங்கம், தட்டச்சு செய்துதந்த சகோதரிகள் லக்ஷ்மி, சுபத்ரா, கீதா. ஹிலால் சாதிக், கே.ஏ. செல்வம், எஸ். அந்தோணி ராஜ் இந்த நல்லவர்களுக்கெல்லாம் முதலில் என் இதயபூர்வமான நன்றி.

பல பரிமாணங்களினூடே வளர்ச்சியையடைந்த இன்றைய நாவல் போக்கு அடிப்படையில் இதைப் பார்க்கவேண்டாம். ஒரு இளைஞனுடைய கன்னிமுயற்சி என்ற கண்ணோட்டத்தில் பார்க்க வேண்டுகிறேன். இளம்பருவத்தின் வேகத்தில் எழுதி முடித்த நாவலை, உருண்டோடிய பல ஆண்டுகள் தந்த முதிர்ச்சி அறிவைக் கொண்டு திருத்தி எழுதினால், இதன் கன்னித் தன்மைக்கு இழப்பு ஏற்பட்டுவிடுமென்ற உறுத்தலால், இதன் அமைப்பில் மாற்றங்கள் செய்ய கை நடுங்கியது. செய்யவில்லை. இதில் கையாளப்பட்டுள்ள சொற்கள் பல உங்களுக்கு புரியாவிட்டால் பொறுத்துக்கொள்ளுங்கள். புரிந்து கொள்ள, நீங்களும் முயலுங்கள்.

மனிதர்கள் என்ற உன்னதமான படைப்புக்கள், மதத்தின் பேரால், ஜாதியின் பேரால், இனத்தின் பேரால், சுய நலநோக்கத்தோடு, மிருகங்களைவிடவும் கொடூரமான முறையில் உணர்ச்சிவசப்பட்டு, ஒருவருக்கொருவர் வீதி நடுவில் மோதி மடியும் அநாகரிகச் செயல்களில் மனம் நொந்து, நோவு தாளாமல் மனித நேயத்தின் அடிப்படையில் எழுதப்பட்டது இது. இதற்கு சாட்சியாக நின்றது, நான் கண்டறிந்த ஒரு ஜாதிக்கலவர பூமி. இந்த நாவலில் வரும் சொற்களும் நிகழ்வுகளும் மிக கவனமாக எழுதப்பட்டவை. என் கவனத்தை மீறி ஏதாவது சொல்லோ, நிகழ்வோ, யாரையாவது புண்படுத்துமாயின் மன்னியுங்கள் என தீய எண்ணம் ஏதுமற்ற, தூயமனத்தோடு வேண்டுகிறேன்.

என் படைப்புகளை அரவணைத்த அன்புக் கரங்கள், இதையும் மகிழ்ச்சியுடன் வரவேற்று ஆதரிக்கும் என நம்புகிறேன்.

நன்றி.

*திருநெல்வேலி – 627006*
*பிப்ரவரி 15, 1993*

**தோப்பில் முஹம்மது மீரான்**

# 1

"கோயில்லெ கூட்டமணி அடிச்சாங்கோ"

துறையிலிருந்து கடை அடைத்துவிட்டு வரும் வழியில் சிவசிவ விலாசம் காப்பிக் கடைக்கு முன் கூடி நின்றவர்களைப் பார்த்து முஸ்தபா சொன்னான்.

அவனுடைய குரலில் ஒரு பதற்றம்; நடுக்கம்.

கூடி நின்றவர்கள் முஸ்தபாவை நெருங்கினர். அவனைச் சுற்றி வளைத்துக்கொண்டனர்.

அவனுடைய கண்களை உற்று நோக்கினர். அவனுடைய அசையும் உதட்டிலிருந்து சறுக்கிவிழும் சொற்களைச் செவிகளில் அள்ளி எடுக்க செவியை அவன் பக்கமாகத் திருப்பினர்.

"அந்தாக்லெ ஒடனெ கடயெ அடச்சிட்டுச் சறுவியிட்டேன். இண்ணு ராவு ஊரேறி வந்தாலும் வருவானுவோ," முஸ்தபா தொடர்ந்தான்.

"நிக்கெக் கடயிலே வல்ல கொளப்பவும் உண்டா?" மீசை மம்மக்கண்ணு விசாரித்தான்.

"ஒண்ணு ரெண்டு பேரு கெறங்கி, கெறங்கி வந்தானுவோ. ஆனா என்னெ ஒண்ணும் செய்யல்லெ. வெளியிலெ ஒரு பழக்கொலெ கெடந்ததெ எடுத்திட்டுப் போனானுவோ."

"மைரு போட்டாங்கெ."

"ஒடனெ கடயெ அடச்சுப் போட்டேன்."

"நாளெ கட தொறக்கப் போவண்டாம்."

"என்னளளோ! என்னெக் கெட்டிக் கடல்லெ தாத்துப் போடுவானுவோ. எல்லா ஊருக்கும் ஆளனுப்பி இரிக்கியானுவோ, இண்ணு ராவு கடல்

வள்ளத்திலெ எல்லாரும் வந்து சேருவானுவோ," முஸ்தபா துறையிலுள்ள நிலைமையை விளக்கிச் சொன்னான்.

"ஒடனெ கடெயெ அடச்சுப் போட்டேன்."

"தொறயிலெ கச்சோடம்[1] உள்ளவங்கொ ஆரு நாளெ போவப்படாது." மீசை மம்மக்கண்ணின் குரல் உயர்ந்து கேட்டது. கம்பீரமான கட்டளை.

"இன்னைக்கு ராவு ஊரேறி வருவானுவளோ?" அத்றாங்கண்ணு ஒரு சந்தேகத்தை எழுப்பினார்.

"அவனுவளுக்கோ வர்த்தமானம்[2] கேட்டப்போ அப்டித்தான் தோணுது." புகை படிந்த சிம்னிக்குள், ஒளி பரப்பாமல் முனகி எரிந்து கொண்டிருந்த ராந்தல் விளக்கின் திரியைத் தாழ்த்தினான் முஸ்தபா.

"அப்படீண்ணா ராவோட ராவு[3] நம்மளும் ரெடியாவோம்." அத்றாங்கண்ணு மம்மக்கண்ணைப் பார்த்தார்.

"இஞ்செ கூடி நின்னு ப்றயோஜனம் இல்லெ. கோயில்லெ கூட்ட மணி அடிச்ச வெவரத்தெ நம்மொ ஜமாஅத்திலெ[4] போய் செல்லுலாம். ஜமாஅத்லெ தீருமானிக்கட்டு." மீசை மம்மக்கண்ணு தனது கருத்தை வெளிப்படுத்தினான்.

"மம்மக்கண்ணு, தம்பி ஒங்கட யோசனை சரிதான். இங்கிட்டு கூடி நிண்ணு ஒண்ணும் மைத்த[5] ஏலாது." கொளும்பான் சேமது நானா மம்மக்கண்ணின் கருத்தை பின் தாங்கினார்.

கொச்சு பள்ளிவாசலிலிருந்து இஷா[6] தொழுகைக்கான பாங்கு[7] ஒலித்தது. பாங்கு சொல்லும்போது யாரும் பேசக்கூடாது. பேசினால் பாவியாக இறப்பார்கள். அதனால் பேச்சு நின்றது. இறை பக்தி அதிகமுடையவர்கள் துண்டால் தலையை மறைத்துக் கொண்டனர். பாங்குக்குப் பதில் உரைத்தனர்.

"லா இலாஹ இல்லல்லாஹ்[8]"

---

1. வியாபாரம்
2. பேச்சு
3. இராவோடு இரவு
4. ஊர் அமைப்பு
5. செய்ய
6. இரவு தொழுகை
7. தொழுகைக்கு அழைப்பு விடுதல்
8. இறைவன் ஒருவனைத் தவிர வேறு இறைவன் இல்லை

மோதீனாரின் தொண்டைக்குழியிலிருந்து பாங்கின் கடைசி வார்த்தையும் வெளியே குதித்தது. உடன் அங்கு அவிழ்ந்து கிடந்த மௌனத்தின் நீர்த்தேக்கத்தில் மீசை மம்மக்கண்ணு கல் ஒன்றை தூக்கிப் போட்டான்.

"கொத்துவா பள்ளிக்குப் போவோம், எசா தொழ ஊர் தலைவரும் செகரட்டரியும் வருவாங்கயில்லியா; அவுங்கட்டெ சங்கதியெப் போய் செல்லுவோமே."

முஸ்தபாவை சுற்றி நின்ற கூட்டம் கலைந்தது. சிலர் கொச்சுப் பள்ளியை நோக்கிச் சென்றனர். இமாமுடன்[9] சேர்ந்து தொழுதால் எழுபது மடங்கு கூலி உண்டு.

மீசை மம்மகண்ணும் அத்றாங்கண்ணும் குத்பா பள்ளியைப் பார்த்து நடந்தனர். முஸ்தபா ராந்தல் விளக்கின் திரியை உயர்த்தினான். தட்டாக்குடி இடைவழியில் இருள் மரத்துப் போய்க் கிடந்தது. முஸ்தபாவின் நீண்ட கையில் தொங்கிய ராந்தல் விளக்கின் திரி வழியவிட்ட ஒளி, செத்தை வேலியிலும் இடை வழியிலும் தெறித்தது.

சிவசிவ விலாசம் காப்பிக் கடையின் உட்பகுதிச் சுவர், ஆங்காங்கே வெடித்துப் புகை படிந்து கறுத்திருந்தது. 'நல்ல தங்காள்' 'ஹரிச்சந்திரா,' 'கிடப்பாடம்' முதலிய சினிமா போஸ்டர்கள் வெடிப்புகளை மறைத்தன. மக்கா, மதீனா பள்ளிவாசல்கள், புலிமேல் உட்கார்ந்து பயணம் செய்யும் ஸ்ரீ ஐயப்பன், கன்னிமேரியின் திருக்கையில் குழந்தை ஏசு! சிவ சிவ விலாசத்தின் உரிமையாளர் அப்பாவு இளமைப் பருவத்தில் தொடுவட்டியில் ஒரு ஓணம் பண்டிகை நாளில் எடுத்த புகைப்படம். நறுக்கு மீசை. கழுத்தில் தங்க மாலை. ஜிப்பா. புன்சிரிப்பு.

அப்பாவினுடைய வீடு காப்பிக் கடையின் நேர் எதிரில். பகல் நேரங்களில் தாகத்தோடு வருபவர்களுக்குத் தண்ணீர் கொடுக்கவும், இரவு நேரங்களில் கும்மிருட்டில் செல்லும் பயணிகளுக்குச் சூட்டுப் பந்தம் கொடுக்கவும், ஸ்ரீமூலம் திருநாள் மகாராஜாவின் காலத்தில் குடியிருத்தப்பட்ட குடும்பம். மேத்தன் மாருக்[10] கிடையிலுள்ள ஒரேயொரு வேற்று ஜாதி ஆளின் வீடு. கோலமிட்ட முற்றமும் தினம் கழுகிச் சுத்தம் செய்த வராண்டாவும். இந்த வராண்டா சில ஆசாமிகளின் ஸ்திர இருப்பிடம். கொழும்பான் சேமது நானா, புளுத்தலையன்

---

9. தொழுகையை முன் நின்று நடத்திவைப்பவர்.

10. முஸ்லீம்கள்

அவ்காருப்பிள்ளை, பல்லு தள்ளி மம்மூனு, வெட்டிமலத்து அய்மக்கண்ணு, இப்படி நீண்டுநீண்டு போகும் அந்தப் பட்டியல்.

சில சூறாவளிப் பையன்கள் அந்த வராண்டாவுக்கு மதிப்புடன் சூட்டிய பெயர் 'பித்னா மடம்.' கல்யாணம், தாலி அறுப்பு, குழந்தை பேறு, குழந்தை உண்டாக்குதல், கள்ளக்காதல், கைவிடல் இப்படி துனியாவிலுள்ள அனைத்தும் இங்கு சர்ச்சை செய்யப்படும். பொறாமை, கோள் மூட்டுதல், ஏளனம் செய்தல் இப்படி நூறு நூறாயிரம் காரியங்கள் இங்கிருந்து ஊற்றெடுக்கின்றன. இதனால் அப்பாவுவின் வியாபாரத்திற்கே பெரும் பாதிப்பு. உமிழவும் முடியாது. விழுங்கவும் முடியாது. தனித்த வீடு. அங்குள்ளவர்களைப் பகைக்க முடியாது. பகைத்தால் ஊரை விட்டே இரவோடிரவாக கம்பி நீட்ட வேண்டியதாகிவிடும். இந்தப் பயம்தான் அப்பாவுனுடைய மனத்தின் அடிப்பகுதியில். அதனால் எதுவும் கண்டதாகவோ கேட்டதாகவோ காட்டிக் கொள்ளாமல் வராத சிரிப்பை வரவழைத்து அதை உதட்டில் தேய்த்துக்கொண்டு நாட்களை நகர்த்திச் செல்கிறார்.

வசூலாகாத பற்றுக் கணக்குகள் குறித்த காகிதத்தின் எடை நாளுக்கு நாள் கூடிக்கொண்டே வந்தது. பணம் கேட்க முடியாது. கேட்டால் 'மானிகளை அவமானிச்சு போட்டான்' என்று பல்லு தள்ளி மம்மூனு போன்ற யோக்கியர்கள் கெட்ட வார்த்தைகளால் அப்பாவுவை அபிஷேகம் செய்துவிடுவார்கள். பாக்கியை வாய் திறந்து கேட்பதில்லை. 'யோக்கியர்கள்' வரும்போது, சற்று விலகிநின்று புன்முறுவலோடு தலையைச் சொறிவார்.

"நாளெ பாப்பண்டேய்" எப்போதும் இதே பதில்தான்.

நாட்கள் நகர்ந்தன. சோம்பேறிகளுடைய பிருஷ்டங்களின் சூட்டில் சிமண்டு பூசிய அந்த வராண்டாவுக்குப் பளபளப்பும் மினுமினுப்பும் கூடிக்கொண்டே வந்தது.

கொளும்பான் சேமதுநானா கொழும்பிலிருந்து திரும்பி வந்து வருடங்கள் மூன்று கடந்துவிட்டன. வந்த நாள் முதல் பித்னாமடத்திற்குப் பதிவுப் புள்ளி.

உடலில் சக்தி இருந்த காலத்தில் சிங்களவர்களோடு போட்ட சண்டையைப் பற்றிய கதைகள் தினமும் அளந்து வந்தார். வருடங்கள் பல கடந்தும் அந்தக் கதைக்கு முடிவே இல்லை. நீண்டு நீண்டு வளர்ந்து போகும்.

சில்பனா முடுக்கில், அஞ்சு லாம்பு சந்தில், இம்பிச்சுப் லேசில் இங்கெல்லாம் வைத்து சிங்கள வெஸ்சமோனெ[11] கால்

---

11. வேசி மகனை

மடக்கி அடிச்சு சாக்கடையில் வீசி எறிந்த முறைகளைப் பக்கத்தில் உட்கார்ந்திருக்கும் வெட்டிமலத்து அய்மக்கண்ணின் இடுப்பு வேட்டியைப் பிடித்துச் சுவடுகளும் அடிமுறைகளும் நடித்துக் காட்டி விவரிப்பார்.

மானாமதுரையும் மண்டபமும் கடந்து, ஆழ்கடலும் அலைகளும் தாண்டி அதில் ஊர்ந்து செல்லும் கப்பல்களையும் கள்ளத்தோணிகளையும் பாய் மரங்களையும் கடந்து தலைமன்னாரையும் தாண்டி மண்ணோடு மண்ணாய்ச் சேர்ந்து போனவர்களையும் அங்கு தெருக்களில் அலைந்து திரிபவர்களையும் பார்த்துக் கூறும் தானக்கேடுகளைக்[12] கேட்கும்போது ஆப்பத்துக்கும் தோசைக்கும் மாவு ஆட்டிக் கொண்டிருக்கும் அப்பாவினுடைய மனைவியும் மகள்களும் காதைப் பொத்திக்கொள்வார்கள். மனத்தில் முனகுவார்கள்.

"நீக்கம்புலெ[13] போவானுக்கு வாயிலெ நல்ல வேளம்[14] வராதா" சேமது நானாவின் நிறுத்த முடியாத இருமல்தான், அவருடைய வசனம், நடிப்பு, இவற்றின் ஒழுக்கைத் தடங்கல் செய்வது!

புகைத்துக் குறுகிப்போன துண்டு பீடியைச் சுவரில் குத்தி அணைத்தார். அந்த வீட்டின் வெள்ளச் சுவரில் ஆங்காங்கே கரும் புள்ளிகள். பீடி குத்தி அணைத்த புள்ளிகள். துண்டு பீடியைக் காதிடுக்கில் பத்திரம் பண்ணினார், ஏதோ சொல்ல வந்தபோது நீண்ட இருமல் தடையாக நின்றது. குனிந்து இருமித் துப்பினார். பின், அங்கு கூடியவர்களைப் பார்த்துப் பல்லைக் கடித்தார்.

"எங்கடெ ஆயகாலத்திலேண்ணா அம்மா திண்ட பசங்கோ ஊரேறி வருவானா மஜான்[15]" கூடி நின்றவர்களைப் பார்த்தார்.

நீண்ட இருமல், இருமி இருமித் துப்பினார்.

"அடேய் கொச்சப்பி, ஒரு தேத்தண்ணி[16] குடுவோய்"

அப்பாவினுடைய மகன் சொறி பிடித்த கொச்சப்பி வெட்டு கிளாசில் கடும்சாயா கொண்டுவந்தான். கடும் சாயாவை ருசித்துப் பருகினார். காதிடுக்கில் வைத்திருந்த துண்டு பீடியை

12. கெட்ட வார்த்தை
13. காலரா
14. பேச்சு
15. மச்சான்
16. கடும்சாயா

எடுத்துத் தீப்பற்ற வைத்தார். மூக்கு வழியாக வெளியேறிய புகை அங்கு நெடி பரப்பியது. காற்றில் சாஞ்சாடியது.

"அடேய் மகோ,[17] நீங்கெல்லாம் ரெடியாவுங்கடா"

"சேமாக்கா! மீசையும் அத்றாங்கண்ணும் ஜமாத்திலெ செல்லப் போயிரிக்கிதுவோ, போனவங்கோ வரட்டு"

"அடேய் நீ போய் ஓய். ஒண்டே தலையும் கொண்டு" புழுத்தலையன் அவ்வக்கருப் பிள்ளையைப் பார்த்துச் சொன்னார். பல்லுதள்ளி மம்மூனையும் மற்றவங்களையும் கோபத்தோடு நோக்கினார். "நிங்கல்லாம் என்ன மசிரை ஓய் பாக்கியோ.றெடியாவுங்கெ ஓய்." பிறகு தாமாகச் சொன்னார், "எங்கடெ ஆயகால மாண்ணா நான் ஒருத்தன் கிட்டெ இந்த அம்மாதிண்ட பசங்கோ நிக்க மாட்டாங்கோ ஓய்."

"சரிதான் நானா." கொக்கு வாப்புக்கண்ணு அதை ஒப்புக் கொண்டார்.

"அப்படி செல்லு மஜான். அடய் ஒனக்குத் தெரியாதா. அஞ்சாம் குறுக்கு தெருவிலெ அந்த கொச்சியான்[18] கடை முன்னாடி நிக்கும்போ ஒரு கும்பல் வந்த தில்லயா? எப்படி மஜான் அடிச்சேன். சொல்லு. அல்லாணெ செல்லு மஜான்."

நீலநிற ஜப்பான் பாப்ளின் அரைக்கைச் சட்டைக்குள் எலும்பு துறுத்திய, தோல் மேல் பாம்பு போல் வளைந்து தடித்த நரம்புகள் தெரியும் மெலிந்த உடலை குலுக்கிக் குலுக்கி நிறுத்தாமல் இருமினார். மஞ்சள் நிறத்தில் சளி ஆங்காங்கே துப்பி வைத்தார். மூக்கிலிருந்து வடிந்த சளியைக் கையால் எடுத்துச் சுவரில் தேய்த்தார்.

குத்பா பள்ளிக்குச் சென்ற அத்றாங்கண்ணும் மீசை மம்மக்கண்ணும் அங்கு செல்லும்முன் தொழுகை துவங்கி விட்டது. தொழுகை முடியும்வரை வெளியே மண்டபத்தில் உட்கார்ந்திருந்தனர்,

தொழுகை முடிந்தது. தலைவர், விரல் நுனிகளுக்கிடையில் தஸ்பீஹ் மணிகளை உருட்டிக்கொண்டு வெளியே வந்தார்.

"என்னப்பா அதறான்?"

"தொறயிலெ கூட்டமணி[19] அடிச்சானுவோ, இண்ணு ராவு ஊரேறி வரப்போறானுவளாம்."

---

17. மகனே
18. மலையாளி
19. மக்களைத் திரட்டுவதற்காக எழுப்பும் மணி ஓசை

"அதுக்கிப்பம் என்ன செய்ய?"

"நிங்கட்டெ செல்ல வந்தோம்."

"இஞ்ச வரப்போறானுவோண்ணு ஆரு சென்னா?"

"கூட்டமணி அடிச்சது என்னத்துக்கு?"

"ஊரேறி வருக்கா?"

"பெறவு?"

"ஹாஜியாரு வரட்டு கேப்போம். போலீசுலெ போய் செல்லுவோம்"

"ஊரேறி வருக்கா?"

"போலீஸ் வந்து என்ன செய்ய?" மீசை மம்மக்கண்ணு கேட்டான்.

"மம்மக்கண்ணு செல்லூது உள்ளதுதான். இவனுவளுக்கு வெட்டுதான் மருந்து. நம்மொ அங்கெ போய் ரண்டெண்ணத்தெ சோலி தீக்கணும்." அத்றாங்கண்ணுடைய யோசனை.

"அஞ்சாறெண்ணத்துக்கெ தலையெ எடுக்கணும்." மம்மக்கண்ணு பற்களை நெரித்தான். இரு பக்கங்களிலுமாக வளைந்த மீசை துடித்தது.

தலைவர் சிரித்தார்.

"சபூர்[20] செய்யுங்கோ, எடுத்துச் சாடப்படாது. பெறவு, அச்சன் கொச்சனான கதையாவப்படாது" தலைவர் மெல்லிய குரலில் அமைதியாகக் கூறினார்.

பாறையடி நூஹு ஹாஜியார், ஊர் செயலாளர். முகத்தில் சமீபகாலத்தில் குடிபுகுந்த வட்டத் தாடியைத் தடவிக் கொண்டு ஹாஜியார் பள்ளிவாசலை விட்டு வெளியே வந்தார். கஃபத்துல்லாவையும்[21] றவுளாசெரீபையும்[22] கண்ணால் பார்த்த ஹாஜியைக் கண்டதும் அத்றாங்கண்ணு சற்று விலகி நின்று மதிப்புக் கொடுத்தார். மம்மக்கண்ணு அவரைக் கண்டதாகக் காட்டிக்கொள்ளவில்லை . ஹாஜியார் அதை இடைக்கண்ணால் கவனித்துக்கொண்டார்.

மீசை மம்மக்கண்ணுடைய அலட்சியமான அந்த நிலை ஹாஜியாருடைய அதிகார மிகுந்த தோரணையின் நெற்றியில்

---

20. பொறுமை

21. மெக்கா

22. மதீனா

ஏற்படுத்திய ஒரு நகவடு. அவருடைய மனத்தின் வனத்தில் பகைமை வண்டு போல் முனகி வட்டமிட்டுப் பறந்தது.

முகத்தில் புன்முறுவலை எங்கிருந்தோ வரவழைத்தார். "என்னடேய் அத்றான்?"

அத்றாங்கண்ணு, பணிவைத் தெரியப்படுத்தத் தலையைச் சொறிந்தார்.

"தொறயிலெ கூட்ட மணி அடிச்சானுவோ"

"அதுக்கு?" குரல் கனத்தது.

"நம்மொ என்ன செய்யணும்ணு கேக்க வந்தோம்."

"இஞ்செ கேட்டிட்டா அவனுவளெ அடிச்சியோ?"

"நடந்தாச்சு ஹாஜியரே. இனி என்ன செய்ய? வந்த எளவெ தீக்கப் பாப்போம்." தலைவருடைய அமைதியான குரல்.

"தீக்குதுண்ணு, யுத்தம் செய்து தீக்கயா?" ஹாஜியாரின் முகம் சிவந்தது. தாடி ரோமங்கள் துடித்தன.

"யுத்தம் செய்யணுமெண்ணு நான் சொல்லல்லெ ஹாஜியாரே. தப்பு நடந்துபோச்சு. அவனுவோ திடீரெணு ஊரேறி வந்தாலோ?"

"வருவான், அதுக்கு?"

"போலீஸ்லெ செல்லுவோம்."

"அவங்கொ போய் செல்லட்டு."

இதைக் கேட்டதும் மம்மக்கண்ணின் முகம் சிவந்தது. அவன் கண்ணிலிருந்து தீப்பொறி வருவது போல் தோன்றியது அத்றாங்கண்ணுக்கு. ஹாஜியாருடைய பேச்சில் கலந்திருக்கும் குரோத எண்ணத்தை மம்மக்கண்ணும் அத்றாங்கண்ணும் புரிந்துகொண்டனர். சிலவேளை சினம் கொண்டு ஹாஜியாரை பார்த்து ஏதாவது 'தானக்கேடு' பேசிவிடுவானோ என்று அத்றாங்கண்ணு அஞ்சினார். உடன் மம்மக்கண்ணின் காதருகில் சென்று முணுமுணுத்தார்.

"நீ ஒன்னும் செல்லீராதே."

அத்றாங்கண்ணு ஹாஜியாரின் பக்கம் தெருங்கினார்.

"ஆஜியாரே நம்மொ புள்ளியோ[23] றெடி. நீங்கொ செறிய ஒத்தாசெ செய்தா மதி,"[24]

---

23. இளைஞர்கள்

24. போதும்

"அப்படீண்ணா என்னப்பா?" ஹாஜியாருடைய நெற்றியில், தொழுது காய்த்த தழும்பில் சுருக்கம் தெரிந்தது.

மம்மக்கண்ணு இடுப்பிலிருந்து கத்தியை உருவினான். நிமிர்த்தி பல்லிடுக்கில் ஒட்டி இருந்த எச்சிலைக் கிளறி எடுத்தான்.

ஹாஜியாரின் முடிவில் எந்த மாற்றமும் இல்லை . இதைத் தெரிந்துகொண்டதும் அத்றாங்கண்ணுவின் குரலில் வேதனை கலந்தது.

"நாங்கொ மரிச்சு போனா எங்களெ நல்லடக்கம் செய்யணும். எங்கெ மய்யத்து[25] தெருவிலே அளுவப் போடதீங்கோ. இந்த ஒரு ஒத்தாசெயும் செய்தா மதி, ஆஜியாரே."

"ஒங்கொ மய்யத்தெ அடக்க நாங்கோ வேணுமில்லியா? அப்போ பஞ்சாயத்து ஓட்டு நடக்கும்போ இதெல்லாம் நெனக்கண்டாமா? அண்ணைக்கு வள்ளக்காறங்கோ எல்லாம் சொவப்புக்குத் தானே ஜேய் விளிச்சியோ."

ஹாஜியாருடைய முகபாவனையும் பேச்சும் தடம் விலகிச் செல்வதை மம்மக்கண்ணு கவனித்தான். அந்த பேச்சின் கண்ணாடியில் அவருடைய இதயத்தின் அடிப்பகுதியில் சகதி உறைந்து கிடப்பது தெளிவாகத் தெரிந்தது, அங்கு ஒரு பொந்திலிருந்து பழைய பகைமையின் விஷப்பாம்பு தலையை வெளியே நீட்டியது. படம் எடுத்து ஆடுகிறது.

மம்மக்கண்ணு கத்தி முனையைக் கையில் துடைத்தான். கத்தியை மடக்கி இடுப்பில் திணித்தான்.

"அப்பொ அவனுவொ ஊருக்குள்ளே வந்தா?" அத்றாங்கண்ணு முடிவாகக் கேட்டார்.

"அவுங்கொ பாப்பாங்கொ. நீங்கொ வாருங்கொ மச்சான். நமக்கு போவலாம்." மம்மக்கண்ணு பொறுமையின் சங்கிலியை அறுத்து எறிந்தான்.

"எங்களெ காப்பாத்த நிங்க ஆரும் சண்டெ போடண்டாம். எங்க பொண்டாட்டி புள்ளியளெ நாங்கொ காப்பாத்துவோம்."

"சரி, நீக்கோலி[26] கடிச்சாலும் அத்தாளம்[27] மொடங்கும். நா ஒண்ணும் மட்டும் செல்லுதேன். பாவப்பட்ட வள்ள தொழிலாளிண்ணு எங்களெ ஒதுக்கி வைக்காதீங்கோ. ஒரு நேரம் இந்த சமுதாயத்துக்கு நாங்கொ தேவப்படும். எங்களெப் போலுள்ள

25. சடலம்

26. தண்ணீர்ப் பாம்பு

27. இரவு உணவு

தொழிலாளிக்க நட்டெல்லிலேயாக்கும் இந்த சமுதாயத்துக்கோ நில நிப்பு. மறந்திராதெங்கோ.” மம்மக்கண்ணு உறுதியாகச் சொன்னான். சிவந்த கைக்குட்டையைத் தோளிலிருந்து எடுத்தான். கையில் இறுக்கிச் சுற்றிக் கட்டினான். “வெட்டானா வெட்டு.”

ஆவேசம் கொண்டு விறைத்த மம்மக்கண்ணை அத்றாங்கண்ணு, உந்தித் தள்ளிக்கொண்டுபோனார்.

இருவரும், சிவசிவ விலாசம் காப்பிக் கடைக்கு முன் வந்தனர். ஆவலோடு நின்றிருந்த மக்கள் இருவரையும் சுற்றி வளைத்தனர். நிராசை இருவருடைய முகங்களில் கொடி நாட்டியிருப்பதைக் கண்டனர். அந்தக் கறுப்புக் கொடிகளைக் கண்டதும் கொளும்பான் சேமது நானா சோர்வடைந்தார்.

“என்ன மகோ, என்னாச்சு?”

“மானவும் தானவும் உள்ள அவுங்கொ ஆரும் இதுக்கு பொறுப்பில்லியாம்.”

“அப்படியா கதச்சான். அந்த படுவா ரஸ்கோல்” கொளும்பான் சொன்னார்.

மம்மக்கண்ணு மீசையை முறுக்கிவிட்டான்.

“றெடியாவுங்கோ,”

“ஆயுதம்?”

சாம், வாடா கொக்கு பக்கத்தில் நின்றிருந்த கொக்கு வாப்புக் கண்ணை உடன் அழைத்தான். மம்மக்கண்ணும் கொக்கும் தட்டாக்குடி இடை வழி இருளின் ஆழத்தில் மூழ்கினர்.

“காக்கா[28]” அந்த இருளின் ஆழத்திலிருந்து ஒரு குரல் உயர்ந்து கேட்டது.

மம்மக்கண்ணு நின்றான். ஒரு உருவம் அவனை நெருங்குகிறது. பெல்டிலிருந்து தீப்பெட்டி எடுத்து உரைத்தான்,

கோழி அலி!

“நானும் வரட்டா?” அலி கேட்டுக்கொண்டான். மூவரும் இருளின் பாதாள பாதை நோக்கி மறைந்தனர்.

அத்றாங்கண்ணும் மீசை மம்மக்கண்ணும் சென்றபின், ஹாஜியார் தலைவரின் கையைப் பற்றி பள்ளிவாசலுக்குள் அழைத்துச் சென்றார். இருவரும் கோரம்பாயில் உட்கார்ந்தனர். சுழன்றுகொண்டிருந்த மின்விசிறியின் சுவிட்சை அணைத்தார்.

---

28. அண்ணா

வாசலுக்கு மேல் சுவரில் பதித்த டியூப் லைட்டின் மீது ஒரு கறுத்த பல்லி ஒட்டியிருந்தது. வாலைத் தூக்கி எச்சம் போட்டது. விளக்கைச் சுற்றிப் பறந்துகொண்டிருந்த சிறு பூச்சிகளின் மீது அதன் கள்ளக் கண்கள் பதிந்தன. மெதுவாக நெஞ்சைக் கொடுத்து வழுவழுப்பான டியூப்லைட்டின் மீது நகர்ந்தது. இரையைப் பிடிக்கவோ, எதிரியைத் தாக்கவோ!

பாறையடி நூஹூ ஹாஜியார் தலைவரோடு சேர்ந்து உட்கார்ந்தார். பிறர் செவியில் விழாதவாறு அடக்கம் பேசினார்.

“போன பஞ்சாயத்து ஓட்டுக்கு இந்த க்றாத்திலெ[29] பெறந்த பயலுவோ தறவாட்டுக்காரங்களுக்கு[30] எதிராட்டு சொவப்புக்குத்தானே ஓட்டு செய்தானுவோ, அண்ணு நா கல்பிலெ[31] நெய்யத்து[32] செய்தேன், இவனுவளே ஒரு பாடம் படிப்பிக்கணுமெண்ணு. இது நல்ல சமயம். நேத்து ராவு தொறயிலே உள்ள காரணவன்மாரு[33] வூட்டுக்கு வந்துதுவோ. ஒங்கெ மனம்போலெ செய்யுங்கொ எண்ணு சென்னேன். அவனுவளுக்கெ அடிகொண்டு இந்த, எத்து வாளியோ சாவட்டு. சத்தா இளுத்து பூத்தலாம்.”

டியூப்லைட்டின் மீது இருந்த பல்லி சப்தமிட்டது.

“பாத்தியளா, சத்தியம்.”

தலைவரின் முகத்தில் ஒரு சிரிப்பு படர்ந்தது. ஹாஜியாருடைய கம்பீரத்தின் உரப்பற்றுள்ள மணலில் முளைத்த எதேச்சாதிகாரத்தின் அம்மை வடுக்கள் நிறைந்த கொடூர முகத்திற்கு நேரான ஏளனச் சிரிப்பு.

கறுத்த பல்லியின் நீண்ட நாக்கில், சந்தோசமாகப் பறந்து திரிந்த ஓர் அப்பாவி ஈ ஒட்டியது. பல்லி நாக்கை உள்ளே இழுத்தது. அப்போது வெள்ளி இரவு மணி ஒன்பது!

---

29. தீயவழியில்

30. குடும்ப அந்தஸ்து உடையவர்கள்

31. இதயம்

32. தீருமானம்

33. ஊர் முக்கியஸ்தர்கள்

## 2

கூனன் தோப்பு! பாறையடி நூஹு ஹாஜியாருக்குச் சொந்தமான தென்னம் தோப்பு. ஐந்து ஏக்கர் பரப்பளவு கொண்டது. தலை நிறைய பூச்சூடி நிற்கும் செழிப்பான தைத் தென்னைகள்! லாவண்யமான தோற்றமுடையது.

கூனன் தோப்பின் தென்பகுதியில், கடலில் சென்று மீன் பிடிக்கும் துறைமக்களின் சிறு குடிசைகள். வடபகுதியில் வலியாற்றின் விரிமார்பில் வள்ளம் ஊன்றி வாழும் வள்ளத் தொழிலாளர்கள். அதற்கும் சற்றுத் தொலைவில் குடும்ப கௌரவமுடைய தறவாட்டு முதலாளிகளும் அவர்களுடைய மணி மாளிகைகளும்.

கூனன் தோப்பின் கீழ்ப்பகுதி வழியாகப் புத்தனாறு ஓடுகிறது. ஆழமும் அகலமும் கூடிய அந்த ஆறு, காலங்களின் மிதிபட்டு ஒடுங்கி ஆங்காங்கே மணல் மூடிவிட்டது. இந்தப் புறம்போக்கின் இருகரைகளையும் மண் நிரப்பிப் பலர் தென்னை நட்டு வளத்தார்கள். மண்டை செழிப்புள்ள தென்னைகள், பச்சை ஓலைகள் பரப்பும் நிழலும் குளிர்ச்சியும் பல நில உடமைகளை அண்ணார்ந்து பார்க்க வைக்கும்.

ஆனி ஆடி மாதங்களில் பேயாட்டம் போடும் பெரும் மழையில் புத்தனாறு நிரம்பும். வயிறு ஊதி மூச்சுத் திணறும் தவளைகளின் கிறாங் கிறாங் சப்தத்தில் அந்தக் கிராமமே காதைப் பொத்திக் கொள்ளும். அருவருப்பான சப்தம்.

வெயில் காலங்களில் ஆழமான சில பகுதிகளில் மட்டும் நீர் தேங்கி நிற்கும். அதை முட்டைத் தாளி மூடி விடும். பிறகு துர்நாற்றம் எழுப்பும். பரப்பும். துர்வாடை கிளப்பும் இந்தத் தண்ணீரில்தான் மீன் வலை, மீன் குட்டை முதலியவற்றை அலம்புவதும் துணி துவைப்பதும் குளிப்பதும்.

புதன்கிழமையும் சனிக்கிழமையும் அழுக்கு மூட்டைகளைக் கட்டிக்கொண்டு வரும் பெண்களின் சலம்பல். சண்டை. ‘மாப்பிளெ புடிச்ச’ விவகாரங்கள்.

பெண்கள் உடம்பைத் தேய்த்துக் குளிப்பதைப் பார்த்து ரசிக்க, தோப்புகளை வளைத்துக் கட்டிய வேலிகளில் அடர்த்தியாக வளர்ந்து நிற்கும் ‘கைதை’ படர்ப்பில் தெரியும் சில ஓட்டைகளை ஒட்டி ஒளிந்து நிற்கும் சில மைனர்கள்.

புத்தனாற்றிலிருந்து சிறிது விலகிக் கூனன் தோப்பின் வேலி எல்லையில் துறையிலுள்ள பெண்களுக்கான பொதுக் கழிப்பிடம். அதிலிருந்து சற்றுத் தொலையில் பஞ்சாயத்துக் கிணறு. கிணற்றின் அருகாமையில் ஒரு வாசிப்புச்சாலை – இளைஞர் நற்பணி மன்றம்.

ஆடுமாடுகளும் திருடர்களும் உள்ளே கடக்காமலிருக்க கூனன் தோப்புக்குச் சுற்றிலும் வேலி. கய்யாலகோரி அதன்மீது கைதை வளர்க்கப்பட்டுள்ளது. அந்தப் பொதுக் கழிப்பிடத்தின் பின் பகுதியிலுள்ள வேலியில் கைதை அடர்த்தியாக வளர்ந்துள்ளது.

பன்றிகள், கோழிகள், புண்பிடித்த கழுதைகள், நாய்கள் ஆகியவை நூற்றுக்கணக்கில் அந்தக் கழிப்பிடத்தைக் சுற்றித் திரிவதுண்டு. உணவுக்கான போராட்டங்கள். அழுகைக் குரைத்தல், கூவுதல் . . .

ஆட்கள் ஓய்ந்த நேரங்களில் இந்த இடத்தில் கோழித் திருட்டு நடக்கும், தலைமுடியை நெல்லில் கோர்த்துக் கைதைப் பக்கமாகப் போட்டுவிடுவார்கள். கோழிகள் நெல்லை ஆவலோடு கொத்தி விழுங்கும். தலைமயிரும் நெல்லும் அதன் தொண்டையில் மாட்டிக்கொள்ளும். மூச்சுத் திணறிக் கோழி துடிக்கும். உடன் கோழிமீது ஒரு சாக்கைப் போட்டுக் கோழியுடன் சாக்கை எடுத்துக் கக்கத்தில் வைத்துகொண்டு இடம் விடுவார்கள். இப்படி கோழி திருடுவதில் அதிக சாமர்த்தியசாலி என்று பெயரெடுத்தவன் அலி; அதனால் அவனுக்கு கிடைத்த பெயர், கோழி அலி!

இளம்பெண்கள் தனியாக வருவதில்லை. துணையோடு சலம்பிக்கொண்டு வருவார்கள். மேகரையிலுள்ள மொய்லாளி மைனர்களுடைய எரிக்கும் பார்வை, இதயத்தின் மெல்லிய உணர்ச்சிகளைத் தாக்கும். புன்முறுவல், கண்ணடிப்பு . சூளத்தில்[1] பொதியப்பட்ட கீச்சம் காட்டும் இன்பப் பாட்டுகள் . . .

---

1. சீட்டியடித்தல்

தொப்பையின் மகள் லில்லி வேறு ஒரு பெண்ணைத் துணைக்குக் கூட்டிக்கொண்டு அங்கு வந்தாள். மதியத்தை நெருங்கும் நேரம், ஆள் நடமாட்டம் அறவே இல்லை. "கோளி… வா… வா… வா" கொத்திப் பொறுக்கிக்கொண்டு நின்றிருந்த கோழிகள் கூட்டத்தில் அவளுடைய முட்டையிடும் கோழியைக் கூப்பிட்டாள் லில்லி. அவளுடைய குரல் கேட்டாலே கோழி ஓடி வரும்.

"கோளீ வா… வா… வா…" பல தடவை கூப்பிட்டாள்.

கோழியைக் காணவில்லை. மூக்கில் விரல் வைத்துக்கொண்டு அங்குமிங்கும் பார்த்தாள். கழிப்பிடத்தின் பக்கம் நெருங்கினாள். காலூன்ற இடமில்லை. எங்கும் மலம். சேலைத் தும்பால் மூக்கைப் பொத்தினாள். கைதை வேலியை நெருங்கினாள்.

'ஆசியார் மொய்லாளி'யுடைய தோப்புக்குள் எட்டிப் பார்த்துக் கூப்பிட்டாள்.

"கோளீ வா… வா… வா…"

கூனன் தோப்பிலுள்ள தண்ணீர் இல்லாத குளத்திற்குள் ஒருவன் குனிந்து நிற்பதைக் கண்டு அவள் திடுக்கிட்டாள். அவன் அவளுடைய கறுப்புக் கோழியைச் சாக்கினால் மூடுவதைப் பார்த்துவிட்டாள். கூப்பாடு போட்டாள்.

"கோளி கள்ளனோ… கோளி கள்ளனோ"

குரல் கேட்டு அவன் நிமிர்ந்தான் கோழி அலி!

"ஏய் ஓடி வரிங்கெ, எக்கெ கோளியே புடிச்சியானோ."

கூப்பாடு கேட்டதும் அலி கோழியை எடுத்துக்கொண்டு ஒரே ஓட்டம்.

பஞ்சாயத்துக் கிணற்றில் குளித்துக்கொண்டிருந்த மடயன் கூப்பாட்டைக் கேட்டான். கூச்சல் கேட்ட பக்கம் கோவணத்தோடு ஓடி வந்தான்.

"கோளியும் தூக்கிட்டு அன்னா ஓடு தான்… புடியுமே…" லில்லி கெஞ்சினாள். மடயன் அலியைத் துரத்தினான்.

கோழி அலி முன்னால், மடயன் பின்னால்; ஒரு கை எட்டுமளவிற் குண்டான இடைவெளி. மடயன் துரத்திச் சென்றான். சற்று நெருங்கியதும் கம்பா பிடித்துக் காய்த்துப் போன கையால் ஓங்கி அறைந்தான்.

மீண்டும் கை உயர்த்துமுன், அலி விட்டில் போல் பறந்துவிட்டான்.

மடயன் திரும்பி வரும்போது லில்லி அழுதுகொண்டு நிற்பதைக் கண்டான்.

“எக்கெ முட்டை இடுத கோளி.”

“தப்புட்டான்” மடயன் தலையிலிருந்து வடிந்து கொண்டிருந்த தண்ணீரைக் கையால் வடித்துவிட்டான். “சரிக்கு வச்சேன்.”

“என்னம்பே?” சிலர் விசாரித்தனர்.

“அவளுக்கெ கோளியெ புடிச்சுட்டான்.” லில்லியுடன் வந்த மரியம்மை பதிலுரைத்தாள்.

கிணற்றை நோக்கிச் சென்றுகொண்டிருந்த மடயனைப் பார்த்து பனி கேட்டாள்,

“ஏய் எந்த பயன்?”

“கோளி கள்ளன் அலியே.”

“அந்த கள்ள வாருவனியா? புடிச்சு அவனுக்கெ காலெ ஒடிச்சப்படாதா?”

“அய், சரிதான் போ.” அழுதுகொண்டு நின்ற லில்லியைப் பெண்கள் சூழ்ந்தனர்.

“என்னம்பே?”

“அவளுக்கெ கோளியெ புடிச்சுட்டான்.” மரியம்மை பதில் சொன்னாள்.

“நிச்ச கைய்யெ வல்லவும் புடிச்சானா?” சிலர் தாழ்ந்த குரலில் கேட்டனர்.

தலை அசைத்தாள், இல்லையென்று.

“எந்த தாந்துபோன[2] வாருவனி?” மால்[3] பின்னிக் கொண்டிருத்த கிழவி கேட்டாள், “அந்த தூமகுடிச்ச பயலெப்புடிச்சு மொதப்பெ எடுத்து அடிச்சாரெ வீட்டீருமாக்கும் அரு இரென்ன ராச்சியம்? அவனாரம்பே”

“கோளி அலியே...”

“அந்த நீச்சம்பு[4] புடிச்ச பயலா?”

லில்லியுடைய தாயார் மடிக்காரி செய்தி கேட்டு ஓடிவந்தாள். அம்மாவைக் கண்டதும் அவள் அழுதபடியே அம்மாவுக்கு நேர்

2. மூழ்கிப் போன
3. வலைத்துண்டு
4. காலரா

நடந்தாள். மகளின் அழுத முகத்தைப் பார்த்ததும் மடிக்காரிக்குக் கோபம் பொங்கி வந்தது.

"இந்த தொறயிலெ காரணவன்மாரு இல்லியா? இரென்னேணு தட்டி கேக்க நாதியில்லியா? ஒரு கோளி வளத்த முடியாரென்னாச்சே. எத்திரெ கோளி போவுட்டுது? களிசறப் பயலுவளாலெ கொமரி புள்ளியளுக்கு வெளியே எறங்கி நடக்க முடியாரென்னாச்செ."

கோழியும் கொண்டு ஓடும்போது லில்லியின் குத்தி நின்ற மார்பை அலி எட்டிப் பிடித்தான் என்று ஒரு பொய் வதந்தி மடிக்காரியின் காதில் விழுந்தது.

"நீ போ கொம்பே..." மடிக்காரி சொன்னாள்;

லில்லி சேலை நுனியைக் கடித்துக்கொண்டு நடந்தாள். மடிக்காரி ஆவேசமாக விறைத்தாள். பெண்களும் குழந்தைகளும் அவளைச் சூழ்ந்துகொண்டனர்.

இரண்டாம் பாடுக்குக் கடலில் போன லில்லியுடைய அப்பன் தொப்பெ திரும்பவில்லை.

மடிக்காரிக்கு அவள் வீட்டோடு சேர்ந்து ஒரு கடை உண்டு, ஒரு சித்திரை மாதம். அதிகளவு நெத்தோலி மீன்பாடுள்ள நேரம். லில்லியின் அப்பன் தொப்பை அன்று கொண்டுவந்த வலைப்பங்கில் பத்து ரூபாய் முதலீடு செய்து குடிசைக்கு முன் சின்ன அளவில் ஒரு கடை துவங்கினாள். ஒரு பேயன் வாழைக்குலை, ஒருகூடு பசுமார்க்கு சுருட்டு, ஒருகூடு பாஸிங் ஷோ சிகரட், இரண்டு கண்ணாடி ஜாடியில் திமுகா மிட்டாயும் ஓழுக்கி மிட்டாயும், கொஞ்சம் வெற்றிலை பாக்கும் கருப்பட்டிப் புகையிலையும், இருபத்தைந்து கைச்சுற்று பீடி, ஒருகூடு மெழுகுவர்த்தி. மீன் சிதம்பல் ஒட்டியிருந்த ஒரு கடவப்பெட்டி. கவிழ்த்தி அதன்மீது இவற்றைப் பரப்பினாள். பக்கத்தில் மூலை கிழிந்த முற்றத்தில் ஈ ஆடும் நாலைந்து குற்றிப் புட்டு. கிழங்கு மாவில் செய்த மணிப்புட்டு. ஒரு சூட்டு அடுப்பும் கலயமும் புட்டுக் குற்றியும் எப்போதும் பக்கத்தில் தயாராக இருக்கும்.

எதிர்பார்த்ததைவிடக் கூடுதலான வியாபாரம். லாபமும். வட்டியில் மீன் சுமந்து சின்னந்திக் கடையில் கொண்டுபோய் விற்பதைவிட அதிக லாபம்.

"ஏய் இனி சின்னந்திக் கடயிலெ மீனு விச்சப்போவண்டாம். இந்த யாவாரம் மதி..." லில்லி, அம்மாவைத் தூண்டினாள்.

"ஆ... செய்வோம்..." மடிக்காரி ஒப்புக்கொண்டாள்.

சித்திரை மாதம் முடிந்தது. நெத்தோலிப் பாடும் நின்று விட்டது. மடிக்காரியின் கடை தொடர்ந்து நடந்தது. நாட்களின் சக்கரம் உருண்டதோடு வியாபாரம் பெருகியது. தலையில் மீன் வட்டிச் சுமந்து கூவி விற்பதை விட்டுவிட்டாள்.

காதில் தொங்கிய பாம்படத்தைக் கழற்றினாள். முத்துசாமியின் வட்டிக்கடையில் அடகு வைத்தாள். புதன்கிழமை கூடும் புதுக்கடைச் சந்தைக்குப் போனாள். பழுத்த வெற்றிலையும் பச்சைப் பாக்கும் சில மசால் சாமான்களும் கொள்முதல் செய்தாள்.

கடையின் முகத்தோற்றம் மாறியது. மீன் சிதம்பல் ஒட்டியிருந்த கடவப்பெட்டி நகர்ந்தது. அந்த இடத்தை ஒரு கள்ளிப்பெட்டி கைப்பற்றியது. பிறகு நாலு கம்புகள் நாட்டி அதன்மீது ஒரு பலகை. இப்படி நாளுக்கு நாள் மடிக்காரியின் கடை முன்னேறியது.

முதன்முதலாக வாங்கியது ஒரு கட்ட மரம். பிறகு கரமடி . . பெருவலை. வருவாய் கூடியது. 'சாம'[5] காலங்களில் வட்டிக்குப் பணம் கொடுத்து வாங்கினாள்.

செத்தை வேலி கல்சுவராக மாறியது. வண்டு துளை போட்ட மூங்கில் கம்பு இருந்த இடத்தில் பனம் கம்பு ஏறி உட்கார்ந்தது. குடிசை இன்று கொல்லம் ஓடு வேய்ந்த கல் கட்டிடமாக உருமாறியது. வீட்டை ஒட்டின வாக்கில் கடை. இப்படி அற்புதம் மடிக்காரியாக அறியப்பட்டாள்.

மணிப்புட்டும் அரிசிப்புட்டும் எப்போதும் உண்டு. 'மீன்பாடு' இல்லாத 'சாம' காலங்களில் கொஞ்சம் கடன் போகும் கணக்குகளை குறிப்பது லில்லியின் வேலை.

"காதறுத் தாளுக்கெ மொவ சப்பானி 2 மணி புட்டுக்குப் பத்து பைசா, சின்னய்யனுக்கு பெண்டாட்டி புள்ளக்குமுறுக்கு மூணுக்கு ஆறு பைசா, பீச்சிக்க தங்கச்சி மொவன் குளியாளி பசு மார்க் சுருட்டு மூணுக்கு பத்து பைசா."

இப்படி நீண்டுபோகும் கணக்குகள்.

லில்லியை இரண்டு மைல் தொலைவிலுள்ள ஆங்கிலப் பள்ளிக்கூடத்தில் படிக்க அனுப்பினாள் 'சித்து வாம்'[6] வரை. மகளைப் படிக்க வைக்க ஆசை. பி.ஏ.க்காரனுக்கு கட்டி கொடுப்பதற்கும்.

---

5. பஞ்சம்
6. எஸ்.எஸ்.எல்.சி

ஆனால் தேட்பாமில்[7] மூன்று தடவை கரணமடித்தாள். "எப்படியும் ரண்டெழுத்து படிச்சுட்டாளெ." மடிக்காரி திருப்தியடைந்தாள்.

புதன்கிழமை புதுக்கடைச் சந்தை! வெள்ளிக்கிழமை தொடுவட்டிச் சந்தை, சனிக்கிழமை மீண்டும் புதுக்கடைச் சந்தை, மூன்று சந்தைகளுக்கும் மடிக்காரி போவது வழக்கம்.

அன்று வெள்ளிக்கிழமை தொடுவட்டிச் சந்தை. மடிக்காரி அதிகாலையில் விழித்தாள். கடற்கரையில் ஆள் அணக்கமில்லை, தளர்ந்து கிடக்கும் கடலின் சக்தியிழந்த அலையோசை மட்டும். தரையில் ஒளி படரவில்லை. தூங்கியபடி எழுந்து சேலையைச் சரி செய்துகொண்டு சந்தைக்குப் போகத் தயாரானாள். கடவப்பெட்டியை அக்குளில் இடுக்கிக்கொண்டு புத்தன் ஆற்றின் கரைக்கு வந்தாள். கரையிலிருந்து தண்ணீருக்குள் தவளைகள் குதிக்கும் சளசளப்பு ... ஆற்றின் கரையிலிருந்து ஒரு நுள்ளு ஈர மணலை எடுத்துப் பல் துலக்கினாள், சேலை நுனியைக் கொண்டு முகத்தைத் துடைக்கும்போது கோயிலில் முதல் மணி முழங்கியது. நெஞ்சில் குரிசு வரைந்தாள். பிதா, சுதன், பரிசுத்த ஆத்துமா!

முதல் பஸ்ஸைப் பிடிக்க ஓடினாள்.

கோயிலின் உயரமான கோபுரத்தில் தொங்கிய மணி இரண்டாவது தடவை முழங்கியபோது லில்லி விழித்தாள். சிலுவையின் மனைவி இடுப்பில் குழந்தையுடன் நிற்பதைக் கண்டாள். "நிச்ச மொவத்திலேயா காச்ச முளிச்சேன் ..." லில்லியின் முகம் சோர்வடைந்தது. "எரணம் கிட்டாரே ..."

"நிச்சு பணம் வந்துட்டுதே ... பாவங்களெ கண்டா நிச்சு எரணம் கிட்டாதுதான் ... இப்படி வேளம் செல்லாரெ லில்லி. கடல் ஆருக்கும் சொந்தமில்லெ. எல்லாம் அந்த தாய்க்கெ கய்யிலெதான் இரிய்க்கி" வறுமையில் வாடும் சிலுவையின் மனைவியுடைய கண்களில் நீர் வலை பின்னியது. மங்கிய காலை ஒளியில் லில்லி அதைக் காணவில்லை.

லில்லி பல் துலக்கவில்லை. கண்களில் ஒட்டியிருந்த பீந்தையை அலம்பிச் சுத்தம் செய்யவில்லை. மரச்சீனிக் கிழங்கு மாவை நனைத்து திரி உருட்டி மணிப்புட்டு வேக வைக்கும் நெருக்கடி. அவளுக்கு வெளய்க்கு[8] போகக்கூட அவகாசம் இல்லை. சின்னத்துறைக்காரி அன்னம்மையிடம் ஒரு தடவை

---

7. எட்டாம் வகுப்பு
8. மலம் கழிப்பதற்கு

கடையைக் கவனிக்கச் சொல்லிவிட்டு வயிறு கடிச்சதால் 'வெளய்க்கு' போனாள். திரும்பி வந்து பார்க்கும்போது 'ஆயனி சக்கையில்' இரண்டு இல்லை. அதனால் இப்போது யாரிடமும் கடையை ஒப்படைத்துவிட்டு எங்கும் போவது இல்லை.

"காறு முட்டி செத்துப் போனாணில்லியா நெனச்சேன்"

சந்தையிலிருந்து தாமதமாக வந்த தாயாரை லில்லி கடிந்து கொண்டாள்.

"காறு சிட்டாட்டி நா என்ன யுட்டி செய்யெ? தாந்து போன கண்ட்றாக்கு ஏத்தாட்டானே."

"கோளி மேயப் போச்சுதே. முட்டயிடுத கோளியை புடிச்சுப் பொத்தண்டாமா?"

லில்லி அங்கு வந்த மரியம்மையைத் துணைக்கு அழைத்துச் சென்றாள்.

மடிக்காரியுடைய கோபம் தணிந்தபாடில்லை. இரண்டாம் பாட்டுக்குக் கடலுக்குச் சென்ற தொப்பெ திரும்பயில்லை.

மரியம்மையின் குடிசைக்கு முன் கால் நீட்டி உட்கார்ந்து சில இளம் பெண்கள் 'மாலு' பின்னிக்கொண்டிருந்தனர். சில பெண்கள் நின்றபடி முட்டுக்கு மேல் துணியை உயர்த்தி நிர்வாணமான தொடையில் தக்ளி[9]யை கறக்கி நூலுக்கு முறுக் கேற்றினர். வேறு சிலர் பிறர் மடியில் தலை வைத்துக் கவிழ்ந்து கிடந்தனர். கவிழ்ந்து கிடந்தவர்களுடைய குலைந்த தலை முடியி லிருந்து ஈரும் பேனும் நுள்ளி எடுத்து 'இஸ்' என்ற சப்தத்தோடு நகங்களுக் கிடையில் வைத்து நெருக்கிக் கொன்று குவித்தனர்.

மரியம்மை மாலு பின்னிக்கொண்டிருந்த பெண்களிடம் நடந்த நிகழ்ச்சியை விளக்கினாள்.

"அம்பே மரியம்மே . . . ஒருத்தன்தானா?" மடிக்காரி தொலைவில் இருந்து கேட்டவாறு மரியம்மையை நெருங்கினாள்.

"ஓமு . . .[10]"

"களிசற பயலுவளுக்கெ கொடுமயாலெ கொமரி புள்ளயளுக்கு பெறத்தே எறங்க முடியாரெ, இரென்னேனு தட்டிக் கேக்க ஆளில்லியே இந்த ஊரிலெ."

"மெம்மறுட்டெப்போய் செல்லம்பே" முட்டு ஊன்றி முறி அம்மியில் 'அரப்பு' அரைத்துக்கொண்டிருந்த பனி உபதேசித்தாள்:

---

9. நூல் சுற்றும் உபகரணம்

10. ஆமா

“கள்ள வாருவனி, வடுவனெ தின்னிக்கெ அனியாயம் பாரமே. மேகரயிலெ உள்ளவனுக்கு இஞ்ச உள்ள பம்பளிஞ்ச வளுவொ இடம் குடுத்ததுனாலேத்தானே அவனுவோ இஞ்சவரானுவோ”, மடிக்காரியுடைய குரல் உயர்ந்தது.

குடிசைக்கு முன் உட்கார்ந்து மீனுக்கு உப்பு போட்டுக் கொண்டிருந்த சிறப்பீனாவின் காதில் மடிக்காரியின் வார்த்தைகள் பீரங்கியாக முழங்கி இதயச்சுவரில் கூரம்புகள் போல் குத்தி நின்றன.

சிறப்பீனா சாடி எழும்பினாள். அவளுடைய மார்பிலிருந்து நழுவி விலகிய சேலை தரையில் இழுபட்டது.

“அய், இந்த நாற கொம்பய்க்கு பிராந்தா![11] மேகரயிலெ உள்ள மொய்லாளிமாரெ செல்ல இவளுக்கென்ன காரியம்? நிச்சொ மொவளுக்கெ கோளியெ புடிச்ச அவனுவளா செல்லி விட்டானுவோ.”

“அரு . . . அவனுவளெ சென்னப்பம் நிச்சு குத்துட்டுதே. ஏன்?”

“பின்னெ குத்தாராக்கும்?”

“நின்னெப் போலெ ஊரிலே சேக்காத பம்பளிஞ் சவளுவத்தானே மொய்லானி மாருக்கு எடம் குடுத்தது . . .”

“ஆ . . .” சிறப்பீனா பெருமையுடன் ஒப்புக்கொண்டாள்.

“வேற சாதிக்காரன்கூட இருந்து புள்ள பெத்தாயில்லியா. அய்னாலெ தச்சுட்டுது.”

“சரியம்பே . . . அருக்கென்னெ? நிச்ச கடாலெ கடம் வாண்ட நா வரலியே, எக்கெ மொய்லாளி என்னெ சீமாட்டியா வச்சிருக்காரே . . . நின்னெப்போலெ குலிக்கி குலுக்கி நா நடக்கல்லியே.” சிறப்பீனா குலுங்கிகுலுங்கி நடந்து காட்டினாள். “நிச்சொ இங்கிரிஸ் படிச்ச மொவொ வாடி போட்டு மெலயெ ஹூம்னு கெட்டி காணிச்சு நடக்கா இல்லியா” சிறப்பீனா ஒரு ஏகாங்க நாடகம் போல் எல்லாம் நடித்துக் காட்டினாள்.

சிறப்பீனா அவளுடைய நிர்வாண மார்பை முன்னால் தள்ளி நடந்து காட்டியபோது ஸ்டெல்லாவும் செலினும் மேரியும் வெட்கப்பட்டு வாய் மூடிச் சிரித்தனர்.

“ஏன் குட்டியளெ சிளிக்கிக்யோ . . . நா இல்லாத்த வேளமா செல்லுயேன்” சிறப்பீனா கேட்டாள்.

---

11. பைத்தியமா?

மடிக்காரிக்குக் கோபம் பொங்கியெழுந்தது. வேட்டைப்புலி போல் சிறப்பீனாவுக்கு நேர் சீறினாள்.

“கண்டவன்கூட கெடந்த கள்ள வாருவனி, பழம் தொறப்பா கெடக்குரு . . . மோறயெ கழுவுடுவேன். பாத்தும் கேட்டும் வேளம் செல்லணும்.”

“வாவெ, என்னெ அடிச்சுவாயா. பாப்போம்”. கையை வீசிக் கொண்டு நெஞ்சு நிமிர்ந்து மடிக்காரியின் நேராகச் சென்றாள்.

“நின்னெ எக்கு தெரியாரா? நீ பத்தினிச்சித்தாள். நிச்ச தள்ளயே எக்குத் தெரியாரா? நீ எப்படிப்பட்ட வோணு எக்குத் தெரியாரா? கெமாரி புள்ளியோ நிச்சுது. இல்லாட்டி சேலா செல்லித் தருவேன். மருவாதய்க்கு தப்புக்கோ.” சிறப்பீனா எச்சரித்தாள்.

“ஆ... செல்லு.” மடிக்காரியுடைய குரல் தணிந்தது. மீண்டும் பேச்சைத் தொடருவதாக இருந்தால் கடந்து சென்ற காலத்தின் கறைபடிந்த ஏடுகளை சிறப்பீனா திறந்து வாசிப்பாள் என்று அஞ்சினாள்.

புல்பாஸ் தொலைவிலிருந்து கைவீசி வருவதை அங்கு கூடியவர்கள் கண்டனர். வேட்டியைத் தூக்கிக் கட்டிக்கொண்டு வேகமாக நடந்து வருகிறான்.

“பயலுமான் வாறாரும்பலே...” அங்கு கூடி நின்ற பிள்ளைகள் நடுங்கினர்.

“நீ என்ன அந்த பெம்ளகிட்டெ சண்டை வச்சியா? ஊட்டுக்கு போவுடு. இல்லே அடி வெச்சுடுவேன்.” புல்பாஸ் வந்ததும் அம்மாவைப் பிடித்து குடிசைக்கு நேராகத் தள்ளினான். மடிக்காரியைப் பார்த்து, “நிங்கொ கடச்சு போங்கெ...”

ஏராளம் பெண்களும் ஆண்களும் குழந்தைகளும் புல்பாஸைச் சூழ்ந்து நின்றனர். நாக்கில் தண்ணீர் ஊறச் செய்யும், மணமெழுப்பும் பழுத்த பனங்காயை முழுதாகக் கடித்து ருசித்து அதன் மஞ்சள் நீரை நெஞ்சு வழி வடித்தும் மூக்குச் சளியை முகமெங்கும் தேய்த்த வண்ணம் நின்ற பிள்ளைகளை முறைத்துப் பார்த்தான். துண்டம் வெட்டி வேக வைத்த மரச்சீனிக் கிழங்கும் சுட்ட அயில கருவாடும் கையிலேந்தி நின்று சாப்பிட்டுக் கொண்டிருந்த பெண்கள், புல்பாஸ் ‘தானக்கேடு’ ஏதாவது சொல்லிவிடுவானென்று பயந்து நழுவினர்.

“பெலேய் சீகுட்டியளெ, போறிருமா அடி வச்சட்டுமா” புஸ்பாஸ் கையைத் தூக்கினான்.

ஆண்குறி மட்டும் மறையும்படி கோவணம் கட்டியவர்களும் நிர்வாணமாக நின்றிருந்த பிள்ளைகளும் கடந்தை கூட்டில் கல் விழுந்தது போல் நாலு பக்கமும் சிதறி ஓடினர்.

இறுக்கமான சாண்டோ பனியனுக்குள் மூச்சுத் திணறி நின்ற விரிவான நெஞ்சைக் காட்டிக் கம்பீரமாக நடந்துசெல்லும் புல்பாஸை ஆங்காங்கே கூடி நின்றவர்கள் உள் நடுக்கத்தோடு பார்த்தனர்.

# 3

புல்பாஸ் நல்ல உடலமைப்பு உடையவன். நல்ல உயரம், விரிவான மார்பு, தடித்த மீசை. அவனுடைய வீரமிக்க நடை, பார்ப்பவர்களை நடுங்கச் செய்யும்.

பஞ்சாயத்துக் கிணற்றில் குளிக்கச் செல்லும் போதெல்லாம் கசர்த்[1] எடுப்பதுண்டு. சதை திரண்ட கரங்களை இருபக்கமாக வீசி வேகமாக உட்கார்ந்து எழும்புவான். ஒரே மூச்சில் நூறு தடவை இப்படி தொடர்ந்து கசர்த்துச் செய்ய அங்கு வேறு யாராலும் முடியாது. ஜட்டி மாட்டிக்கொண்டு தொடையில் கையால் அடித்து எழுப்பும் ஓசை அகோரம். அந்த ஓசை துறை குடில்களில் மோதி கூரையைப் பிளந்துகொண்டு அம்புபோல் பாயும். உண்டவிட்டான் பாறையில் மோதி எதிரொலிக்கும். தொலைவில் குடிசைகளுக்கு முன், மணலில் கால் நீட்டி உட்கார்ந்து மால் பின்னிக்கொண்டிருக்கும் தருணிகள் அவனுடைய கசரத்தையும் கைய்யடிப்பையும் பார்த்து ரசித்தவாறு மால் பின்னுவார்கள். மலர்ந்த உதடுகளில் ஏதாவது பாட்டின் ஈரடிகள்.

புல்பாஸ் நேராக மடையனின் வீட்டை நோக்கி நடந்தான். காதிடுக்கில் வைத்திருந்த சுருட்டுத் துண்டை எடுத்தான், பற்களுக்கிடையில் கடித்துக் கொண்டான், ஆவத்தாவின் மகள் அவளுடைய குடிசைக்கு முன் நிற்பதைக் கண்டான். ஒரு கிண்ணத்திலிருந்து வேகவைத்த சிறுபயறை அவள் அள்ளிக்கொறித்துக்கொண்டிருந்தாள்.

“இத்திப் போலெ தீ தாம்பே . . .” புல்பாஸ் அவளிடம் கேட்டான்.

---

1. உடற்பயிற்சி

சிரட்டையில் நெருப்பெடுத்துக் கொடுத்தாள். சுருட்டிலிருந்து கறுப்புப் புகை கிளம்பியது. புகையை மேல்நோக்கி ஊதினான். பூப்போட்ட லினன் லுங்கியைத் தூக்கிக் கட்டினான். நேராக நடந்தான்.

“ஏய், பட்டத்துக்கெ அப்பன் உண்டா ...?”

மடையனின் வீட்டு முன் நின்று குரல் கொடுத்தான்.

“ஆ...”

மண் சட்டியிலிருந்து சோறு அள்ளி வாய்ப்பக்கம் கொண்டு போன மடையன் பதிலுரைத்தான்.

“ஏய், இஞ்ச வரிங்கெ...” புல்பாஸ் அழைத்தான்.

கையில் எடுத்த சோற்றைச் சட்டியில் போட்டுவிட்டு எச்சில் கையுடன் வெளியே வந்து எட்டிப் பார்த்தார்.

புல்பாஸ்! சீறும் முகம்!

“வெளயிலெ என்ன சங்கரி ...?”

“ஆ சரிதான். உடு.”

“செல்லாட்டீருமா?”

“என்னத்தெ செல்லெ. அந்த கோளி அலிப்பயலே, அவளுக்கெ கோளியெப் புடிச்சானாம்...”

“வேறே ...?”

“மத்த சங்கரி ஒண்ணும் எக்கு தெரியாதும்...”

புல்பாஸ் சிறிது நேரம் சிந்தையின் படிகளில் இறங்கினான். வாயில் ஜிப்பாவின் இறுக்கமான கையை மேலே சுருட்டி விட்டான். லுங்கியை அவிழ்த்துப் பலமாகக் கட்டினான். முகத்தில் பறந்து விழுந்த தலைமுடியை இடது கையால் ஒதுக்கினான். அவன் முகத்தில் மழை மேகம் திரண்டது. கண்களில் இரத்த ஆறு பெருக்கெடுத்தது. மீசை வாள் முனையாகியது. அவன் மனதுள் தூங்கிக் கிடந்த சிங்கம் சினங்கொண்டு சடை குடைந்தது.

அவன் திடீரென்று திரும்பினான். எதிரே ஒரு நாய் ஓடி வந்தது. காலை உயர்த்தி உதைத்தான் “குண்டிச்சிமோனெ.” அலி தரையில் கிடந்து உருண்டான். மீண்டும் அலியை மிதிக்க காலை உயர்த்தினான்.

“வவ்... வவ்... வவ்...” என்று கத்தும் ஓசை கேட்டபோதுதான் நாய் என்பதை உணர்ந்தான். கடற்கரையில் ‘பன்னாயத்[2] திற்குள் ‘மறைவாக இருந்து சீட்டாடிக்கொண்டிருந்தவர்கள் விசாரித்தனர்.

“என்னா பைலுமானெ வீரமா போறீரும் ...?”

“இப்பம் ஒண்ணும் பேசாரெயும்...” அவர்களை ஏறிட்டுப் பார்க்காமல் நடந்தான்.

கடற்கரையில் மலம் தேடித்திரிந்த பன்றிகளின் உறுமல், எலும்பு தள்ளிய நாய்களின் உயிரற்ற குரைப்பு. எலும்பும் தோலும் எஞ்சிய குழந்தைகளின் பசிக் கூப்பாடு . . . எண்ணெய் புரளாத பறபறத்த தலைகளைச் சொறிந்து கொண்டு சண்டை போடும் பெண்களின் வாயிலிருந்து புறப்படும் கெட்ட வார்த்தைகளின் பேரணி ... எதுவும் புல்பாஸின் காதில் விழவில்லை. கடல் அலைகளின்மீது சோம்பல் பிடித்து நகரும் கட்டுவள்ளங்களோ, கரையில் வெயில் காயும் கட்டுமரங்களோ, எதிரெ நடந்துவரும் மனிதர்களோ யாருமே அவன் கண்ணுக்குத் தெரியவில்லை.

கண்ணீர் சிந்தும் லில்லி?

வயிறு தள்ளி நடக்கும் அலி!

இவ்விருவருமே அவனுடைய கண்களில்.

மண்ணைத் தோண்டி எறிந்த புல்பாஸின் கால்கள் மடிக்காரியின் கடை பக்கம் நின்றன. ஈரம் நீங்காத கண்களுடன் லில்லி கடையில் இருப்பதைக் கண்டான். சாமான் வாங்க வந்த பெண்கள் கூட்டம் செங்கவருக்கை மாம்பழம் கடித்துக் கூம்பி எறிந்த கொட்டைகள் கடைக்கு முன்னால் சிதறிக் கிடப்பதைக் கண்டான். கடையின் முன்பக்கம் குவித்துப் போட்ட கூளன் பலாப் பழத்தின் தோல்களை ஈக்கள் மொய்த்தன. தொங்கிக் கிடந்த அழுகிய வாழைப்பழத்தைச் சுட்டிக்காட்டி ஒரு குழந்தை அம்மாவின் சேலையைப் பிடித்து அழுதது. கோபத்துடன் அந்த அம்மா குழந்தையின் சுள்ளியான கையைப் பிடித்துத் தூக்கினாள். தோல் வலுவில்லாத, சதை தொங்கிய தொடையில் கிள்ளி இடுப்பில் தூக்கிவைத்தாள். “காய் நிச்ச அப்பன் தரல்லியே...”

குழந்தை உரக்க அழுதது.

“நிச்ச தள்ளெ எங்கே?” புல்பாஸ் லில்லியிடம் கேட்டான்.

“வராலெ...”

“வலெ அணயல்லியா?”

---

2. வலையை மூடும் பெரிய ஓலைத் தட்டி

"இல்லெ"

"ரண்டாம் பாடா ..."

"ஓம் ..."

"ஒரு சுருட்டு தா ..."

கயிற்றியிருந்து தீ எடுத்துச் சுருட்டைப் பற்றவைத்தான். பேசாமல் திரும்பி நடந்தான். வழியில் யாரிடமும் பேசவில்லை. கேட்டவர்களிடம் பதில் கூறவில்லை. கைவீசி நேராக நடந்தான், சுருட்டிலிருந்து கறுத்த புகை கிளம்பியது; அங்கு சுழன்றுவீசிய கடல் காற்றில் அது கரைந்தது. அந்தக் காற்றை முகர்ந்தவர்கள் சுவாசித்தவர்கள் சில அபாய விளைவுகளைப் பற்றி நினைத்தனர்.

புல்பாஸ் வாசிப்புச்சாலையின் பக்கமாக வந்தான். ஒரு தென்னை மரத்தில் சாய்ந்து நின்றான். அங்கு நின்றால் நிழல் பரப்பும் தென்னைகள் அடர்த்தியாக வளர்ந்து நிற்கும் புத்தனாற்றின் கரை தெரியும், ஆற்று நீரை மூடிக்கிடக்கும் முட்டத்தாளியும், அதன்மீது பறந்து திரியும் வர்ணச் சலபங்கள் – வண்ணாத்திப் பூச்சிகள் . . .

வாசிப்புச்சாலைக்கு முன்பக்கமுள்ள தென்னை மரத்தில் புஸ்பாஸ் சாய்த்து நின்று சுருட்டுப் பிடிப்பதைப் பலரும் கண்டனர். மாறிமாறிக் குசுகுசுத்தனர். எதற்காக நிற்கின்றான்? ஒருபோதும் இப்படி நிற்பதில்லையே; கடலிலிருந்து வந்தால் புத்தனாற்றில் கட்டிக் கிடக்கும் நீரில் பாசியை நீக்கிவிட்டுக் குத்தியிருந்து குளிப்பான். பிறகு பஸ் நிலையம் சென்று, 'ஹோட்டல் பதரியா'வில் ஏறி மோதகமும் சாயாவும் அடிப்பான். ஹோட்டல் பதரியாவின் முன் தொங்கும் பெட்டியிலிருந்து ஒலிக்கும் சினிமாப் பாட்டுக்குத் தொடையில் தாளம் போடுவான். இரவு ஏழு மணிக்குப் பிறகு கடற்கரை வழியாக நடந்து வரும்போதும் பாடுவான், 'கண்ணும் கண்ணும் பேசியது உன்னாலன்றோ ...' தாளம் போடும் அரபிக்கடலின் அலைகளும், புல்லாங்குழல் இசைக்கும் கடல் காற்றும் அவன் மனத்தின் மிருதுவான நரம்புகளில் கிளுகிளுப்பை உண்டாக்கும்போது லில்லியின் வெளுத்த கணங்காலில் சலங்கை கிலுங்குவதைக் கேட்கக் காது கொடுப்பான். ஆடி வரும் அவளை அணைக்க கை நீட்டுவான்.

சிறப்பீனா புல்பாஸுக்கு நேராக ஓடிந்தாள்.

"பெலேய்... நீ ஏன் இஞ்ச நிச்சியா?"

"சும்மா ..."

"சண்டை வச்சவா ..."

"நீ சாயா குடிச்ச போவல்லியா?"

"ஆ..."

"பின்னே போயேன்"

"நா போவேன், நீ நிச்செ சோலியெ பாரு."

புல்பாஸின் பார்வை புத்தனாற்றின் கரையில் ஊன்றி நின்றது. அவன் முகம் கொடூரமானது. கருமேகங்கள் முகத்தில் திரண்டன. கண்களில் தீப்பிழம்புகள். பற்களை நெரித்தான். புத்தனாற்றைப் பார்த்து திடீரென்று ஓடினான்.

சிறப்பீனா அவன் கையை எட்டிப் பிடிக்க முயன்றாள்.

"உடு..." கையைத் தட்டிவிட்டான்.

"பெலெ போவாரெ..."

ஆற்றுக்கரை ஓரமாக பீருக்கண்ணு அரிசி மூட்டை சுமந்து வருவதைக் கண்டான்.

"பெலேய் அந்த புள்ளக்கிட்டெச் சண்டைக்குப் போவாரெ" சிறப்பீனா பின்னால் ஓடினாள்.

புல்பாஸ் விரைந்து சென்றதைத் துறையில் பலரும் கண்டனர். ஏதோ நிகழப் போகிறது. புத்தனாற்றின் கரைக்கு எல்லோரும் ஓடினர். பீருக்கண்ணு கொட்டும் வியர்வையுடன் அரிசி சுமந்து வருவதைக் கண்டார்கள். கரையில் அப்படி அப்படியே நின்று விட்டார்கள். எல்லா பார்வைகளும் இடுப்பில் கைகொடுத்து நிற்கும் புல்பாஸின் மீது குவிந்தன.

முதல் கோழி கூவவில்லை. கீழ்திசையில் வெள்ளைக்கால் தெரியவில்லை. குளச்சல் பள்ளியிலிருந்து சுபஹு[3] பாங்கு உயரவில்லை, அதற்குமுன் பீருக்கண்ணு குளச்சலிலிருந்து இரவு வாங்கிய அரிசி மூட்டையைத் தலையில் தூக்கினான். கடற்கரை ஓரமாக இருட்டைக் கிழித்துக்கொண்டு ஓடி நடந்தான். காலை ஒளி தரையில் படரும் முன் செக்போஸ்டைத் தாண்டியாக வேண்டும். பேய் பிடித்துத் திரிகிறது பறக்கும் படை. அதன் கண்ணில் படக்கூடாது. அரிசி கொண்டுசெல்வது தடை செய்யப்பட்ட நேரம். தாலுகா விட்டு வேறு தாலுகாவுக்குக் கொண்டுசெல்வது சட்டவிரோதம். குறிப்பாக கேரளா எல்லை தாலுகாவிற்கு.

குருசடியை அடைந்ததும் பீருக்கண்ணு வடபக்கம் ஏறி புத்தனாற்றின் கரை வழியாக நடந்தான்.

---

3. காலை

பலர் இப்படி தலைச்சுமையாகக் கொண்டுவரும் அரிசி மூட்டைகளை ஒரு வீட்டிற்குள் சேர்த்துவைப்பார்கள் இரவு ஊரும் காலும் அடங்கிய பின் வள்ளங்களில் ஏற்றிப் பூத்துறை கடந்து, தூத்தூர் கடந்து, எல்லையான கொல்லங்கோட்டைக் கடந்துவிடுவார்கள். எல்லையில் ஆற்றோரத்தில் ஒரு செக்போஸ்ட் உண்டு, மாமூலின் ருசியில் காலைத் தென்றலின் சுகமான தழுவலில் அயர்ந்து தூங்கிவிடுவார்கள். பறக்கும் படையின் உருவமெடுத்து பிசாசுகள் வரும்போது மட்டும் சிக்கல். அரிசியும் பறிமுதல், வள்ளங்களும் பறிமுதல்.

"நில்லுடா"

பீருக்கண்ணு நடுநடுங்கினான்! பறக்கும் படையோ? அரிசி மூட்டையைப் போட்டுவிட்டு ஓட முயன்றான். நிமிர்ந்தான். எதிரில் புல்பாஸ்!

"நீயா, நான் பயந்துட்டேன்."

"அரி[4] கொண்டு போவப்படாரும்."

"உம்?"

"நீங்கொ ஆரும் இப்படி போவப்படாரும்."

"ஒனக்கெ அப்பனுக்கெ வழியாவுவ்வா..?"

"உடாரே... உடாரெ..." கூக்குரல் போட்டுக்கொண்டு சிலர் ஓடி நெருங்கினர். பின்னால் பெண்களும்.

பீருக்கண்ணு தலையிலிருந்த சுமையைக் கீழே போட்டான்.

"என்னப்பா காரியம்..?"

"நிச்சட்டெ செல்லணுமா?"

இரண்டுபேர் சேர்ந்து அரிசி மூடையைத் தூக்கி வேறு ஒருவனுடைய முதுகில் ஏற்றினார்கள்.

பீருக்கண்ணு தடுத்தான்... "தூக்காதடா"

"மாடு..." புல்பாஸ் காலைத் தூக்கிப் பீருக்கண்ணின் கையில் ஓங்கி மிதித்தான். பிடிப்பு விட்டது. அரிசி மூட்டையைத் தூக்கிச் சென்றனர்.

பீருக்கண்ணு விரலைச் சுட்டி எச்சரித்தான்... "என கட்டெ வெளயாடப்படாது, மேகரையிலெ வரமுடியாது. ஒருத்திக்கும் மீன் விய்க்க முடியாது. செல்லி போட்டேன்!"

---

4. அரிசி

“நீ என்னலெ செய்வே . . ?” புல்பாஸ் பீருக்கண்ணின் மடியில் எட்டிப் பிடித்தான். உடன் பக்கத்தில் நின்றிருந்தவன், பீருக்கண்ணின் கன்னத்தில் ஓங்கி அறைந்தான்.

“அடியோ ... அடியோ ...” கூப்பாடு கேட்டு மக்கள் ஓடி வந்து கூடினர். உடுத்திருந்த துணியைக்கொண்டு குத்துவாறு கட்டினர். கை வெள்ளையில் எச்சில் துப்பி. இரு கைகளையும் சேர்த்து உராவிக்கொண்டு சண்டைக்கு ஆயத்தமாயினர் – “உடாரே”

ஒருவன் வடத்தை எடுத்து வந்தான் “பொல்லாடுக்க மோனே கட்டிக் கடல்லெ தாப்போம்.”

புல்பாஸின் பிடிப்புப் பலமாகயிருந்தது. அசையவில்லை. சுற்றிலும் வேட்டைப்புலிகள். எதுவும் செய்யத் துணிச்சலான முகங்கள், பீருக்கண்ணின் நெஞ்சிடிப்பு அதிகரித்தது. கம்பாவின்[5] கண்ணியில் ‘இஸ்ராயில்’[6] பதுங்கியிருப்பதைக் கண்டான். இஸ்ராயிலுடைய கரங்கள் நீள்வதைக் கண்டான். சில நிமிடங்களுக்குள் ஆகாய மார்க்கம் பயணம் தொடரவிருக்கும் இஸ்ராயிலின் கையில் தன் உயிர் சிக்கப் போவதை நினைத்தான். ஏன் எதற்கு என்று தெரியவில்லை. கண்கள் உள்நோக்கிக் குழிந்தன.

ஆயுளின் கடைசி வினாடியைப் பற்றி நினைத்தபோது உடல் தளர்ந்தது. நாக்குக் குழைந்தது.

ஒருவன் ‘மிதப்பை’[7]. யை தூக்கி பீருக்கண்ணின் தலையில் அடித்தான். பீருக்கண்ணு கையால் அதைத்தடுத்தான்.

துறை மக்கள் திரண்டனர். தப்பிச் செல்ல வழியில்லை. திடீரென்று கைவந்த ஒரு சக்தியின் வேகமான உந்துதலால் பீருக்கண்ணு கால் தூக்கி புல்பாஸின் அடிவயிற்றில் ஓங்கி மிதித்தான். புல்பாஸின் பிடிப்புத் தளர்ந்தது. கண் சிமிட்டும் முன் எல்லாம் நிகழ்ந்தது. பீருக்கண்ணு திரும்பப் பெற்ற உயிரையும் கொண்டு ஓடினான். சிறாம்பியைக் கடந்தான். உண்டவிட்டான் பாறையைக் கடந்தான். சேண்டபள்ளிப் பாறையைக் குதித்துக் கடந்தான். நெட்டோட்டம் ஓடினான்.

“தப்புட்டானே ...” முகத்தில் விழுந்த முடியைத் தலையை வெட்டி உயர்த்திப் பின்பக்கமாக ஒதுக்கினான் புல்பாஸ்.

“மேகரயிலே இருந்து எவன் வந்தாலும் அடிச்சணும்.”

“கெட்டிக் கடலெ தாக்கணும் ...” புல்பாஸ் எல்லோரையும் பார்த்துச் சொன்னான்.

---

5. வடம்
6. யமன்
7. வலையில் மிதக்க வரும் மரக்கட்டை

“காதர் பிள்ள வந்தாரானா?” ஒருவன் சந்தேகத்தைக் கிளப்பினான்.

சொன்னவனை புல்பாஸ் சுட்டெரிக்கும்படி பார்த்தான்.

“அவரெ அடிச்சா தெரியும்...”

“அய்... அரென்ன நாயம்?”

“அவரு எக்கெ அப்பன்டா...”

ஒரு நாட்டை வெற்றிகொண்ட விஜயபாவனையுடன் மடிக்காரியின் கடையைப் பார்த்து நடந்தான் புல்பாஸ்.

லில்லியைப் பார்க்க வேண்டும். அவளை நோவச் செய்ததற்காக மேகரையிலுள்ள ஒருவனை உதைத்ததை; அவனுடைய அரிசி மூட்டையைப் பறித்ததைச் சொல்ல வேண்டும், கேட்கும்போது அந்த வதனம் மலரும். அந்தக் கருங்கண்களிலிருந்து வடியும் கண்ணீரின் ஊற்று நின்றுவிடும். அவள் சிரிப்பாள். அந்த வெண்மையான பற்கள்!

“நீங்கொ ஏன் சண்டைக்கு போனீங்க...”

சப்தம் கேட்டு புல்பாஸ் திரும்பிப் பார்த்தான்.

லில்லி! சூசம்மாவின் குடிலுக்குப் பின்பக்கம் தென்னை ஓலையால் சுற்றி மறைத்த வேலிக்குள் அவள் நிற்பதைக் கண்டான்.

நன்றியில் தோய்ந்த பார்வை. அன்பு துள்ளி நடக்கும் உதடுகள். அந்த உதடுகளிலிருந்து புறப்படும் மாலைக் கதிரொளி.

“நிச்சு வேண்டி...”

“எக்கு வேண்டியா..?”

“பின்னெ... ஆருக்கு வேண்டி..?”

லில்லி நாணி நின்றாள். கை நகம் கடித்துத் துப்பினாள். அந்த விரிந்த கண்களின் முனையில் கனவு, சலங்கை கட்டிப் பரதநாட்டியம் பயிலுவதை ரசித்தான்.

பஞ்சாயத்து உறுப்பினர்–மும்பர் கக்கத்தில் ஒரு இருநூறுபக்க நோட்டை டயரியாக இடுக்கிக்கொண்டு அங்கு வந்தார். அவரைக் கண்டதும் லில்லி வேலிக்குள் குனிந்துகொண்டாள்.

கடற்கரையில் வலை அணையும் கூப்பாடு உயர்ந்து கேட்டது. மடையனின் வலையில் ஏராளம் மீன்பட்டிருக்கலாம்.

# 4

மகேந்திர கிரியின் தொப்புளிலிருந்து புறப்படும் தாமிரபரணி பல ஊர்களில் உறவினர்களைக் கண்டு பேசிக் குழைந்து குழைந்து சிரித்து ஒய்யாரமாக ஓடிவந்து அங்கு தளர்ந்து நிற்கின்றது. பிறகு கை நீட்டும் அரபிக் கடலை நோக்கி வெட்கத்தோடு ஓடுகிறது. அரபிக் கடலின் கைகள் தாமிரபரணியைக் கட்டிப்பிடித்து முத்தமிடும் இந்த இடம்தான் 'பொழி'[1].

மழைக் காலங்களைப் போல் வெயில் காலங்களிலும் தாமிரபரணி – வலியாற்றில், தண்ணீர்ப் பெருக்கெடுப்பதுண்டு. அந்நேரங்களில் பொழி வெட்டிவிட வேண்டும், வாரத்திற்கு ஒருமுறையாவது. இல்லையானால் ஆற்றோரங்களிலுள்ள சிற்றூர்கள் நீரில் மூழ்கி மூச்சுத் திணறிவிடும்.

வலியாற்றிற்கு உண்டாகும் தீட்டு ஒரு வார காலம் நீடிக்கும். மேற்குத்தொடர்ச்சி மலைப் பகுதிகளில் மழை பேயாடும்போது, ஆற்றில் கலங்கல் வெள்ளம் கரை உடைத்துப் பாயும். ஒன்று இரண்டு மாதங்கள் வரை பொழி ஓடிக்கொண்டேயிருக்கும். பொழி கடத்துக்காரன் மம்மக்கண்ணுக்குப் பிறகு சொல்லவே வேண்டாம், நல்ல வேட்டை.

கடந்த சில வருடங்களாக மீசை மம்மக்கண்ணின் குடும்பத்துக்குத்தான் பொழிக் கடத்துக் குத்தகை. முதலில் அவனுடைய வாப்பா மைதீன் அடிமைக்கு அந்தக் குத்தகை இருந்தது. மைதீன் அடிமையின் ருஹூ[2] துறந்ததே பொழியில் தான். ஒரு வியாழன் பகலுக்கு முதுமை உண்டான நேரம். வெள்ளி இரவு, கருப்பையிலிருந்து காலால் மிதித்து வெளியே

1. ஆற்றிலிருந்து கடலுக்கு தண்ணீர் ஓடுமிடம்
2. உயிர்

வரும்போது, பொழி வாதை[3] நித்திரையிலிருந்து எழுந்து சடவு நீக்கும் வேளையில் மைதீன் அடிமை அவசரமாகக் குரல் கொடுத்துக்கொண்டு ஓடிவந்த மூன்றுபேரைப் பொழி கடத்திவிட கட்டிப் போட்ட வள்ளத்தை மீண்டும் அவிழ்த்தார். கழையைக் கையில் எடுக்கும்போது எதற்கு நெஞ்சம் படபடத்தது என்று தெரியாது. ஆற்றோரத்தில் பாறை மீதுள்ள ஆற்றுப் பள்ளியைத் திரும்பிப் பார்த்தார்.

“நாகூர் ஒலியுல்லா ... ஒங்கெ காவல்”

வள்ளம் மேற்குக் கரையை நோக்கி நகர்ந்தது. பொழியில் நடுப்பகுதியில் திடீரென்று ஒழுக்கு அதிகரித்தது. வள்ளம் கடலை நோக்கி ஓடியது. கழை தரையில் எட்டவில்லை. வள்ளத்தின் ஓடு தலைதிரும்பியது. அந்தப் பதற்றத்தில் கழை கையிலிருந்து தவறி விழுந்தது. குனிந்து எடுக்குமுன் கழை நீரோட்டத்தில் ஒழுகிச் சென்றது. வள்ளத்தைக் கட்டுப்படுத்த முடியவில்லை. வள்ளமும் கடலை நோக்கிப் பாய்ந்தது. அலைகளில் உயர்ந்து தாழ்ந்தது. திடீரென்று உண்டான ஒரு பெரிய அலையில் உயர்ந்த வள்ளம் கவிழ்ந்தது. மைதீன் அடிமையும் வள்ளத்திலிருந்த மூன்று பேரும் மூழ்கினர்.

“காப்பாத்துங்களோ ...” இப்பவும் பொழிப் பகுதிகளிலிருந்து கருக்கல் நேரங்களில் அபயக்குரல்கள் வருவதைப் பலரும் கேட்பதுண்டு. மைதீன் அடிமையை மூழ்கடித்த பொழிவாதையைக் கண்டு பயந்து கருக்கல் நேரங்களில் யாரும் பொழிக்கரைக்குச் செல்வதில்லை.

வாப்பாவின் மௌத்துக்குப் பின் ஆறு ஆண்டுகளாக மீசை மம்மக்கண்ணுதான் பொழி கடத்தி வருகிறான்.

வீம்பு, ஆனால் வீம்புதான். யார் எவ்வளவு தொகை கூடுதலாக ஏலம் கேட்டாலும் ஏலம் உறுதியாவது மம்மக்கண்ணுக்கு நடப்பு ஆண்டில் ஒரே அடியாக ஐநூறு ரூபாய் கூட்டிக் கேட்டான்.

“ஒரு தரம் ... ரெண்டு தரம் ...”

மேலும் தொகை கூட்டிக் கேட்க யாரும் இல்லை.

“மூணு தரம் ... நெல்லி மரத்து வீட்டில் மைதீன் அடிமை மகன் முகம்மதுக்கண்ணு.”

ஏலம் ஸ்திரமானது. ஆற்றுப் பள்ளியின் பேரிலுள்ள ரெசீதைப் பெற்றுக்கொண்டு மடியை அவிழ்த்துச் சுட்ட நோட்டை துப்பல் கொண்டு எண்ணி நீட்டினான்.

---

3. பேய்

"வீம்பானா வீம்பு தான் ஓய். ஊட்டெ வித்தாவது பள்ளிக்குப் பணம் கெட்டுவேன். எனக்கெட்டே ஆரும் வாசி காட்டண்டாம் ..." மம்மக்கண்ணு யார் முகத்தையும் பாராமல், எச்சரித்தான்.

எதிராக ஏலம் கேட்ட அய்மது பேசாமல் நடந்துவிட்டான். "நீ என்னடா பாப்போம் பாப்போம்னு சொல்லிட்டே இருக்கா .. ?"

அரப்பிட்ட[4] மரச்சீனிக் கிழங்கை ஒரு பீங்கானில் மகன் முன் வைத்துக்கொண்டு மைமூனும்மா கேட்டாள்.

"எனக்கிப்பம் நிக்காஹ்[5] செய்யண்டாம்."

"ஒனக்கும் அவனுக்கும் சோறாக்கித் தர என்னைக் கொண்டு முடியாதப்பா" கையை விரித்தாள்.

"உம்மாக்கு ஆபியத்துள்ள[6] காலம்வரை சோறாக்கித் தந்தாப் போதும். பெறவு ..." மம்மக்கண்ணு தொடரவில்லை.

"பெறவு ?." உம்மா கேட்டாள்.

"நா ஒரு நிக்காஹ் செய்வேன்." பீடிக்கறை படிந்து கறுத்துப்போன அவன் உதட்டில் சிறு புன்னகை ஊர்ந்தது. அதை மைமூனும்மா கவனித்தாள்.

"நீ எவளெடா கெட்டுவா .. ?"

"ஒருத்தியெ கெட்டுவேன். கெட்டுக்கு முன்னெ நிக்கட்டெ செல்லுவேன் புள்ளே ..."

"எக்கு புடிக்கல்லேண்ணா ?"

"கெட்டுவேன் . . ." உம்மாவின் முகபாவனையைக் கவனித்தான்.

"ங் ஆ . . ." மைமூனம்மாவின் முகத்தில் கரி மேகம் இழைவதைக் கண்டாள். கூளை உருண்டுகூடிய கண்களில் கோபத்தின் ஜுவாலை.

"எக்கு புடிக்காத வளெ போயி கெட்டுவியா நீ .. ?"

"நிக்கு ஏம்புள்ளே இந்த கோவம். நிக்கு புடிக்குத பெண்ணாத்தான் கெட்டுவேன்".

"ஆருணு செல்லேன் ..."

"பெறவு செல்லுவேன் ..."

---

4. மசாலா
5. திருமணம்
6. சக்தியுள்ள

"அவனுக்கும் வயசு பத்து முப்பதாச்சில்லியா?" இளைய மகன் பீருக்கண்ணைப் பற்றிய கவலை. அந்த உம்மாவின் எஞ்சிய வாழ்வில் நிறைவேறாது கிடக்கும் இரு ஹாஜத்துகள்[7] பிள்ளைகளுடைய நிக்காஹ். அதையும் கண்ணால் கண்டபின் கண் மூட வேண்டும். வாழ்க்கையின் அந்தியில் நிற்கும் அந்தத் தாயின் கடைசி ஆசை.

பீருக்கண்ணு ஏதோ ஒரு பெண்ணிடம் தொடர்பு கொண்டிருப்பதாகக் கேள்விப்பட்ட நாள் முதல் மைமூனும்மாவின் மனம் நிம்மதியின்மையின் சேற்றில் புதைகொண்டது. உருவி எடுக்க முடியாமல் தவித்துக்கொண்டிருந்தாள். நாட்களின் நகரலில் ஆழம் கூடிக்கொண்டே வருகிறது.

"படச்சவனே..!" எலும்புக் கரங்கள் அல்லாஹுவிடம் வேண்டியது.

அரிசி கள்ளக்கடத்தல் செய்யத் துவங்கிய நாள்முதல் ஏற்பட்ட தொடர்பு. கிழக்கு ஏதோ ஒரு துறையில், பத்துப் பனிரண்டு மைல்களுக்கப்பால். அரிசி மூட்டை சுமந்து வரும் போது இளைப்பாறுவதற்குச் சுமையை இறக்கிவைப்பது துறையில் வழியோரத்தில் தனியாக உள்ள ஒரு வீட்டின் முன் பகுதியிலுள்ள கைப்பிடிச் சுவரில். அங்கு சற்று ஓய்வெடுத்துக் கொள்வான். இந்த ஓய்வெடுப்பு வேளையில் கள்ளக் கண்களை எறிந்து அந்த வீட்டிலுள்ள சாந்தம்மாவை வீழ்த்தினான், அவளுக்குப் பணம் அள்ளிக் கொடுப்பதாகவும் சில வதந்திகள்.

"பீமாப் பள்ளித்தாயே... அந்த பயலுக்கு நல்ல புத்தி குடுங்க தாயே" மைமூனும்மா நித்தம் துஆ கேட்டாள்.

அரப்பிட்ட மரச்சீனி கிழங்கை உண்டதும் மம்மக்கண்ணு கை அலம்பினான். வேட்டியின் முந்தானையில் துடைத்தான்.

முற்றத்தில் முருங்கை மரத்தில் சாய்த்துவைத்திருந்த வள்ளம் ஊன்றும் கழையை எடுத்தான், பாளைத் தொப்பியை எடுத்தான்.

செத்தை வேலியிலுள்ள தட்டி வாசலின் கட்டை அவிழ்க்கையில் உம்மாவைக் கூப்பிட்டுச் சொன்னான்.

"உம்மச்சா... பீரு வந்தா பொளிக்கு வர செல்லு. மேக்கே நெறய மீன் பாடுண்டு. மீன் குட்டெ வரும். ரண்டு சக்கறம்[8] கெடய்க்குத நேரம். மறக்காதெ செல்லு..."

---

7. ஆசை
8. பணம்

“மோந்தி[9] இருட்டுதுக்கு முன்னே வந்திரு வாப்பா! பொளி வாதெ இறங்கீரும்...” மைமூனும்மா எச்சரிக்கை செய்தாள்.

கழையைத் தோளில் ஏந்திக்கொண்டு மம்மக்கண்ணு நடந்தான். பொழிக்கடவிற்குச் செல்லும் வழியில்தான் கொழும்பான் சேமது நானாவின் வீடு. அந்த வீட்டை நெருங்கியதும் அவன் நின்றுவிட்டான். தொண்டையைக் கனைத்தான்.

சேமது நானாவின் வீட்டின் அடுக்களை வாசல் திறக்கப் படுவதைக் கவனித்தான். பெல்ட் பாக்கட்டிலிருந்து பீடியும் தீப்பெட்டியும் எடுத்தான், பீடி பற்றவைக்கும் பாவனையில் வாசல் பக்கம் பார்வை சென்றது.

சைனபா!

அவளுடைய ஈர உதட்டில் புன் சிரிப்பு பிச்சிப்பூ வள்ளி போல் படர்ந்தேறுவதைக் கண்டான்.

மம்மக்கண்ணின் வாயிலிருந்து புறப்பட்ட பீடிப்புகையில், அவனுடைய புன்முறுவல் கலந்திருப்பதை சைனபா கண்டாள்.

இரு சாலுகளில் குளிர் அருவி குணுங்கி ஓடியது.

“போட்டா...”

“உம்...” அவள் தலை அசைத்தாள்.

அந்த ஈர உதட்டில் படர்ந்தேறிய பிச்சிப்பூக் கொடி அவனுடைய காலில் சுற்றியது. மேல் நோக்கிப் படர்ந்தது. மனத்திற்குள் மொட்டு விரிந்தது, பரிமளம் பரத்தியது. மூக்கைத் துளையிட்டு உள்ளே கடந்தபோது ஒரு திரைப்படம் பார்த்தாலோ என்று எண்ணினான். ‘வாழ்வே மாயம்.’ நல்ல படம். உடம்பில் களைப்பும். போகிற வழியில் பனிரெண்டாம் நம்பர் ஷாப். ஒரு ஓதுக்கமான இடத்திலுள்ள வெள்ளச்சியின் குடிசை.

பல தடவை அவள் விடுத்த அழைப்புக்கள்.

“சிலுமாக்கு வரும்போ எக்கெ ஊட்டுக்கு வருவீளா..?”

ஒன்றிரண்டு தடவை காசு வாங்காமல் பொழி கடத்தி விட்ட நன்றி. மீன் குட்டையைத் தலையில் ஏற்றிக் குட்டையின் இருபக்க வாட்டில் தொங்கும் கயிற்றைப் பிடித்துக்கொண்டு அவள் நடந்து செல்வதே ஒரு அழகுதான். ஒரு கிளுகிளுப்பு. ஒரு போதை.

மனத்தில் செதுக்கிய சித்திரம்!

---

9 கருக்கல் நேரம்

மம்மக்கண்ணு பாறைமீது ஏறி நின்றான். பொழியின் மறுகரையை நோட்டமிட்டான். உருகி வடியும் சூரியன், அனல் உமிழும் கடற்கரை; ஆற்றில் பெருக்கெடுக்கும் கலங்கல் வெள்ளம். குப்பையும் கூளங்களையும் அடித்துக்கொண்டு வருகிறது. வடக்கு மலைப்பகுதியில் எங்கேயோ பலத்த மழை. நிமிடத்துக்கு நிமிடம் வயிறு ஊதிக்கொண்டு வரும் வலியாறு. கரைகளைக் கவ்வியபடி அலறி ஒழுகும் பொழி. ஆற்றின் சீற்றத்தைக் கண்டதும் அய்மதும் ஆண்டியும் குற்றிகள் ஊன்றினர். வள்ளங்களை அதில் கட்டிப் போட்டனர். ஓலைக் கிடுகால் வள்ளங்களை மூடினர். கழையைத் தோளிலெடுத்துக்கொண்டு வீட்டுக்கு நடந்தனர்.

அவர்கள் நடந்து செல்வதைக் கண்டபோது மம்மக்கண்ணின் முகத்தில் ஒரு ஏளனச் சிரிப்பு.

“ஆவி அத்த பைலுவோ, இவனாக்கும் பொழி குத்தகையே புடிக்கவந்த வீரசூரன் ...”

வடப்பக்கத்திலிருந்து தென்கிழக்காகப் பாயும் வெள்ளம் பாறையில் மோதிச் சிதறி தெற்கு நோக்கிப் பாய்வதைக் கண்டபோது, மம்மக்கண்ணின் இதயத்தில் மகிழ்ச்சி சிற்றலைகள் எழும்பியது. சீறிப் பாயும் பொழியின் முகத்தைப் பார்த்து அவன் சிரித்தான். ஒரு மல்யுத்த வீரனுடைய வீரமிக்க சிரிப்பு.

பாக்கிய நட்சத்திரம் உதித்துவிட்டது.

அதிகமாக ஏலம் கேட்ட ஐநூறு ரூபாய் இந்தப் பொழியிலேயே கைக்கு வந்துவிடும்,

மேற்குத் துறைகளில் அதிகம் மீன்பாடு உள்ள நேரம்.

நல்ல கோளு அடிக்கலாம்.

“கூவே ...” வாய்ப் பக்கம் கையை அணைத்துக்கொண்டு, மேற்குக் கரையில் நின்று யாரோ கூவிக் கூப்பிடுவதைக் கேட்டான் மம்மக்கண்ணு.

நாலைந்து மீன் குட்டை சுமப்பவர்களும் வேறு சிலரும். வெயில் படாமலிருக்கச் சிலர் குடையை விரித்துப் பிடித்திருந்தனர். கடற்காற்று குடையை மேலே தூக்கியது. பொழி கடக்க இக்கரையிலும் சிலர் காத்துக்கொண்டிருந்தனர்.

எல்லா முகங்களிலும் பொறுமையின்மை, காலச்சக்கரம் உருள்வதோடு ஆற்று வெள்ளத்தின் இரைச்சலும் கூடிக்கொண் டிருக்கிறது.

“ஏய், மீசே கொஞ்சம் கடத்தி உடாட்டீகுமா?” மீனவப் பெண்கள் யாசித்துக் கேட்டனர்,

“கடத்திவிடலாம். பொளியெ பாத்தீளா? துருத்தியெ பாத்து வள்ளம் விட்டாத்தான் அக்கர போவ முடியும். குறுக்கவிட்டா நம்மள கடக்கரேலேதான் தேடணும்.”

“ஆ, சரிதான். வாய்க்கூறு செல்லாரெயும் புள்ளே . . . கடவுளு காப்பாத்துவாரு”, மரச்சீனிக் கிழங்கு வாங்கிவந்த பெண் சொன்னாள்,

“தலைக்கு எட்டணா . . .” மம்மக்கண்ணு பீடி எடுத்துப் பற்ற வைத்தான்.

“இரென்ன? பதிவில்லா தெ . . ?”

“அப்போ நீ அக்கரை போவண்டாம் . . . நீந்திப்போ . . .”

மீசையை முறுக்கிவிட்டான். துண்டை எடுத்துத் தலையில் வட்டமாகக் கட்டினான்.

இரண்டு பேர் வள்ளத்தில் ஏறினர்; பிறகு சந்தேகப்பட்டு நின்றவர்களும்!

“காய் . . .” கை நீட்டினான்.

“நாங்கோ தராட்டமா . . ?”

“அக்கரெ போய் காய் வாங்குது இந்த பொழிக்கில்ல . . .” சிலர் காசு கொடுத்தனர்.

மேற்குத் துறையைச் சார்ந்த ஒரு பெண்ணிடம் கை நீட்டினான்.

“காயெடு . . .”

அந்தப் பெண் திடுக்கிட்டாள். வழக்கத்துக்கு மாற்றமாகக் காசு கேட்கிறானே? மேற்குத் துறையில் உள்ளவர்களுக்குக் கடத்துக் கூலி இல்லை, மீன் படும்போது ஒவ்வொரு வலையிலிருந்தும் மீன் எடுத்துக்கொள்ள வேண்டும்.

“பாக்கண்டாம். எல்லோரும் காய் தரணும். சீவனெப் பணயம் வச்சிட்டாக்கும் வள்ளம் இறக்கப் போறேன் . . .”

அவள் இருபத்திஐந்து காசு கொடுத்தாள்.

“தாழெ எறங்கு . . .” அவளை கீழே இறங்கச் சொன்னான். பிறகு ஐம்பது காசு கொடுத்தாள்.

வேட்டி முனையில் காசை முடிந்தான்.

ஐம்பது காசுக்கான ஒரு துட்டை எடுத்துக்கொண்டு, ஆற்றுப் பள்ளியின் முன் வந்தான், பச்சை நிறச் சாயம்

பூசப்பட்ட காணிக்கை முட்டியின் சின்ன வாய் வழியாக உள்ளே செலுத்தினான்.

"நாகூர் ஆண்டவங்களே! எந்த ஆபத்தும் எடங்கேறும் இல்லாமெ அக்கரை கொண்டு சேக்கணுமே. உங்கெ காவல்..."

மம்மக்கண்ணு குற்றியை உருவினான். வள்ளத்தின் ஓடு தலையைத் திருப்பினான். கொந்தளித்து மறியும், அலறிப் பாயும் வலியாற்றின் பரந்த நெஞ்சில் வள்ளம் ஊர்ந்தது. "பிதா, சுதன் பரிசுத்த ஆத்மா" சிலர் நெஞ்சில் சிலுவை அடையாளம் போட்டு வேண்டினர்.

"யாறப்பில் ஆல மினாய தம்புரானே உன் காவல்..." கண்களை மூடிக்கொண்டு சிலர் மௌனமாக இறைவனை வேண்டினர்.

# 5

வள்ளம் துருத்தியை நோக்கி நகர்ந்தது. மம்மக்கண்ணு கழையை வேகமாகத் தூக்கி ஊன்றினான். வள்ளம் அவனுடைய கட்டுப்பாட்டிற்குள் நிற்கவில்லை. ஓடுதலை திசை திரும்பியது.

சீறிப்பாயும் பொழியைக் காணப் பலர் வந்து கூடினர். ஒழுக்கிற்கெதிராகப் பேராடும் வள்ளத்தை இமை மூடாமல் மூச்சடக்கிப் பார்த்து நின்றனர்! பொழி பார்க்க வந்தவர்கள் சைகை மூலம் பல ஆலோசனைகள் கூறினர். யார் ஆலோசனைகளையும் அவன் காதில் வாங்கிக்கொள்ளவில்லை.

உயிரைப் புல்லாக எண்ணினான்.

வள்ளத்தில் இருப்பவர்களைக் காப்பாற்றியாக வேண்டும்.

கழையைத் தூக்கிப் பலமாக ஊன்றினான். நெஞ்செலும்புக்கூடு சிதைந்தாலும் பரவாயில்லை. மூச்சுக்குழாய் வெடித்துச் சிதறினால் சிதறட்டும். இரத்த வாந்தி எடுத்தாலும் எடுக்கலாம், வள்ளத்தில் இருப்பவர்களை மறுகரையில் கொண்டு சேர்ப்பித்தாக வேண்டும். தன்னுடைய மௌத்திற்குப் பின்தான் அவர்களுக்கு மௌத்து வர வேண்டும்.

"முஹியத்தின் ஷேக்கே"

"அந்தோனியாரே காப்பாத்துவீரே ..."

"திருமலை அப்பனே . . ." இறையைப் பாதுகாப்புக்காகக் கூப்பிட்டனர்.

வள்ளத்தில் உட்கார்ந்திருந்த பிராஞ்சிஸ் வள்ளத்தின் தலைப்பக்கமாக விரைந்தான். தண்டு, இழுக்க, தண்டின் கட்டை அவிழ்த்தான்.

"தண்டு கெட்டண்டாம் ஓய்... இதுக்கு மேலான பொழியானாலும் நா ... ஒத்தக்கு சமாளிப்பேன்".

“அய் சும்மா இரும். எங்களை சாவடிக்கவா பாக்கீரும்”... சூசம்மா கேட்டாள், கோபமாக.

மம்மக்கண்ணு சொன்னதை பிராஞ்சிஸ் காதில் வாங்கி கொள்ளவில்லை. “ஓ ... ஓம்மொ சோலியை பாரு ...” தண்டு கட்டி, தண்டு போட்டான், துழாவினான்.

வள்ளம் மெல்ல நகர்ந்தது. முன் நோக்கி மேற்குக் கரையை நெருங்கியதும் ஆற்றுப் பள்ளிப்பாறை மீது மூச்சடக்கி நின்றவர்களுக்கு மூச்சு நேராக விழுந்தது. அவர்கள் கண்களில் களிப்பு. பாராட்டுக்கள்.

ஒருவர் மகிழ்ச்சி பொங்கக் கை தட்டினார்.

“கெட்டிக்காரன்”

ஆற்று வெள்ளத்தில் பொழியின் கரை ஓரமாக ஒதுங்கிய வாழைக்கன்றுகளையும் ஓலை, சூட்டு, கொதும்பு முதலிய வற்றையும் பொறுக்கிச் சேர்த்துக்கொண்டு நின்றவர்கள் அதிர்ந்துவிட்டனர்.

“அவன் பொளிவாதெதாண்டா, ஏரட்டெக்கரள்[1] வேறெ ஆருமெண்ணா வள்ளவும் ஆளுவளும் கடலெதான் போவாங்கொ ...”

வள்ளம் அக்கரை சேர்ந்தது. தறி ஊன்றி வள்ளத்தை அதில் கட்டினான். கழையை ஊன்றி வள்ளத்தின் சவுட்டுப் படி மேல் ஏறி நின்றான். ஒரு பீடி எடுத்துப் பற்றவைத்தான். பொழியைப் பார்த்து தலையசைத்தான்.

“ஒன்னாலே என்னெ தோப்பிக்க முடியாது மக்கா ...”

“காக்கா ...”

மம்மக்கண்ணு தலை நிமிர்ந்தான். பீருக்கண்ணு பாறை மேல் நிற்பதைக் கண்டான். ஒரு சிவந்த துண்டை வீசி அங்கு செல்லக் கூப்பிடுகிறான்.

எதற்காக?

மம்மக்கண்ணின் நெற்றியில் மடிப்புகள் விழுந்தன. ஒரு போதும் இப்படி அவசரமாகக் கூப்பிட்டதில்லை. எவ்வளவு முக்கியமான விசயமானாலும் அக்கரை செல்லும்வரை பொறுமை இருக்கும். மூத்தாப்பா[2] மௌத்தான செய்தி சொல்ல வந்தது பீருக்கண்ணுதானே. அன்றும் இதைப்போல் இக்கரையில்.

---

1. ஈரல்
2. பெரிய தகப்பனார்

அக்கரை செல்லும்வரை பொறுமையாகத்தான் நின்றிருந்தான். அங்கு சென்ற பிறகுதானே விசயத்தைச் சொன்னான்.

"மூத்தாப்பா மௌத்தா போச்சு ..."

மரணத்தைவிட அவசரமானது எதுதான் உண்டு?

மம்மக்கண்ணுவின் மனம் நிம்மதியின்மையால் குழப்பமடைந்தது.

எதற்காக? ஒன்றும் புரியவில்லை.

"ஏறுங்கோ ..." பொழி கடக்க நின்றவர்களிடம் வள்ளத்தில் ஏறச் சொன்னான்.

ஆட்கள் ஏறிவிட்டார்களா, இல்லையா, அவன் கவலைப் படவில்லை, வள்ளத்தின் ஓடுதலையைத் திருப்பினான்.

"ஓராள் ... ஓராள்" ஒருவர் குடையை உயர்த்திக் காட்டிக் கூப்பிட்டுக்கொண்டு ஓடிவந்தார்.

மம்மக்கண்ணு அதைப் பொருட்படுத்தவே இல்லை, கழையை எடுத்தான். வள்ளம் நகரும்போது, வள்ளத்தில் ஏற ஒரு காலை மட்டும் எடுத்துவைத்த ஒரு பெண், மீன் குட்டையுடன் பொத்தென்று தண்ணீரில் வீழ்ந்தாள். அதைப் பற்றியும் அவன் கவலைப்படவே இல்லை.

துருத்திக்கு நேராக வள்ளத்தைச் செலுத்தினான். தண்டுபோட யாரும் இல்லை. அதன் தேவையும் ஏற்படவில்லை. முன்னைவிடப் பத்து மடங்கு சக்தி கூடிவிட்டது அவனுக்கு. கழையை ஓங்கி ஊன்றினான். நரம்பு புடைக்க, பல்லை நெரித்துக்கொண்டு வள்ளத்தை ஊன்றிவிட்டான்.

மரணத்தைவிடவும் அவசரமான ஏதோ ஒரு அவசரம்.

வள்ளம் ஆற்றின் நடுவில் வந்தது. மம்மக்கண்ணு பாறையை நோக்கி உரக்கெக் கூப்பிட்டுக் கேட்டான். "என்னடா"?

சுவாசம் விடாமல் வள்ளம் ஊன்றி வந்ததால் குரல் பாறையை நெருங்கவில்லை. வள்ளம் கடவை[3] நெருங்கி வந்தது. பீருக்கண்ணு அணிந்திருந்த சிவப்பு பனியனில் நெஞ்சுப் பகுதி கிழிந்து இருப்பதைக் கவனித்தான். அடிபிடி சண்டையாக இருக்குமோ?

"வள்ளத்தெ கெட்டீட்டு ஓடி வாருங்கோ" பீருக்கண்ணு அவசரப்படுத்தினான்.

---

3. படித்துறை

"என்னடா ..?" மம்மக்கண்ணு வள்ளத்திலிருந்து இறங்கிக் கேட்டான்.

"எனக்கே அரியெ புடிச்சுப் போட்டானுவோ ..."

"போலீஸா ..?"

"இல்லை"

"பின்னே ஆருடா?"

"தெக்கத்துக்காரனுவோ ..."

"தெக்கத்துக்காரனுவளா?" மம்மக்கண்ணுக்கு நம்ப முடியவில்லை.

பீருக்கண்ணையே உற்றுப் பார்த்தான்.

"ஓ" பீருக்கண்ணு சொன்னான்.

"நீ கொண்டுவந்த அரியெ புடிச்சுப் பறிக்க தெக்கத்துக் காரனுவளுக்கு இவ்வளவு தைரியமாடா ..? எவண்டா ..?"

"புல்பாஸ் ..."

"அவனா ..? நின்னெ அடிச்சானா ..?"

பீருக்கண்ணு பதில் சொல்லத் தயங்கினான்.

"செல்லுடா ..." மம்மக்கண்ணின் கண்கள் பற்றின.

"அடிச்சான் ..."

"அவனுக்கெ சங்கெக் கடிச்சு தின்னாதெ அரியெயும் குடுத்திட்டு வந்து நிக்கியாக்கும் கழுதப்பயலே ..."

பீருக்கண்ணு ஏமாந்தவனாக நகம் கடித்துத் துப்பினான்.

இவ்வளவு துணிச்சலா? மம்மக்கண்ணு சிந்தனையில் ஆழ்ந்தான். சிந்தனைகள் காடுமேடுகள் தாவின.

ஆற்றுப்பள்ளியின் சின்னப் பாங்கு மேடையிலிருந்து பாங்கோசை ஒலித்தது. வயது முதிர்ந்த மோதீனாருடைய தொண்டையில் பாங்கு தடுமாறியது. அந்தத் தளர்ந்த பாங்கோசை யிலிருந்து உச்சி நேரம் நெருங்கியதைத் தெரிந்துகொண்டான்.

"வள்ளத்தை தெங்குலெ கெட்டு" பீருக்கண்ணிடம் சொன்னான் "கழையை எடுத்துட்டு ஊட்டுக்கு வா ..." மம்மக்கண்ணு விறுவிறுவென்று நடந்தான்.

"என்னே போறீரும் எங்களெக் கடத்தி உடாட்டீரா?" துறையிலுள்ளவர்கள் கேட்டனர்.

மம்மக்கண்ணு அதைக் கேட்கவில்லை. நேராக நடந்தான், வீட்டிற்கு. பீருக்கண்ணு வள்ளக்கழையுடன் பின்னால்.

"மச்சானுக்குத் தெரியுமாடா .. ?"

"மச்சானெக் காணல்லெ ..."

"மச்சான் சீட்டாடீட்டு இரிக்கும். போய் செல்லு ... நா சாயக்கடைக்கக் கிட்டெ நிக்கேன் ..."

மைமூனும்மா கிணற்றடியில் ஒளூ[4] செய்துகொண்டிருந்தாள், வீட்டிற்குள் மம்மக்கண்ணு நுழைந்ததை அவள் கவனிக்கவே இல்லை. வீட்டிற்குள் சென்றதும் மம்மக்கண்ணு மண்சுவரின் மேல் வைத்திருந்த கமுகுப் பாளைக்கூடையைத் தேடினான். பாளைக் கூடையை எடுத்தான். அதற்குள்ளிலிருந்து கருப்புப் பிடியுள்ள நீளமான மடக்குக் கத்தியை எடுத்தான். கத்தியை நிமிர்த்தினான்.

மடக்கி இடுப்பில் குத்திவைத்தான். சிவசிவ விலாசம் காப்பிக் கடைக்கு வந்தான்.

கொழும்பான் சேமது நானா பித்னா மடத்தில் உண்டு. அவருடைய அருகாமையில் குடித்த மீதி கட்டன் சாயா; கட்டன் சாயாவை வட்டமிடும் ஈக்கள். வராண்டாவில் ஊன்றிய கையில் விரல்களுக்கிடையில் புகை உமிழும் பீடி, மம்மக்கண்ணு விரைந்து வருவதை சேமது நானா பார்த்தார். அவனுடைய முகத்தின் சீற்றம்! சேமது நானாவின் நெற்றியில் சுருக்கங்கள் விழுந்தன.

என்னவோ குழப்பம்?

"எக்கெ மச்சான் இஞ்செ வந்தாரா?" தொலைவிலிருந்து கேட்டுக்கொண்டே மம்மக்கண்ணு வந்தான்.

"சீட்டு பெரயிலே இல்லியா?"

"பீருக்கண்ணு போயிரிக்கியான்."

"என்ன மகோ[5] ஒன்டெ மொகம் ஒருமாதிரி காணுது?" மம்மக்கண்ணு எதுவும் பேசவில்லை.

சந்தேகங்கள் சேமது நானாவைச் சூழ்ந்தன. இப்பம் இவன் இங்கெ வரக் காரணம்? மலை வெள்ளம் இறங்கி பொழி ஓடும் நேரம். மேக்குத் துறையில் நல்ல மீன்பாடு – இந்த மாதிரிச் சந்தர்ப்பங்களில்தான் குத்தகப் பணத்தைத் திரும்பப் பெற முடியும்.

---

4. கை கால் சுத்தம்
5. மகனே

"நீ இப்பம் இங்கிட்டு எதுக்கு வந்தா ஓய்?"

"தெக்கெ போவணும்..."

"என்னா ஓய்... சங்கதி?"

"பீருக்கண்ணு கொண்டுவந்த அரியெ புல்பாஸூம் நாலஞ்சு பேரும் சேந்து புடிச்சுப் பறிச்சாலுவொ. பயலெ அடிச்சும் போட்டானுவோ..."

"நெஸமா..?" கொழும்பான் சேமது நானாவிற்கு நம்பவே முடியவில்லை. உணர்ச்சிவசப்பட்டார். உணர்ச்சிவசப்பட்ட போது இருமினார்; இருமித் துப்பினார். வராண்டாவிற்கு கீழ் ஆங்காங்கெ சளி, மம்மக்கண்ணைத் தலை தூக்கிப் பார்த்தார். அவனுடைய கண்களை உற்று நோக்கிக்கொண்டு தானாகப் புலம்பினார். "கியாமம்[6] அடுத்தாச்சு, அல்லாதெ என்ன செல்ல. எங்கடெ நல்லகாலமானா அம்மா திண்ட பசங்களுக்கெ நூறு தலை தரையிலெ உருளும் ஓய்" சேமது நானா ஒரு கையை முறுக்கி மறுகையில் ஓங்கி இடித்தார்.

மம்மக்கண்ணு இடுப்பிலிருந்து கத்தியை உருவினான். பல்லால் கடித்து நிமிர்த்தினான். கத்தியை உயர்த்திப் பிடித்துக் கொண்டு சபதமெடுத்தான்.

"நா... ரன்டெண்ணத்துக்கெ கொடலெயாவது சொரிப்பேன், அல்லென்னா சாவேன்."

உணர்ச்சி அவனுடைய நரம்புகளில் படமெடுத்தாடியது. அவனால் நிலைகொள்ள முடியவில்லை. முன் நோக்கிக் குதித்தான், எதிரில் காதர் பிள்ளை வருவதைக் கண்டான். அங்கெயே நின்றுவிட்டான்.

சாயா கடைக்குள் இருந்தவர்கள் வெளியே வந்தனர். பளபளக்கும் நிமிர்த்திய கத்தியுடன் நிற்கும் மம்மக்கண்ணைக் கண்டனர். எதிரில் வரும் காதர் பிள்ளையைக் கண்டனர். யாருக்கும் எதுவும் புரியவில்லை . முகத்திற்கு முகம் பார்த்தனர்.

"கத்தியெ மடக்கு..." சேமது நானா வேண்டினார்.

"நூத்தின கத்தியெ மடக்க மாட்டேன். அவனுக்கெ கொடலெ குத்திச் சொரிக்காமெ இந்தக் கத்தியெ மடக்க மாட்டேன்..." மம்மக்கண்ணு சொன்னான்.

"என்னடேய் கத்தியெ நூத்திட்டு நிக்கா?" அங்கு வந்த காதர் பிள்ளை புன்முறுவலுடன் கேட்டார்

---

6. உலக முடிவு நாள்

மம்மக்கண்ணு பதில் எதுவும் சொல்லவில்லை.

"என்னத்தெ ஓய் சொல்ல, சூரியன் மேக்கு பக்கமா உதிக்குது ஓய்," சேமது தலை குனிந்து இருமினார்.

மம்மக்கண்ணு காதர் பிள்ளையைக் கொடூரமாகப் பார்த்தான். அந்தப் பார்வையிலிருந்து நெருப்பு அம்புகள் கிளம்பின. அந்த அம்புகள் காதர் பிள்ளையின் உடலெங்கும் குத்தியேறின.

ஒரே நிசப்தம், மரண வீட்டு நிசப்தம்.

எல்லோரும் காதர் பிள்ளையையும் மம்மக்கண்ணையும் மாறி மாறி நோக்கினர். ஒன்றும் புரியாத நிலை.

"என்னப்பா விசயம்..?" எதுவும் புரியாமல் காதர் பிள்ளை கேட்டார். சேமது நானா தலையை உயர்த்தினார். காதர் பிள்ளையை வெறித்துப் பார்த்தார்.

"நீ பெத்த புள்ளதான் ஓய். நாளை ஒன்னையும் கொண்ணு போடுவான். ஜாக்கிரதை. கண்ட எடமெல்லாம் புள்ளயெ குடுத்தா இப்படித்தான் ஓய் காதர் பிள்ளை..." கொழும்பான் சேமது எச்சரித்தார்.

"என்ன மச்சான் விசயம்? செல்லுங்கோ..."

சேமாக்கா சென்னது கேக்கல்லியா?" ...மம்மக்கண்ணு சொன்னான்.

"ஒண்ணுமே மனஸ்ஸிலாவல்லியே..."

"அடேய் நா சொல்றேன் ஓய். நல்லா கேளு..." சேமது நானா விளக்கினார். "அடேய் ஒன்டெ மொவன் புல்பாஸ் இருக்கியானில்லியா. அந்த படுவா றஸ்கோல் இவன்டெ தம்பி கொண்டுவந்த அரிசியெ அபேஸ் பண்ணிட்டு அவனெயும் ஒதச்சானாம் ஓய்..."

"இதெப்போ..?" காதர் பிள்ளை விசாரித்தார்.

"கொஞ்சம் முன்னாடிதான்"

"காரணம்?"

"ஒரு காரணமும் இல்லெ." மம்மக்கண்ணு சொன்னான்.

"உண்டு. இப்பத்தான் மனஸ்ஸிலாச்சு..."

சேமது நானா காதர் பிள்ளையை ஏறிட்டுப் பார்த்தார். மம்மக் கண்ணும் அங்கு கூடி நின்றவர்களும் ஆவலுடன் நின்றனர்,

காரணம் தெரிவதற்கு. காதர் பிள்ளை, கொழும்பான் சேமது நானாவிடம் சொன்னார், "நிக்கே மொவன்தான்கூவா காரணம், பெறப்பிச்சு விட்டா போராதுவ்வா. தெக்கத்துக்காரனுவொ பயந்திருந்த காலம் மலையேறிப் போச்சு, அந்த மடிக்காரிக்கெ கொமரி மோளுட்டே உம்மெ. மொவன் என்னவோ ஹராம் பெறப்பு[7] காட்டியிருக்கான். தெக்கெ ஓரே பேச்சாயிருக்கு ... அவளுக்கெ கோளியும் புடிச்சுட்டுப் போயிட்டானாம். தெக்கத்துக்காரனுவக்கிட்டெ வெளயாடினா கெட்டி கடலெ தாத்து போடுவானுவோ ..."

கொழும்பான் சேமது தலை குனிந்தார். பேச்சுமூச்சு இல்லாமல் அப்படியே சிலையாக உட்கார்ந்துவிட்டார், உட்கார்ந்திருக்கும் இடம் இரண்டாகப் பிளக்கிறது. தாம் பாதாளத்தில் அழுந்திப் போகிறோமோ என்ற பிரமை. கண்முன் அலி.

எல்லோரும் வாய் மூடி நின்றனர். ஒருவருக்கொருவர் பார்த்து அப்படியா சங்கதி என்றவாறு தலை அசைத்தனர்.

"அப்படி வரட்டு. அவனுவொ காரணம் இல்லாமெ வலிய சண்டைக்கு வர மாட்டானுவளெ ..." கூடி நின்றவர்களில் ஒருவர் சொன்னார்.

சேமது நானா உட்கார்ந்தபடியே நீட்டி நீட்டி இருமினார். மேலும் மேலும் இருமல் குமிழியிட்டு உயர்ந்தது. இதயத்தின் கொந்தளிப்பு அந்த இருமலில் தொனித்தது. விரல் இடுக்கில் புகைந்துகொண்ருந்த பீடி கெட்டது. கெட்டுப்போன பீடித் துண்டைச் சுண்டி வீசினார்.

சேமது நானா பித்னா மடத்திலிருந்து எழுந்தார். அந்தக் கால் எலும்புகளுக்கு எப்படித்தான் வலு வந்ததோ? விறுவிறுவென்று நடந்தார். தட்டாக்குடி முடுக்கு திரும்பியதும் மூட்டிய கைலியைத் தூக்கிக் கட்டினார். சட்டை காலறில் வைத்திருந்த கைக்குட்டையை எடுத்தார். நீளமாக நாடா போல் மடித்து, முடியை ஓதுக்கி நெற்றிக்கு மேல் வட்டமாகக் கட்டியபோது கொழும்பு ஆட்டுப் பெட்டித் தெருச் சண்டியராகிவிட்ட எண்ணம்,

"அட வெஸ்சமோனே... பாருடா. ஒன்னெ என்ன செய்றேன்..." பல்லை நெரித்தார்.

வீட்டை நோக்கிக் கைவீசி நடந்தார்.

---

7. சேட்டை

# 6

பஸ் நிலையத்திலிருந்து தெற்காகச் செல்லும் சாலை கடற்கரையில் முடிவடைகிறது. சாலை முடியுமிடத்தில் இபுறாஹீம் பிள்ளையின் கயிறு ஆபீசும் தாடியின் கொப்பறாப் புரையும். அதை ஒட்டியவாறு பச்சைச் சாயம் தேய்த்த ஆற்றுப் பள்ளிக் காணிக்கை முட்டி. அங்கிருந்து சற்று விலகி சிவில் சப்ளைஸ் சோதனைச் சாவடி... கேரளாவுக்குக் கடத்தி செல்லும் அரிசியைப் பறிமுதல் செய்து வழக்குப் போடுவதற்கான சோதனைச் சாவடி. அதன் அருகாமையில் இரவுபகலாக ஓப்பாரி போடும், தொண்டு சிதைத்துச் சவரி எடுக்கும் எந்திரம். அதுவும் இபுறாஹீம் பிள்ளையுடையதுதான்!

கயிறு ஆபீஸிலிருந்தால் பொட்டக்குளம் தெரியும். பொட்டக்குளத்தின் கரையில் பனிரெண்டு ஜோடி இராட்டுக்கள், இராட்டில் கயிர் முறுக்கும்போது காய்ந்த சவரி காற்றில் பறந்து செல்லாமலிருக்க சுற்றிலும் வேலி இந்த வேலியின் மேற்குப் பகுதியில் வேலி. மறைவில் சூதாட்டம். சீட்டுக் கட்டு வைத்துச் சூதாடும்போது சாலை வழியாக வரும் போலீஸ்காரர்களை இந்த வேலி மறைவில் இருந்தால் தெரிந்துகொள்ளலாம். திடீரென போலீஸ்காரர்கள் சூழ்ந்துவிட்டாலும் கடலில் குதிக்கவும் வாய்ப்பான இடம்.

இபுறாஹீம் பிள்ளைக்கு பெரு வலையும் கர மடியும் தட்டு மடியும் உண்டு. கடலுக்குச் செல்வதும் வலை இழுப்பதும் தெக்கத்துக்காரர்கள். ஞாயிற்றுக்கிழமை அவர்கள் கடலுக்குச் செல்வதில்லை, ஞாயிற்றுக் கிழமைகளில் கயிறு முறுக்கும் அரயர்களும் முஸ்லீம்களும் மீன் பிடிக்கக்

கடலுக்குப் போவார்கள், இவர்களுக்கிடையில் துணிச்சலுடன் கடலுக்குச் செல்வது மம்மக்கண்ணுதான். கொந்தளிக்கும் ஆனி, ஆடிக் கடலில்கூட அவன் ஆழ் கடலுக்குத் துணிச்சலுடன் செல்வான்.

நெத்தலி மீன் பிடிக்கப் பயன்படுத்தும் கரமடியிலுள்ள கிழிசல்களைச் சில தொறயக்காரர்கள் சேர்ந்து உயில்கொண்டு பின்னிச் சரிசெய்துகொண்டிருந்தனர். இபுறாஹீம் பிள்ளை கயிறு ஆபீஸிலிருந்தவாறு கரமடி பின்னுவதைப் பார்த்துக் கொண்டிருந்தார்.

அனல் துப்பும் வெயிலின் கொடூரம் கொஞ்சம் தணிந்த நேரம். பொட்டக்குளத்தின் கரையில் சில பெண்கள் பின் பக்கமாகக் கால் மடக்கி உட்கார்ந்து கைத்தடியால் அழுகிய 'தொண்டை' சிதைத்து சவரியாக்கிக்கொண்டிருந்தனர். சிலர் சிதைத்து எடுத்த சவரியை உதறிச் சவறைக் களைந்தனர். சவறு களைந்த சவரியைப் பெரிய மாலில் சுருட்டிக் கட்டினர். மாலை தலையில் தூக்கி எடுத்துக்கொண்டு குழந்தைகுட்டிகளுடன் குடிசைகளுக்குப் புறப்பட்டனர். டச்சுக்காரர்களின் படை எடுப்பின்போது, யுத்தத்தில் மாண்டவர்களைப் புதைத்த பழைய செமித்தேரியின் பின்பக்கம் அரயர் குடிசைகள் உள்ளன.

சூதாட்டம் மும்முரமாக நடந்தது. வெட்டிமலத்து. அதற்கு வேறு ஒரு செல்லப் பெயர் 'பீவியடி'. பீவியடியில் அத்றாங்கண்ணின் கை காலியாகிவிட்டது. இருந்தாலும் எழும்பிச் செல்ல மனமில்லை. நாடிக்குக் கையை ஊன்று கொடுத்துக் குத்தி உட்கார்ந்திருந்தார். பிறருடைய ஆட்டத்தையும், சீட்டுப் போடுவதற்காக விரித்த மேசைத் துணியில் விழும் ரூபாய் நோட்டுகளையும் துட்டுக்களையும் ஆவலுடன் நோக்கியிருந்தார்.

சீட்டைக் குலைத்து போட வேண்டிய முறை கோழி அலியுடையது. அலி சீட்டைக் குலைத்தான். குலைத்த சீட்டைப் படம்கையில் வைத்து வெட்டிமலத்து அய்மக்கண்ணுக்கு நேராக நீட்டினான். அய்மக்கண்ணு கொஞ்சம் சீட்டை எடுத்து வெட்டினான்.

"உள்ளயா ... வெளியெயா ..." கோழி அலி கேட்டான்,

"ராணி வெளியே" அய்மக்கண்ணு சொன்னான்.

"ஒரு ரூபா . . ." அலி ஒரு ரூபாய் நோட்டைத் தூக்கி மேசையில் – துணியில், வீசினான்.

"வெளியே"

"உள்ளே"

"வெளியே"

"நில்லுமக்கா ..." அத்றாங்கண்ணின் மனத்தில் ஆவல் பெருக்கெடுத்தது. "ராணி வெளியே" காதில் வைத்திருந்த ஐந்து காசை எடுத்து மேசைமீது போட்டார். "ஓட்டு ..."

அந்த ஓட்டை ஏற்க யாருமில்லை

"ஓட்டுதான் ஓய் ..." கடைசியாக அலியே ஓட்டை ஏற்றுப் பிடித்தான். ஐந்து காசை மேசைமீது தூக்கிப் போட்டான்.

"வெளியே ..."

"உள்ளே ..." அலி சீட்டை அங்குமிங்கும் மலர்த்தினான்.

அத்றாங்கண்ணின் முகம் மங்கவும், பிரகாசிக்கவும் செய்து கொண்டிருந்தது.

பத்து காசுண்டானால், பத்து குமரி நாட்டுபீடி,

"அடியடா மக்கா உள்ளே ..." சொல்லி வைத்தாற்போல் அலி சீட்டை உள்ளே மலர்த்தினான்,

ராணி ...

அத்றங்கண்ணின் முகம் கூம்பிவிட்டது. ஆசையின் கடைசித் துளியும் வற்றி வறண்டுவிட்ட ஏக்கம் நெஞ்சில். இருந்தாலும் எழுந்துசெல்ல மனமில்லை. வெகு நேரமாகக் குந்தி உட்கார்ந்ததால் கால்கள் மரத்துவிட்டன. மெதுவாக எழும்பி நின்றபோது பீருக்கண்ணின் சிவந்த பனியன் தெரிந்தது. உடன் எதுவும் தெரியாத பாவனையில் சற்று விலகி ஒரு தென்னை மரத்தின் மூட்டில் பரவியிருந்த நிழலில் துண்டை விரித்துப் படுத்துக்கொண்டார். தூங்குவதாக நடிப்பு.

நித்திரையில் ஆழ்ந்திருக்கும் மச்சானை பீருக்கண்ணு தட்டி உசுப்பினான். மச்சான் உணரவில்லை. ஆழ்ந்த நித்திரை. பல தடவை தட்டிக் கூப்பிட்டான். அத்றாங்கண்ணு மெதுவாகக் கண்களைத் திறந்து பார்த்தார்.

"ஆருடா ?"

"மச்சான் எளும்புங்கோ ..."

"பீராடா ... என்னடா ?"

அத்றாங்கண்ணு எழும்பி உட்கார்ந்தார். பீடி பற்றவைத்தார்.

"எக்கெ அரியெ புடிச்சு பறிச்சானுவொ ..."

"ஆருடா?"

"தொறக்காரனுவொ ..."

"எந்த தொறக்காரனுவோ?"

"நம்ம தொறக்காரனுவோ தான் ..."

அத்றாங்கண்ணு விழித்துப் பார்த்தார். அவரால் நம்ப முடியவில்லை. சீட்டாடிக் கொண்டிருந்தவர்களுக்கும்:

"நிக்கெ அரியெ புடிச்சு பறிக்க தைரியம் உள்ளவன் எவண்டா தொறயிலே இருக்கியான் ...?"

"புல்பாஸ்"

"ஓ, அந்த ஹறாம்குட்டியா? அவன் செய்வான், வித்துக்கெ கொணம் செடி காட்டாமெ இரிக்குமா? வெட்டிமலத்து அய்மக்கண்ணு சொன்னான்.

கோழி அலியின் முகபாவனை மாறியது. அலி இந்த விளைவை எதிர்பார்க்கவே இல்லை. மனத்திற்குள் பயம். கால்கள் நடுங்கின. ரகளை உண்டாகலாம். மீசை மம்மக்கண்ணு விடமாட்டான். ரண்டில் ஒண்ணு முடிவுகண்ட பிறகுதான் ஓய்வான்.

ஊரில் பெரும் கலவரம் ஏற்படலாம், அதற்குக் காரணம் தான் என்ற உணர்வு அவனை அலட்டியது. ஜமாஅத்தார் தெரிவார்கள். வாப்பாவுக்குத் தெரிந்தால் கால் மடக்கி உதைப்பார்.சிங்கள அடி. வாப்பாவின் கண்முன் செல்லாமல் நாலைந்து நாட்களைக் கடத்திவிட வேண்டும்.

கோழி திருடி விற்ற காசில் மீதியிருந்தது ஐந்து ரூபாய் மட்டும். அந்த ரூபாவுடன் சீட்டாட வந்ததில் கிடைத்தது. பனிரெண்டு ரூபாய்.

அலி சீட்டுக் கட்டை அடுக்கினான். உறைக்குள் திணித்தான். எழும்பி நின்று மூரி நிமிர்த்தான். மெதுவாகக் கடற்கரைப் பக்கமாக நகர்ந்தான். பொழியைப் பார்த்து நடந்தான். பொழி பார்க்க வந்து கூடிநின்ற மக்கள் திரளில் கரைந்துவிட்டான்.

அத்றாங்கண்ணின் மனம் கடலானது. கடல் கொந்தளித்தது, சீறி உயர்ந்து ஓங்கியடிக்கும் திரைகள்.

"அவனுக்கு இத்தர நெளியா?" அத்றாங்கண்ணு கையைத் திருமிக்கொண்டார். கயிறு ஆபிஸின் கீழ், தரையில் வலையைப்

போட்டுப் பின்னும் தொறயக்காரர்களைக் கண்டார். கோபம் பற்றி எரிந்தது. நிற்கவில்லை. கயிறு ஆபீஸை நோக்கி விரைந்தார், பின்னால் பீருக்கண்ணும்.

கயிறு முறுக்கும் இரட்டுக்களம் பெருக்கிக் கூட்டிய தூசி காற்றில் பறந்தது. தொண்டடிக்கும் எந்திரத்தின் ஒப்பாரி.

நீர் வடியும் சவரியைத் தொழிலாளிகள் அள்ளி வெளியே போட்டனர்.

கயிறு ஆபீஸின் பளபளப்பான சிமெண்டு வராண்டாவில், இபுறாஹீம் பிள்ளை தலையில் வட்டத் தலைப்பாகையுடன் சம்மணம் போட்டு உட்கார்ந்திருந்தார். சுயக் கட்டுப்பாடிழந்த அத்றாங்கண்ணு, போன போக்கில் வலை பின்னிக்கொண்டிருந்த 'குழியாளி'யின் மடியில் எட்டி மிதித்தார். குழியாளியை அப்படியே தூக்கி நிப்பாட்டினார்.

"அருஎன்ன?" ஒன்றும் புரியாமல் குழியாளி திகைத்தான். குரல் கேட்டு இபுராஹீம் பிள்ளை தலையுயர்த்திப் பார்த்தார். அத்றாங்கண்ணின் மிருகப் பிடிப்பில் கிடந்து நெளியும் குழியாளியைக் கண்டார்.

"என்னப்பா சங்கதி . . ." கேட்டுக்கொண்டு இபுராஹீம் பிள்ளை ஓடிவந்தார்.

அதற்கு முன்,

"ஆண்டவரே!" ஒரு பயங்கர அவலமான கூப்பாடு.

முகத்தைப் பொத்திக்கொண்டு குழியாளி தரையில் உட்கார்ந்துவிட்டான். பிச்சைக்குப் பக்கமாக ஓடி நெருங்கிய அத்றாங்கண்ணை இபுறாஹீம் பிள்ளை தடுத்தார்.

"விடுங்கொ கேட்டீளா" . . . அத்றாங்கண்ணு குமுறினார்.

"நில்லப்பா என்ன சங்கதி . . .?"

"விடுங்கொ . . ."

"உடமாட்டேன்." இபுறாஹீம் பிள்ளையின் குரல் உயர்ந்தது.

பீருக்கண்ணு வேட்டியைத் தூக்கிக் கட்டினான். கை ஓங்கிக் கொண்டு மற்றவர்களை அடிக்க நெருங்கினான்.

"அடிச்ச வறாங்கவலேய் தப்புடு . . ." குழியாளியுடன் வலை பின்னிக்கொண்டிருந்தவர்களெல்லாம் ஓடிக் கடலில் குதித்தனர். கூச்சலும் கூப்பாடும் கேட்டு சீட்டு விளையாடிக் கொண்டிருந்தவர்கள் ஓடி வந்தனர். சோதனைச்

சாவடிக்குள்ளிருந்த போலீஸ்காரர்கள் ஓடிவந்தனர். கயிறு முறுக்கிக் கொண்டிருந்தவர்கள், சவரி அள்ளிக் கொண்டிருந்தவர்களும் ஓடிவந்தனர்.

பெரும் கூட்டம்.

குழியாளி முகம் பொத்தியபடியே உட்கார்ந்துவிட்டான். வாயிலிருந்து இரத்தம் வடிந்தது. பிச்சை, இபுறாஹீம் பிள்ளையின் முதுகுப் பக்கம் நின்று கிடுகிடுவென விறைத்தான்.

"என்னப்பா சங்கதி . . ?" இபுறாஹீம் பிள்ளை அத்றாங்கண்ணிடம் கேட்டார்.

"இவன் கொண்டு வந்த அரியெ தெக்கத்துக்காரனுவொ புடிச்சு பறிச்சானுவோ ..." அத்றாங்கண்ணு பதில் சொன்னார்.

"ஆரு . . ?"

"புல்பாஸ் ..."

"புல்பாஸ் இவனுக்கெ அரியெ புடிச்சதுக்கு எக்கெ வலக்காரனுவளெ ஏண்டா அடிக்கணும்," இபுறாஹீம் பிள்ளையின் குரலில் கோப ஜுவாலையின் சீற்றம். "சொணயுள்ள வாப்பாக்க மோனானா புல்பாஸை போய் மைத்து ஓய் ... இந்த பாவங்களுக்கட்டயா வீரத்தெ காட்டுது."

"சாயிப்பே, இங்கெ சண்டை போட்டா எல்லாரையும் ஸ்டேசனுக்கு கொண்டு போவோம்." ஒரு போலீஸ்காரர் எச்சரித்தார்.

"ஒரு கை பாப்போம் ..." அத்றாங்கண்ணு சபதம் செய்தார்.

"போய் பாரு ..." இபுறாஹீம் பிள்ளை பதிலுரைத்தார்.

"மீசை எங்கடா . . ?"

"சாயக் கடேலெ காணும்."

"வாடா ..."

பொங்கி உயர்ந்த கடல் திரை தரையில் ஓங்கி மோதிச் சிதறியது.

அத்றாங்கண்ணும் பீருக்கண்ணும் விருட்டென்று நடந்தார்கள்.

இபுறாஹீம் பிள்ளை குழியாளியைப் பிடித்து, எழுப்பி, கையால் அணைத்துக்கொண்டு வராண்டாவில் உட்காரவைத்தார்.

வாயிலிருந்து இரத்தம் கொட்டியது. மேலுதடு பிளந்தது. முன் வரிசையில் இரண்டு பற்கள் கழன்று தொங்கின.

அதைப் பார்த்ததும் இபுறாஹீம்பிள்ளைக்கு மனம் தாங்க வில்லை. அவருடைய கண்ணிலிருந்து அனல் பறந்தது.

“அப்பாவிகளை அடிக்கீது வலிய கெட்டிக்காரத்தனமோ...”

இபுறாஹீம் பிள்ளை உரக்கக் கத்தினார்.

அத்றாங்கண்ணு அதைக் கேட்கவில்லை.

# 7

கொழும்பான் சேமது நானா வீட்டை நோக்கி விரைந்தார். வீட்டுவாசல் சாத்தப்பட்டிருந்தது. ஏறிச் செல்லும் வாசற்படியின் மீது சினையுள்ள ஆடு அசை போட்டுக்கொண்டிருந்தது. சுற்றிலும் ஆட்டுப் புழுக்கைகள். ஆட்டு மூத்திரம் படிகள் வழியாக ஒழுகிச்சென்ற மஞ்சள் நிறக் கறை. ஜன்னல் திண்டின்மீது அடைக்கோழி கூனிக்குறுகியிருந்தது, வாசலில் தொங்கும் கறுத்த சாக்குத் திரையில் ‘காலங்கள்’ அதன் பற்களால் கறம்பி எடுத்த அடையாளங்கள்.

சேமது நானாவிற்கு அடக்க முடியாத கோபம். சாக்குத் திரையை எட்டிப் பிடித்து விலக்கினார். தொங்கிய சாக்குப் படுதா பொத்தென்று கீழே, சினை ஆட்டின் மீது விழுந்தது. ஆடு முற்றத்தில் குதித்தது. திரையை தாங்கி நின்றிருந்த பூவரசின் கம்பை இழுத்தெடுத்தார்.

“பண்டி வெஸ்ச மோனுக்கெ காலெ ஒடிப்பேன்” கோபம் பற்றி எரிந்தது.

வாசலைக் காலால் மிதித்தார். மீண்டும் மீண்டும்.

“ஆரது?”

“தொறவுட்டி ...”

“வாப்பாயா ..?” குரல் கேட்டு சைனபா ஓடி வந்து வாசலைத் திறந்தாள்.

ஜுவாலை எழுப்பும் கண்கள்! சீறும் முகம்! சைனபா நடுங்கினாள்.

“அந்த பண்டி எங்கே . . .?” அலறினார். தொடர்ந்து இருமினார்.

நீண்ட இருமல். இருமி முற்றத்தில் உமிழ்ந்தார். கட்டியான சளி.

"அவன் காலத்தே போனான்..." சைனபா தயக்கத்துடன் பதில் சொன்னாள்.

சேமது நானாவுடைய கண்கள் நாலா பக்கமும் மேய்ந்தன. வாரியில் செருகிவைத்திருந்த தெரச்சி வாலைக் கண்டார். பூவரசின் கம்பை முற்றத்தில் வீசினார். தெரச்சி வாலை உருவினார். பற்களை நெரித்தார்.

"பண்டி வெஸ்ச மோனுக்கெ முதுகுத் தோலை அடிச்சு உரிக்கவோணும். ரத்தம் மளமளா வரவோணும். புண்ணாகி அந்தப் புண்ணிலிருந்து சலம் வரவோணும். எண்ணைகூட காய்ச்சிப் போட வேணா. வலியாலெ கெடந்து துடிக்க வோணும். அப்பம்தான் இனி இப்படிப்பட்ட ஹறாம் பெறப்பு காட்ட மாட்டான்."

எதிரேயுள்ள தூண் அலியாகத் தோற்றமளித்தது... சேமது நானா பொறுமையிழந்தார். பைத்தியம் பிடித்தது. தெரச்சி வாலைக் கொண்டு தூணில் ஓங்கி ஓங்கி அடித்தார். தெரச்சி வால் காற்றைப் பிளக்கும் ஓசையில் சைனபா கிடுகிடுவென நடுங்கினாள், எதுவும் புரியவில்லை. வாப்பாவுக்குப் பைத்தியமோ?

"வாப்பா..!" அவள் விம்மினாள்,

அவர் அதைக் கேட்கவில்லை.

அடித்து அடித்து கை ஓய்ந்தபோது தெரச்சி வாலைத் தரையில் போட்டார். முட்டுக் கட்டி உட்கார்ந்தார்.

அடேய், பெரிய மானக்கேடு. மனுசனுக்குத் தலை தூக்கித் தெருவிலே நடக்க ஏலாது. அங்கிட்டு போனா, கள்ளு குடிச்சான். இங்கிட்டு வந்தா தெங்கிலெ ஏறி தேங்கா களவாண்டான்..." சேமது நானா மனவேதனை தாங்காமல் தலையில் ஓங்கி ஓங்கி அறைந்தார்.

சைனபாவுக்கு மூச்சு நேராக வந்தது. வாப்பாவுக்குப் பைத்தியமில்லை. அலி ஏதோ தப்பு செய்திருப்பான். அதனால், தான் வாப்பா கோபம் தாங்காமல் தூணில் அடித்தது. வாப்பாவுக்குப் பைத்தியமே இல்லை.

"அலி தேங்கா மோட்டிச்சானா[1]..?" சைனபா கேட்டாள்,

"திருட்டு றஸ்கோல் களவாண்டா பரவா இல்லையே... நான் என்ன சொல்றது..?" சேமது நானா தொடரவில்லை.

---

1. திருடினானா?

பருவமடைந்த மகளிடம் எப்படிச் சொல்வது? ‘நீ கேக்காதே’ முகத்தைத் திருப்பிக்கொண்டார்.

வாப்பா தொடராமல் நிறுத்திவிட்ட இடத்திலிருந்து அவள் சிலவற்றை ஊகித்துக்கொண்டாள். அலி ஏதாவது. பெண்களிடம் தவறாக நடந்திருக்கக்கூடும். பல தடவை அவன் பெண்களிடம் தவறான முறையில் நடந்ததுண்டு. அப்போதெல்லாம் ஊரெங்கும் பேச்சடிபட்டன. அதைக் கேட்டு வாப்பா வீட்டை விட்டு வெளியே செல்வதில்லை. மானக்கேடு. ஒரு தடவை ஊரைவிட்டே ஓடிவிட்டான். சில மாதங்கள் சென்ற பின்பு திரும்பி வந்தான். வாப்பாவின் பார்வையில் எட்டாமல் நடமாடினான். ஒரு நாள், கயிற்றாபீஸின் பக்கம் சீட்டாடிக் கொண்டிருந்தபோது வாப்பா அவனைக் கூட்டி வந்தார். கொஞ்ச நாள் எந்தவிதச் சேட்டையும் இல்லாமலிருந்தது. மீண்டும் சேட்டையை ஆரம்பித்துவிட்டானா?

“ரகுமானாய றப்பே! அவனுக்கு நீ நல்ல புத்தியெ குடு தம்புரானே!” சைனபாவின் உள்மனம் இருகரமேந்தி இறைவனிடம் வேண்டியது.

சேமது நானா சட்டை ஜேப்பைத் தடவினார். ஜேப்பிலிருந்து பீடி எடுத்து உதட்டில் வைத்தார். தீப்பெட்டியைக் குலுக்கினார். குச்சி இல்லை. மகளைப் பார்த்தார். அந்த பார்வையின் பொருள் அவளுக்கு விளங்கியது.

அடுப்பங்கரைக்குச் சென்று புகையும் விறகுக் கொள்ளியுடன் திரும்பி வந்தாள். வாப்பா மூச்சு விடாமல் குனிந்திருந்து, இருமி இருமி ஆங்காங்கே துப்புவதைப் பார்த்தாள். சளி. கட்டி மஞ்சள் நிறம்.

வாப்பாவின் முதுகைத் தடவிக் கொடுத்தாள். எலும்புகள் கையில் தட்டுப்பட்டன.

“இந்த எளவு பீடியெ கொறயுங்கோ வாப்பா ...”

“அது இல்லாட்டி நானில்லெ பெண்ணெ.”

மீண்டும் தொடர்ந்து இருமினார். சளி சளியாகத் துப்பினார். சளியில் தெரிந்த நிறமாற்றத்தை சைனபா கவனித்தாள்.

குனிந்து கூர்ந்து பார்த்தாள். இரத்தம்!

“என்ன பெண்ணே?”

சைனபா நடுக்கத்துடன் வாப்பாவின் முகத்தைப் பார்த்தாள்.

“ரத்தமா?” சேமது நானா கேட்டார்.

ஆமாவென்று தலையை மட்டும் அசைத்தாள்.

சேமது நானா சளியை அப்போதுதான் உற்றுப் பார்த்தார். இரத்தம் கலந்த சளி. இறுதியின் ஆரம்பம். எஞ்சிய நாட்களை விரல் மடக்கி எண்ணினார், மனத்திற்குள். காலங்களின் சுருளுக்குள் மறைந்துகிடக்கும் இளமை நினைவிற்கு வந்த போது கண்கள் சொட்டுப் போட்டன. வலைகட்டிய கண் முன் பல ஆண்டுகளுக்கு முன்புள்ள கொழும்பு தெரிந்தது. பரபரப்பான கொழும்பு சாலைகள். இம்பிச்சு பிளேசில் அந்தி மயங்கிய மாலைகள். அதில் ஒரு மாலையில் நெருக்கடியான சந்து ஒன்றில் நிகழ்ந்தது நினைவில் நிழலாடியது. அல்ல, தெளிவாகத் தெரிந்தது. மரணம் பின்தொடரத் தொடங்கிய மாலை முன்னால் சென்றுகொண்டிருந்த சிங்களப் பெண்ணைப் பார்த்துச் சீட்டியடித்தது. அவளுடைய தழதழப்பான உடம்பை உராவி நடந்தது, அவள் முறைத்தது, சந்துச் சண்டியர்கள் அதைப் பார்த்தது. "கொச்சியாண்டே உடாதெ" சந்துச் சண்டியர்கள் சூழ்ந்துகொண்டனர்.

பிறகு நடந்தவையெல்லாம் மின்னல் போல். அடி. மிதி. திருப்பி அடி. உதை. அது மட்டும் நினைவுண்டு. நினைவு திரும்பியபோது, மெதுவாக எரியும் கண்களைத் திறந்தபோது, இரத்தக் காயங்களுடன் சாக்கடையில் வேட்டி துணி இல்லாமல் கிடக்கும் அவலநிலை. நகரின் பரபரப்பான நாட்களின் வேகமான ஓட்டத்தில் அவ்வப்போது இருமல் வந்தது. யானை மார்க் சிகரட் அதிக அளவு பிடித்ததால் ஏற்பட்ட இருமல் என்ற உணர்வு.

தமனிகளில் இரத்தத்தின் வெப்பம் தணியாமல் குதித்து ஒழுகிய காலங்களில் நோய் தலை உயர்த்தவில்லை. தமனிகளின் சுவருகளைப் பற்றிக்கொண்டு அடங்கிக் கிடந்தது.

வறுமை பேயாட்டம் ஆடியபோது, நரம்புகள் தளர்ந்த போது, சதைகள் காய்ந்தபோது, இரத்தம் ஆறிக் குளிர்ந்தபோது, நோய் ஊர்ந்து தலையை நிமிர்த்தியது.

வாப்பா மகளை ஏறிட்டுப் பார்த்தார். முன்பு ஒருபோதும் பார்க்காத பார்வை. ஏமாற்றமான பார்வை. குற்ற உணர்வோடு கூடிய பார்வை. ஆழமான அர்த்தமான பார்வை. அந்தப் பார்வையில் இந்துமகாசமுத்திரமும் வளைகுடாவும் வங்காள விரிகுடாவும் விரிந்து பரந்து தெரிந்தன. இதய வேதனை அதில் அலை எழுப்பியது.

இருபத்தைந்தைத் தாண்டிய மகள். அவளுடைய வயதைக் கூடச் சரியாகத் தெரியாத வாப்பா. அவளுடைய வயதுக் கணக்குக் கூட ஊகம்தான். எப்போதும் துக்கத்தின் தேனீ கூடு கட்டிய வதனம், கண்களில் இதயதாகம்.

சேமது நானாவின் மனத்திற்குள் ஒரு குற்றவுணர்வு மின்னல் போல் பளிச்சிட்டது. அந்தக் குற்றவுணர்வில் தலையைக் குனிந்துகொண்டார்.

இம்பிச்சி பிளேசில் வாழ்ந்த வாழ்வு. சங்கு மார்க்கு லுங்கி கட்டி சைனா பாப்ளின் சட்டையும் மாட்டி, யானை மார்க் சிகரெட்டும் புகைத்துக்கொண்டு பந்தா காட்டிய காலம். பயஸ்கோப்பும்[2] பார்த்து 'கொள்பீஸில்'[3] மாலைகளில் காற்று வாங்கித் திரிந்த காலம். இந்திய மண்ணில், சின்னஞ்சிறு கிராமம் ஒன்றில் எட்டும் பொட்டும்[4] தெரியாத ஒரு பெண் குழந்தை பிஞ்சுக் கால் பதித்து வளர்ந்து வருகிறாள் என்ற உணர்வு இல்லாத பரபரப்பான மணிநேரங்கள்; கை நிறையக் காசு. செழிப்பு. கொள்பீஸில் மலபாரிக் கடையில் கொத்துபுரோட்டாவில் சிறு கோழி எலும்புத் துண்டு கிடந்ததற்காகச் சினம் கொண்ட இரவு. "என்ன ஓய், பண்டி, அம்மா திண்ட கொத்து புரோட்டா..." கடற்கரை மணலில் கொத்து புரோட்டாவை வீசி எறிந்த பிரதாபம்.

எதிர்பார்க்காத ஒரு நெருக்கடியில் கொழும்பை விட்டு வர நேர்ந்தது. ஒரு நடுநிசியின் நிசப்தச் சூழலில் கோலப்பிக் கடலின் கறுத்த முகத்தைக் கண்டார். இந்தியக் கரையை, அலை கிழித்து நெருங்கும் கப்பலிலிருந்து கண்டபோது பிறந்து விழுந்த தம் குக்கிராமம் நினைவில் பட்டது. பின்னிடும் கோலப்பிக் கடலின் அலைகளைப் பார்த்து ஏங்கினார். இனி ஒருபோதும் பார்க்க முடியாத இம்பிச்சி பிளேசை, ஆட்டுப்பெட்டித் தெருவை, அஞ்சிலாம்பு சந்தியை, கொழுத்த தொடையைக் காட்டி நடக்கும் பெண்களை. அவர்களுடைய கூரிய மார்பை, கண் முனைகளை... போதும் நினைக்க வேண்டாம்; மறக்க முயன்றார்.

மௌத்தின் நிரந்தர உண்மையிடம் தாயாரை ஒப்படைத்து விட்டுத் தவிக்கும் குழந்தைகளை நினைத்தார். கரை காண முடியாத பஹரின்[5] மறுகரையில் வாப்பா என்றொருவர் மௌத்தாகாமல் இருக்கிறார் என்ற நம்பிக்கையில் ஆறுதல் கொண்டிருக்கும் இரு குழந்தைகள். வாப்பாவின் முகத்தைக் கூட இனம்தெரியாத குழந்தைகள். எதிர்பாராமல், அவர்களுக்கு ஒரு பளுவாக, தீராத நோயைச் சுமந்துகொண்டு வெறும் கையுடன் அவர்கள் முன் செல்ல வேண்டிய துர்விதி. துக்க நினைவுகள் குமிழியிட்டு மனத்தின் மேல்பரப்பில் எழுந்தபோது அந்தக்

---

2. திரைப்படம்
3. கடற்கரை
4. எதுவும்
5. கடல்

கறுப்பு இரவில்... வாழ்க்கையில் முதன்முதலாக அவருடைய கண்கள் குளமாயின. கப்பலை உலுக்கிய பெரும் திரைகள் மட்டும் அந்தச் சுடு கண்ணீருக்கு மௌன சாட்சிகளாக நின்றன.

“வாப்பா வாய் கொப்பளிக்க தண்ணி தரட்டா..?”

“வேண்டாம்...” கையைக் காட்டினார்.

“வாப்பா தம்பியெ அடிக்காதெங்கொ...” சைனபா தாழ்ந்த குரலில் கெஞ்சினாள்,

சைனபாவின் கல்பில்[6] நிறைய சித்திரங்கள். அலிமீது பலமாக விழும் அடிகள். வலி தாங்கிக்கொள்ளச் சக்தியில்லாமல் தரையில் கிடந்து நெளியும் தம்பியின் அபயக் குரல். நோய்வாய்ப்பட்டு மருந்திற்காக ஆசைப்பட்டு நாவரண்டு மௌத்தாய் போன உம்மா. கண்களால் பார்த்திராத நினைவிலிருந்து விலகிச் சென்ற ‘இருக்கும்’ வாப்பாவின் ‘இல்லாத’ நிலையில் ஊர்ந்து நகர்ந்த வறுமையான நாட்கள். சந்தை நாட்களில் பஸ்ஸில் கொண்டுவரும் சுமைகளைத் தூக்கி தன்னையும் கண்ணும்மாவையும் காப்பாற்றிய அலி. மீன்படும் வேளைகளில் கடற்கரைக்குச் சென்று மீன் வேலை செய்துவிட்டு மாலையில் மரச்சீனிக் கிழங்குடன் திரும்பும் தம்பி. நித்திய பட்டினியின் கோரப் பற்களுக்கிடையிலிருந்து தங்களைக் காப்பாற்றியவன், தாத்தாவிற்குப்[7] பருப்பு வடையும் வயதான கண்ணும்மாவிற்குப் பச்சைப் பாக்கும் யாழ்ப்பாணப் புகையிலையும் வெற்றிலையும் மடியில் கட்டிக்கொண்டு வீடு திரும்பும் தம்பி அலி.

சைனபாவின் நெஞ்சம் துடித்தது.

“அடிக்க வேணாமா?” மகளை ஏறிட்டுப் பார்த்தார். “இண்ணைக்கு கொல்லுவேன். பண்டி வெஸ்ச மோன் இருந்தா மருவாதைக்கு இருக்கணும், இல்லாட்டிப்போனா சாவணும்.”

சேமது நானா சட்டையைக் கழற்றினார். எலும்பு துறுத்திய, நரம்புகள் கயிறு போல் புடைத்து ஒட்டிக் கிடக்கும் கறுப்பு உடம்பு. விலா எலும்புகளுக்கிடையிலுள்ள குழிகளில் வீழ்ந்து கிடக்கும் மெல்லிசான தோல்.

அசதியாக இருந்தது. தரையைத் துடைத்துக்கொண்டு சேமது நானா படுத்துக்கொண்டார்.

வீட்டின் முன்பக்கம் பக்கீரின் விளையில் வளர்ந்தோங்கி நிற்கும் சிலாத்தி மரத்தின் முகட்டில் அந்தி மஞ்சள் முகம்

6. இதயத்தில்

7. அக்கா

காட்டியது. மஃகிரிபிற்[8]கான நேரம். ஜன்னலின் திண்டில் கூனிக் குறுகியிருந்த அடைக்கோழியை சைனபா பிடித்தாள். நடுமுற்றத்தில் ஓலைக் கடவத்தைக் கொண்டு பொத்தி மூடினாள். தகர விளக்கை எடுத்தாள். கரி படிந்திருந்த கண்ணாடியைத் துடைத்தாள். அடுப்பில் மரச்சீனிக் கிழங்கு வெந்துகொண்டிருந்தது. அடுப்பிலிருந்து ஒரு துரும்பில் தீ பற்றி எடுத்து விளக்கேற்றிய போது உம்மா ஒரு தடவை சொன்னது நினைவிற்கு வந்தது. "துரும்பு கொண்டு வெளக்கு பத்தக் கூடாது. லச்சணக்கேடு ..."

"சைனவா ..." வாப்பா கூப்பிட்டார். "நா தேத்தண்ணி குடிச்சிட்டு வாறேன். நீ ஐசா கண்ணும்மாவே கூட்டுக்கு கூப்பிட்டு உட்காரவை ..."

சைனபா கொடியிலிருந்து சட்டையை எடுத்துக் கொடுத்தாள். நீலநிறச் சட்டைக்குள் மாமிசம் இற்றுப்போன அந்த உடம்பு ஒதுங்கியது. அடி தூக்கிவைத்துப் படி இறங்கும்போது மகளைக் கூப்பிட்டுச் சொன்னார்.

"ஆடெ புடிச்சு கெட்டலெ. அதுக்கு கொளயும் ஒடிச்சு போடலெ ..."

சதை காய்ந்து ஒட்டிப்போன கால் எலும்பில் ஆடி ஆடி அகலும் அந்த உடம்பைப் பார்த்து நின்றபோது சைனபாவுக்கு அழத் தோன்றியது, "ஓ இதென்ன கோலம்."

முற்றத்தில் நின்றிருந்த சினை ஆட்டைப் பிடித்தாள், தூணில் கிடந்த கயிற்றில் கட்டிப்போட்டாள். சுவரொட்டி விளக்கைத் தூணில் மாட்டினாள். தகர விளக்கைப் பற்றவைத்துத் திண்ணை வாசற்படிமீது வைத்தாள். வெளியே மாலையின் முகம் இருண்டது. அந்த இருண்ட முகத்தைப் பார்த்தபோது சைனபாவிற்கு ஒரு தனிமை எண்ணம். இதயத்திற்குள் இறக்கை விரிக்கும் பயம். வெள்ளி இரவுகளில் ஷைத்தான் இறங்கி நடக்கும். கன்னிப் பெண்களிடம் ஷைத்தான் எளிதில் கூடும். வெள்ளி இரவின் தன்மையை நினைத்தபோது நடுங்கினாள். உடன் வாசலைத் திறந்து வெளியே வந்தாள். வடபக்கமுள்ள வேலியருகில் சென்றாள்.

**அல்லா திருப்பெயரும் ஸ்துதியும் ஸலவாத்தும்.**
**அதினால் துடங்நூன்னேன் அருள் செய்த வேதாம்பர் ...**

ஐசா கண்ணும்மாவின் மருமகள் றாபியத் தாத்தா 'முஹியத்தின் முனாஜாத்' இராகமாகப் பாடுவதைக் கேட்டபோது தலையை கவிணியால் மறைத்தாள். வெறும் தலையுடன் முஹியுத்தின்

8. கருக்கல் நேரம்

முனாஜாத்தை செவியுற்றுக் கேட்கக் கூடாது. பாவம் கிடைக்கும். ஊதுபத்தியின் இன்பகரமான வாசனையைச் சுவாசித்தாள். தம் வீட்டிலும் ஊதுபத்தி பற்றவைக்க நினைத்தபோதுதான் ஊதுபத்தி இல்லை என்பதைப்புரிந்துகொண்டாள். வெள்ளிக்கிழமை இரவுகளில் மலாயிக்கத்துகள்[9] வருவார்கள். அவர்களுக்கு வாசம் பிடித்தமானது. வாசமும் துப்பரவும் ஓதலும் படிப்பும் இல்லாத வீடுகளை லஃஅனத்[10] செய்வார்கள். வறுமை வயிற்றை வாட்டிய நாட்களில் ஒரு காஹிதா[11] வாங்க வசதியில்லாததால் மம்மேலி எலப்பையின் மதறசாவிற்குச் செல்லவே இல்லை. இப்போது முஹியுத்தின் மாலை ஓதுவதற்கு ஆவல். ஓதத் தெரியாது. சிலர் ஓதிக் கேட்டதிலிருந்து சில வரிகள் காணாப் பாடம். அந்த வரிகளை மூளும்போது, கேட்கும் பெண்கள் சொல்வதுண்டு: "ஸைனவாக்கு நல்ல ராகம் வருது"

"கண்ணும்மா..." சைனபா வேலியருகில் நின்று கூப்பிட்டாள்.

"ஆரது..?" றாபியத் தாத்தாவின் குரல்,

"நான்தான், ஸைனவா..."

"மாமி நீங்களெ ஸைனவா விளிக்கியா"

"வருயேணு செல்லு..."

ஐசா கண்ணும்மாவின் வருகையை எதிர்நோக்கி சைனபா வேலி அருகிலேயே நின்றாள். வேலியிலிருந்து ஒரு ஓலைத் துரும்பை எடுத்துக் கடித்தாள். நேரம் இருண்டுவிட்டது, அங்கு நின்றுகொண்டிருக்கப் பயம். யாரேனும் பார்த்தால்?

"வல்ல நிலத்தின்னும் என்னெ விளிப்போர்க்கு வாய்கூடா உத்திரம் செய்யும் நான் என்னோவர்"

றாபியத் தாத்தாவின் இனிமையான குரலில் அந்தப் பாடலுக்கு ஒரு தனி மெருகு. அழகு. பக்தி. அந்த இனிமையின் மாந்திரிகச் சக்தியில் சைனபா புளகாங்கிதமடைந்து தன்னையே மறந்தாள். அவள் உதடும் அவளை அறியாமலேயே அசைந்தது.

**ஆகாசத்தின் மேலும் பூமிக்குத் தாழயும்**
**அவரெ கொடி நீளம் அத்திரா உள்ளோவர்...**

"சைனவா..." எதிர்பாராமல் கேட்ட சப்தத்தால் சைனபா திகைத்து நின்றாள்.

---

9. வானவர்கள்

10. சாபம்

11. பாட நூல்

“அல்லோ ...” அவள் நடுக்கத்துடன் திரும்பிப் பார்த்தாள். அலி!

“எனக்கு வவுறு பைய்க்குது”

“நீ எங்கெ போனா ...?

“நா நேரமே வந்தேன்; வாப்பா இருக்கீதெ பாத்தேன். அதுனாலெ வரயில்லை.”

“நேத்தெல்லாம் வாப்பா ஊட்டிலெ இருந்தப்பம் வந்தாயில்லியா?”

அலி பதில் பேசவில்லை.

சைனபா மேலும் எதுவும் அவனிடம் கேட்கவில்லை.

ஒரு பாத்திரத்தில் கஞ்சியும் வேறொரு பாத்திரத்தில் துண்டம் வெட்டி வேகவைத்த மரச்சீனியும் விளம்பினாள். காய்ந்த ஒரு கதம்பையைக் கவிழ்த்திப்போட்டு அதன்மீது குந்தி உட்கார்ந்தான் அலி, ஒரு துண்டுக் கிழங்கை எடுத்துத் தோலைக் கழற்றினான். தின்பதற்காக வாயில் கொண்டு போனான்.

வாசல் திறக்கும் சப்தம் கேட்டது. அலி திகைத்துவிட்டான். விழித்தவாறு காது கொடுத்தான். “வாப்பாயா?”

சைனபா வாசல் பக்கமாக ஓடினாள்.

ஐசா கண்ணும்மா!

“தின்னுடா, கண்ணும்மாதான்”

அலி ஒரே மூச்சில் எல்லாம் சாப்பிட்டான். கையை அலம்பினான். சட்டைக் கைமடிப்பிலிருந்து ஒரு பீடி எடுத்தான். அடுப்பின் முன் குந்தி உட்கார்ந்து பீடி பற்றவைத்தான். தம்மடித்து விட்டுத் திண்ணைக்கு வந்தான். வெளியே கிளம்புவதற்காக வாசல் பக்கம் வந்தபோது செத்தை வாசலைத் திறந்துகொண்டு வாப்பா வருவதைக் கண்டான். தமனிகளில் இரத்தச் சுழற்சி சில நிமிடங்கள் நின்றுவிட்டது. இதயத் துடிப்பு நின்றது. பீடியைச் சுவரில் குத்தி அணைத்தான். கால்கள் விறைத்தன. நினைவிழந்து தரையில் வீழ்ந்துவிடுவேனோ என்ற பிரமை.

அலி பதுங்கி நின்றான்.

“நில்லுடா பண்டி றஸ்கோல்...” சேமது நானா அலறினார்.

அலறல் கேட்டு சைனபா ஓடிவந்தாள். பேய் மழையில் நனைந்து நடுங்கும் கோழிக் குஞ்சு போல் அலி. சீற்றம்கொண்ட சிங்கம்போல் வாப்பா. “அடேய் ஒன்னை பாருடா இப்பம்”

கையிலிருந்த புண்ணாக்கை தரையில் போட்டார். தெரச்சி வாலை எடுக்க முன்நோக்கிக் குதித்தார். பின்னால் வாசல் சாத்தும் ஓசை. திரும்பினார். அலி இறங்கி ஓடுகிறான். பின்னால் துரத்த முயன்றார். குறுக்கெ ஏதோ தடை செய்தது போல் இருமல். தீ துப்பும் கண்கள். இருள் பரந்து கிடக்கும் முற்றத்தில் அந்தக் கண்கள் ஊன்றி நின்றன. சேமது நானா இளைத்துப் போனார். தரையில் அப்படியே உட்கார்ந்துவிட்டார்.

“என்னப் படச்ச நாயனே ...”

# 8

மடிக்காரியின் கடைக்கு முன் கடற்கரையில் ஒரு செத்த நாயைக் கடல் திரை கரை ஏற்றியது. கரையேறி மூன்று நான்கு நாட்கள் ஆகிவிட்டன. கெட்ட வாடை எங்கும் பரந்தது. ஆனால் யார் மூக்கையும் அது துளைத்து ஏறவில்லை. முகர்ந்துப் பழகிப்போன வாடை.

அன்று மாலையில் நாலைந்து சிறுவர்கள் ஒன்றுகூடினர். ஊதிப் பெருகி மரத்துபோன நாய் சடலத்தின் கண்களைக் காகங்கள் கொத்திக் கொண்டிருக்கும்போது சிறுவர்கள் கயிற்றுடன் அங்கு வந்தனர். காகங்கள் பறந்தோடின. கட்டு மரங்களின் மீதும் வள்ளங்களின் மீதும் ஆவலோடு உட்கார்ந்திருந்தன. இரும்புக் கம்பி போல் நின்றிருந்த நாயின் பின் காலில் கயிற்றைக் கட்டி இழுத்து சிறுவர்கள் ஊர்வலம் வந்தனர். வழிநெடுகிலும் பத்து நூறு சிறுவர்கள் இவர்களுடன் இணைந்து கொண்டனர்.

“அம்பே காறு வருது கார்... பூவாங்... பூவாங்...” ஒரு பையன் கயிற்றின் ஒரு நுனியை இடுப்பில் கட்டினான். கையை ஸ்டீரிங் திருப்புவது போல் திருப்பித் திருப்பி நடந்தான், மற்ற சிறுவர்கள் கூக்குரல் போட்டுக்கொண்டு பின்னால் நடந்தார்கள். செத்தைக் குடில்களை புழுதியில் மூழ்கடித்தனர்.

ஊர் சுற்றித் தளர்ந்த கார் மடிக்காரியின் கடைக்கு முன் பழையபடி வந்தது. புல்பாஸ் அங்கு நின்றுகொண்டிருந்ததை சிறுவர்கள் காணவில்லை.

“அய் குண்டிச்சி மக்களே ...”

சிறுவர்கள் பார்த்தனர்.

புல்பாஸ்!

நாயைக் கடைக்கு முன் போட்டுவிட்டு ஓட்டம் பிடித்தனர். “பெலேய் ஓடுங்க பெலேய்… பைலுமா நிக்காரு … பெலேய்.”

புல்பாஸ் நாயை காலால் கோரி வீசினான். தொலைவில் சென்று பொத்தென்று வீழ்ந்தது. வெறிகொண்ட பாவனையில் கடையைப் பார்த்தான். லில்லியின் கண்களில், பாராட்டுதலின் பூச்செண்டு.

“லில்லி, நிச்சட்டெ ஒரு வேளம் – செல்லணும்…”

“என்ன வேளம்?”

“இப்ப செல்லாட்டேன்… ராத்திரி செல்லுவேன்.”

“நா… திண்ணயிலே கெடப்பேன். காலில வந்து தட்டினா மதி. வீட்டுக்கு பெறமாலெ வருவேன்.”

அன்று இரவு லில்லி தூங்கவே இல்லை. தூக்கம் கண்களை இறுக்கியது. கண்களைக் கசக்கித் தூக்கத்தைத் துரத்தினாள். மடிக்காரி உடுத்திருந்த சேலையின் முனையை நீட்டி விரித்து கடற்கரையில் சுருண்டு படுத்துக்கொண்டாள். அவள் படுத்திருந்த இடத்திலிருந்து சற்று விலகி நாயின் சடலம். ஒரு கறுப்பு நாய் அந்த சடலத்தைக் கடித்துப் பிய்த்து ருசித்துத் தின்று கொண்டிருந்தது.

தொப்பை கல்லுவெட்டான் குழியில் சென்று மூக்குமுட்டக் குடித்தான். வரும் வழியில் கால் தடுமாறிக் கோவிலுக்கு முன் வீழ்ந்தான். விழுந்த இடத்தில் உணர்வற்றுக் கிடந்தான். லில்லி சென்று இரவு சாப்பிட குலுக்கிக் கூப்பிட்டாள். உணரவே இல்லை.

புல்பாஸ் குருசடியில் மடியும் வலையும் காயப்போடும் வெள்ள மணலில் சாய்ந்து படுத்தான். மாலையில் அவனும் சுட்டமீன் கூட்டிக் கொஞ்சம் கள் குடித்தான். நித்திரையின் மிருதுத் கரங்கள் இமைகளை தழுவியபோது எழும்பி உட்கார்ந்தான். முட்டுக்கட்டியிருந்து சுருட்டுப் பற்றவைத்தான்.

ஒரு பதினேழு வயது தித்திப்புப் பெண்ணின் மூளிபாட்டு போல் கடலின் திரை சப்தம். தூங்கும் கடலின் குறட்டை ஒலி. குருசடியில் விளக்குமாடத்தில் கன்னிமேரியின் திருஉருவத்தின் முன் பற்றவைத்திருந்த மெழுகுவர்த்தி எரிந்து உருகியது. வடக்கு மண்ணுண்ணி கோயிலின் அப்பாலுள்ள உண்டவிட்டான் பாறையில் நரியின் ஊளை. நாயின் குரைப்பு. பாதி இரவுக் காற்றில் புல்பாஸ் பற்றிய தீக்குச்சி கெட்டது.

எல்லோரும் ஆழ்ந்த நித்திரையில். விஷக்காற்றை சுவாசித்து துறை முழுவதும் இறந்து கிடப்பதுபோன்ற தோற்றம். மனிதத்

சலனம் இல்லை. புல்பாஸ் எழும்பினான். தூங்கிக் கிடப்பவர்கள் மீது மிதிபடாமல் காலை மெதுவாக எட்டிவைத்து நடந்தான், லில்லியின் வீட்டை நோக்கி. பஞ்சாயத்து மெம்பரின் வீட்டுப் பக்கம் வந்தான். மடிக்காரன் தொம்ம பிள்ளையின் மனைவியும் குழந்தைகளும் படுத்திருப்பதைப் பார்த்தான். அம்மாவோடு சேர்ந்து படுத்துக்கிடந்த ஒரு பெண்குழந்தை எழும்பி உட்கார்ந்து உடம்பைச் சொறிவதைக் கவனித்தான். உடன் ஒரு குடிசைக்குப் பின்பக்கம் பதுங்கி நின்றான்.

பாறைக் கூட்டங்களுக்கு பின்பக்கமிருந்து தலையுயர்த்திய சந்திரன் குடில்களுக்கிடையே அரிசிமாவு கொட்டியது.

புல்பாஸ் மடிக்காரியின் வீட்டுப்பக்கம் வந்தான். சற்று விலகியுள்ள ஒரு குடிசைக்குள்ளிலிருந்து ஒரு குழந்தையின் அழுகைச் சப்தம் எழுந்தது. அத்துடன் ஒரு பெண்ணின் ‘அம்மா’ என்ற கூப்பிடுதலும். கடற்கரையில் தூங்கிக்கொண்டிருந்த இன்னொரு பெண் குடிசைக்குள் நுழைந்தாள். உடன் ஏச்சும், “செத்தா கெடந்தா? புள்ள கரஞ்சது கேக்கல்லியா?”

புல்பாஸ் தயங்கி நின்றான். யாரேனும் விழித்திருக்கின்றனரா? அங்குமிங்கும் நோட்டமிட்டுக்கொண்டு லில்லி படுத்திருந்த திண்ணையை அடைந்தான். அவளுடைய காலை தொட்டான் – ஸ்... ஸ்... ஸ்.

லில்லி விழித்தாள்.

“அந்த பக்கம் வரிங்க.”

புல்பாஸ் அடுப்பங்கரைக்குப் பின்பக்கம் சென்றான்.

அடுப்பங்கரை வாசலில் ‘தாப்ளா’ ஓசையில்லாமல் லில்லியின் கைக்கு ஒப்பம் விலகியது.

“ஆ... நெலவு வந்தாச்சு...” கரும்பாறைக் கூட்டங்களுக்கு மேல் உயர்ந்துவரும் சந்திரனின் ஒளி, சாமக் காற்றில் தென்னை ஓலைகள் வழிவிட்டபோது லில்லியின் முகத்தில் பதிந்தது. மலர்ந்த உதடுக்களுக்கிடையில் வெண்பற்கள் பிரகாசித்தன.

“இரு...” புல்பாஸ் அவள் கையைப் பிடித்து உட்காரவைத்தான்.

லில்லி சற்றுக் குழைந்தபடி உட்கார்ந்தாள். அவனுடைய ஸ்பரிச இன்பத்தில் அவள் இதயம் ஊஞ்சலாடியது.

“என்ன, செல்ல விளிச்சீங்கே..?”

“கோளி அலி என்ன செய்தான்..?”

“கோளியை புடிச்சுட்டான்...”

“வேறெ…”

“வேறெ ஒண்ணுமில்லெ”

“செல்லு… என்கட்டை செல்லாட்டாயா..?”

“அய் வேறெ ஒண்ணுமில்லை…”

“எக்கு தெரியும்… நிச்செ இரெ புடிச்சானா…” லில்லியின் மார்பைச் சுட்டிக் கேட்டான். அவள் வெட்கமடைந்தாள்.

“இல்லெ… அப்பனாணெ இல்லெ…”

“நீ பொய் சொல்லுதா எக்கு தெரியும்.”

“இல்லாத வேளம் எல்லாரும் செல்லுதுவோ…”

“நீதான் பொய் செல்லுதா”

“நா உள்ளதுதான் செல்லுதேன்…”

“இல்லை பொய்… அந்த கோளி கள்ளன் குண்டிச்சி மோனெ உடமாட்டேன், புடி கெடச்சாண்ணா கெட்டி கடல்லெ தாப்பேன்.”

“நீங்கோ சண்டைக்கு போவாதீங்கோ…”

“மேகரையிலே உள்ள ஒருத்தனையும் உடமாட்டேன். இன்னு பாத்தியா மீசை மம்மக்கண்ணு புள்ளக்க தம்பிக்கெ அரியெ புடிச்சு அவனுக்கு அடியும் குடுத்தது. இபுஹாகீம் புள்ள மொய்லாளிக்கெ வலக்காரன் குழியாளியெ அடிச்சு போட்டானுவோ. பாத்துகிடலாம்.”

லில்லியின் உதடு மலர்ந்தது. அதில் சிரிப்பு படர்ந்தது. ஒரு கள்ளச் சிரிப்பு. “நீங்களும் மேகர மொய்லாளிக்கே மொவன்தானே?” அவள் தமாஷாகச் சொல்லிவிட்டு ஓசைக் கேட்காமல் வாய்ப் பொத்திச் சிரித்தாள்.

அவளுடைய சொற்கள் புல்பாஸின் மனத்தில் குத்தி ஏறின. அவன் பதில் ஏதும் சொல்லவில்லை. மௌனமாக இருந்தான். தன் பிறப்பின் வேர்களை நினைத்து நொந்தான். அவனுடைய நீண்ட மௌனம், தொலைவிலுள்ள பார்வை, அவளை நோகவைத்தன.

“எக்கெட்டெ சண்டையா..? நா வெளயாட்டுக்கல்லா சென்னேன்.”

“நீ சொன்னது சரிதான். நா காதர் புள்ளைக்குத்தான் பெறந்தேன்.” அவனுடைய கண்கள் நிலவோடு கொஞ்சும்

தென்னைக் குருத்தில் ஊன்றின. குருத்தோளளளளளலைகள் இளம் காற்றில் சொடக்குவிட்டன. அவன் அவளுடைய முகத்தை உற்று நோக்கினான். "காதர் புள்ளக்கு பெறந்த என்னை நீ கெட்டாட்டாயா..?"

அவளுடைய பதிலுக்காகக் காத்திருந்தான்.

"என்னை கை உடாட்டீரே."

"உடாட்டேன்... நின்னைத்தான் கெட்டுவேன்."

அவளுடைய முகம் பிரகாசித்தது.

புல்பாஸ் சிறிது மௌனத்திற்குப் பிறகு தொடர்ந்தான்.

"எக்கு வள்ளமும் வலையும் இல்லே. நிச்செ தள்ளயும் அப்பனும் சம்மதிப்பாரா?"

"சம்மதிக்காட்டி..?" அவள் அந்த வார்த்தையை முழுமையாக்கவில்லை, புல்பாஸிற்கு முன் அது முழுமையடையாத ஒரு கேள்வி! அந்தக் கேள்வியை அவன் எதிர்பார்க்கவில்லை. அந்தக் கேள்விக்கு அவனிடம் பதிலுமில்லை. அந்த வார்த்தையைப் பூர்த்தி செய்வதற்குண்டான மனத் திடம் லில்லியிடமும் இல்லை.

இருவரும் ஒருவருக்கொருவர் பார்த்தனர். மௌனத்தின் குளிர்ந்த, சலசலாரவமற்ற ஓர் அருவி அங்கு ஒழுகியது. அந்த அருவியின் தளிர் மெய்யழகை நுகர்ந்து ஒவ்வொருவரும் தம் மனத்தில் பதிலை உருவாக்க முயன்றார்கள்.

நடு இரவின் புன்னகையாய் சந்திரன் தென்னை மரங்களின் தலைகளுக்கு மேலிருந்து ஒளி சிந்தியது. கடலலைகளின் இசை முனகலும்.

தொலைவில் நூஹூ ஹாஜியாருடைய கூனன்தோப்பில் தேங்காய் விழும் சப்தம்.

லில்லி பயந்துவிட்டாள். "பேயா..?" லில்லி மௌனத்தைக் கலைத்தாள். புல்பாஸ் சப்தம் கேட்ட திசைக்குக் காதைத் திருப்பினான். மீண்டும் சப்தம்.

தேங்காய் குலையுடன் வெட்டிப் போடும் சப்தம்.

"ஏதோ கள்ளப் பயலுவொ தேங்கா குலையை வெட்டிப் போடுதானுவொ... நீ பயப்படாதே லில்லி..."

# 9

மூன்று ரோடுகள் மோதுமிடத்தில் பஸ் நிலையம். வடக்குத் தெற்காக செல்லும் ஒரு நீண்ட ரோடு. கிழக்குத் திசையிலிருந்து வரும் வேறு ஒரு ரோடு அத்துடன் சேருகிறது. இந்தச் சந்திப்பில், மாலையில் கூடும் ஒரு மீன் சந்தை உண்டு. மாலையானால், மீன் வாங்கவும் மரச்சீனிக் கிழங்கு வாங்கவும் பெரும் கூட்டம் அங்கு சேர்ந்துவிடும்.

பதரியா ஹோட்டலின் நேர் எதிர் திசையில் ஜன்னி நாகூருடைய வெற்றிலைப்பாக்குக் கடை. இரண்டு மூன்று துருப்பிடித்த சைக்கிள்கள் வாடகைக்கு விட. பஸ் ஏற வருவோரை உபசரிக்கக் கடைக்கு முன்பக்கம் இரண்டு பெஞ்சுகள். ஜன்னி நாகூர், மடியில் பீடித் தட்டை வைத்து எப்போதும் பீடி சுற்றிக்கொண்டேயிருப்பார். அவர் கண்கள் எந்நேரமும் ரோட்டின் மீதுதான். எதையோ தேடுவது போன்ற பார்வை.

மணி நாலு ஆவதற்குள் வழக்கம்போல் கடையின் முன்பகுதியிலுள்ள பெஞ்சு நிரம்பிவிடும். மீதமுள்ளவர்கள் வாடகைக்காக நிற்பாட்டியிருக்கும் சைக்கிளின் பெடலில் காலை வைத்துக் கைமுட்டைச் சீட்டில் ஊன்றியபடி நிற்பார்கள். அங்கு வந்து கூடுபவர்களெல்லாம் இளைஞர்கள். "சுந்தரக் குட்டன்மார்கள்." மாலை நாலு மணிக்கு ஒரு பஸ் வரும். சுருண்ட கூந்தலுள்ள கறுப்பான ஒரு இளம்பெண் வழக்கமாக அந்த பஸ்ஸில் வந்திறங்குவாள். இறங்கியதும் தலை குனிந்தபடியே கிழக்கு நோக்கிச் செல்லும் ரோடு வழியாக நடந்து போவாள். அவள் செல்லும்போது சிலர் மீசையைத் தடவிவிடுவார்கள். சிலருடைய தொண்டையில் யேசுதாசும் சௌந்தரராஜனும் இறப்பார்கள். சிலர், வறண்ட உதட்டை ஈரப்படுத்தி, புன்னகைத் துகள்களைத் தூவி மஜ்னுவாக நிற்பார்கள்.

ஐந்து மணி கடந்தால் அரசு மருத்துவமனையிலுள்ள நர்சின் வருகை, குடையை விரித்துப் பிடித்துக்கொண்டு தத்தித் தத்தி வரும்போது ஜன்னி நாகூர் பீடித்தட்டை மடியிலிருந்து மாற்றிவிட்டு எழும்பி நிற்பார். "எடேய் ஸைனுல்லா ... செக்கு வருதுடா ..."

எல்லாப் பார்வைகளும் அவள்மீது ஒன்றுகூடும். அவள் திணறிவிடுவாள். தலை உயர்த்தாமலேயே வேகமாக நடந்து போய்விடுவாள்,

"நடக்கும்போ சரக்கு கெடந்து ஆடுதெப் பாருடா ..."

அவளுடைய தடித்த பிருஷ்டத்தின் துடிப்பைப் பார்த்து இரசிப்பார்கள்.

"நாவூராக்கா செக்கு போயாச்சு. இனி பீடி சுத்துங்கோ ..."

"அந்த வளவு திரும்பட்டுடா ... அதுவரெ அவளுக்கெ செக்கு ஆடுதெ நாவூராக்கா பாக்கட்டு, உடுங்கோ ..." ஹம்சா சொன்னான்.

"டேய் மைராண்டிகளெ, நான் ஒங்களுக்கெல்லாம் குரு வில்லையாடா ... என்னையா வெளயாட்டடிக்கியோ ..." ஜன்னி நாகூர் எப்போதும் கூறும் பதில்.

"நாங்கொ உள்ளதெத்தானே சென்னோம்"

"செல்லுங்கடா செல்லுங்கோ ... நமக்கு வயசாச்சு. மக்களும் குட்டியுமாச்சு."

"அப்போ நீங்கொ எதுக்கு அவளெ பாக்கணும்."

"நிர்த்துங்கடா ... நிங்கல்லாம் ஒரு காலத்திலெ எனக்கெ பொடியன் மாருதானே ..." ஜன்னி நாகூர் ஒரு வெற்றிச் சிரிப்புச் சிரித்தார். இளைஞர்கள் பிறகு எதுவும் பேச நிற்பதில்லை, பொடியன் விளையாட்டின் கதைகளின் கட்டை அவிழ்த்து விடுவார் என்ற பீதி.

நர்சை வழி அனுப்பிவிட்டு ஒவ்வொருவராகப் பிரிந்து செல்வார்கள். ஆங்காங்கே நின்று பத்திரிகை வாசிப்பார்கள். இதற்கிடையில் ஏதேனும் பெண் வாடை வீசினால் பார்வைகள் கூரம்புகளாக மாறிவிடும்.

மூன்றரைக்கு மெயில் வண்டி வந்தது. மெயில் பையும் ஏற்றிக் கொண்டு பஸ் இருமி இருமிப் புகை கக்கியவாறு சப்பாத்து இறங்கியபோது மீசை மம்மக்கண்ணு பஸ் நிலையத்திற்கு வந்தான். மொட்டைத் தலையில் வட்டமான ஒரு கட்டு, சிகப்புத் துண்டால்.

அன்று பஸ்ஸுக்குப் பெரும் கூட்டம்.

முளகுமூட்டுக் கோயிலுக்குச் செல்லும் பக்தர்களின் திரள். எல்லா வியாழக்கிழமையும் பஸ்ஸுக்குப் பெரும் திரளாகவேயிருக்கும். எல்லா துறைகளிலுள்ளவர்களும் அங்கு செல்வதுண்டு. காரும் வண்டியும் ஏறாதவர்களெல்லாம் ஏறினர். அயனிச்சக்கையும் விளாங்காயும் நிறையவரும் புதுக்கடைச் சந்தையைப் பஸ்ஸிலிருந்து அதிசயமாகப் பார்த்தனர். முஞ்சிறையில் நேரம் அறிவிக்க ஊளை போடும் சைரனைப் பார்த்து கைகொட்டி மகிழ்ந்தனர் ... “ஹை ... ஹை ... ஊத்து.” ரோட்டை மலைத்துப் பார்த்தனர். சோறு போட்டா வாரித் திண்ணலாம். அப்படி பளப்பளப்பான ரோடு... சிலுமா படம் ஆடுத தேவி டாக்கீஸைக் கண்டனர். சியாமளா விலாஸ் ஹோட்டலின் கூரையைப் பொத்திட்டு வந்த சாம்பார் மணத்தை முகர்ந்தனர். இப்படி எத்தனை எத்தனை அற்புதக் காட்சிகள். உட்காரும்போது அமுங்கும் காரின் சீட்டில் பல தடவை எழும்பியும் உட்கார்ந்தும் சுகமனுபவித்தனர். அதன் மிருதுவைப் பாராட்டினர்.

ஓடும் பஸ்ஸிலிருந்து ஓலைமடக்குப் பெட்டியைப் பெண்கள் திறந்தனர். பச்சைப் பாக்கும் பழுத்த வெற்றிலையையும் வெளியே எடுத்தனர். வெற்றிலை போட்டு ரசித்தனர். அங்கு விலாஸ் புகையிலையின் வாசம் பஸ்ஸில் கட்டி நின்றது. ஓடும் பஸ்ஸிலிருந்து வெற்றிலைப் போட்டு நீட்டித் துப்பினர்.

சிகப்புநிற மரமேறிப் பாம்புகள் காற்றில் நெளிந்து பறந்தன. வழியே சென்றவர்களின்மீது குடல் கிழிப்பட்டுச் சளோவென்று விழுந்து சிதறின. துப்பலின் கட்டிச் சிகப்பைக் கண்டபோது உதட்டை இழுத்து மலர்த்திப் பார்த்து பல்லைக் காட்டிச் சிரித்தனர்.

ஐம்பத்தைந்து நபர்கள் உட்காரக்கூடிய வஸ்ஸில்[1] நூற்றைம்பது பேர்களை குத்தித் திணித்தனர். மனைவி ஒரு பக்கம், கணவர் இன்னொரு பக்கம். குழந்தைகள் வேறு ஒரு பக்கம். சட்டையைக் கழற்றி இடுப்பில் கட்டிக்கொண்டு ஆடவர்கள் இடித்து நெருக்கி ஏறினர். பஸ்ஸில் ஏறும் பரபரப்பில் பெண்களின் சேலைகள் பிறர் காலில் பட்டு உரிந்தன. கிழிந்தன. குழந்தைகளை இரு பக்கங்களிலுள்ள கம்பிகளுக்கிடையினூடே உள்ளே இழுத்து எடுத்தனர். தலையைத் திருப்ப இடமில்லை. கால் ஊன்ற இடமில்லை. மூச்சுவிட முடியாத நெருக்கடி.

“டிக்கட் ...” கண்டக்டர்.

---

1. பஸ்

“ஓய்… கண்டறாக்கெ, எக்கெ மாப்பிளக்கிட்டெ வாங்கும்…” மனைவியின் பதில்.

“இந்த பெம்பிளக்கெ புருஷன் ஆரு . . ?” கண்டக்டர் தேடினார்.

“ஏய் பட்டத்துக்கே அப்பனெ நிங்கொ எங்கே இருக்கீரும்.. ?”

“நான் இஞ்செ இருக்கேன்…” குகையிலிருந்து குரல் ஒலித்தது.

“பெலேய்… சப்பாணி… தாந்துபோன நாறவாருவணி நீ எங்கே இருக்கா . . ?” மகனை கூப்பிட்டு ஏச்சு.

பஸ்ஸிற்குள் டிக்கட் எடுப்பதற்கான கூச்சல். டிமிக்கிடுவதற் கான பதுங்குதல்.

பஸ் மெதுவாக ஊர்ந்தது. சின்னய்யனுடைய நொண்டிக் கழுதை சிப்பி சுண்ணாம்பு ஏற்றிக்கொண்டு உசரத்துவிளை ஏற்றம் ஏறுவதுபோல் வண்டியின் முனகல்.

கண்டக்டரின் நீண்ட விசில். பஸ் ஒரு ஓரமாக நின்றது.

“ஏங் இந்த பெம்பிளக்கெ புருஷன் ஆரு ஓய்..?” கண்டக்டர் உரெக்கெ கேட்டார்.

ஒவ்வொருவரும் திரும்பிப் பார்த்தார்கள். மனைவிகளைத் தேடினர்.

“இஞ்செ வரிங்க கண்டறாக்கெ. நா தாறேன்…” பஸ்ஸின் ஒரு மூலையிலிருந்து ஒருவர் கண்டக்டரை அழைத்தார். கண்டக்டரின் முன்னிலையில் கையிலெடுத்த வெற்றிலையை குசாலாக போட்ட பின்தான் காகித மடிப்பைத் திறந்தார்.

“ரண்டு முளு டிக்கட். ரண்டு சின்ன டிக்கட்.”

“சின்ன டிக்கட் ஆரெல்லாம்…?”

“எக்கெ பட்டத்துக்கும் . . . கைச்சூம்பிக்கும் . . .” திரும்பி கூட்டத்தை பார்த்துக் கூப்பிட்டார்…” பெலேய் கைச்சூம்பி…

“அப்பா நாங்கொ புல்லு விளையானுக்கெ கிட்டெ இருக்கோம்…”

“அங்கெ இருக்காவோ…”

“அர டிக்கட் ஆரப்பா . . . பாப்போம் . . ?” கண்டக்டர் எட்டிப் பார்த்தார்.

ஒரு சிறுவனை ஒருவர் கூட்டத்திலிருந்து தூக்கி உயர்த்திக் காண்பித்தார். வேறு ஒருவர் இன்னொரு சிறுவனை,

நெரிச்சலுக்குள்ளிருந்து இழுத்தெடுத்துத் தூக்கிக் காட்டினார், "இவங்கதான்".

பஸ் திரும்பி வரும்போதுதான் பெரும் பிரயாசை. குழந்தைகளின் மலம், மூத்திரம், வாந்தி எல்லாமே பஸ்ஸிற்குள்ளே நடக்கும். வியாழன் இரவில் வெடிவச்சான் கோயிலுக்குப் பின்பக்கமுள்ள சப்பரத்தில் கொண்டுபோய் பஸ்ஸைத் துப்புரவு செய்த பின்தான் மறுநாள் சர்வீஸ்க்கு விடுவது வழக்கம்.

மதியம் இரண்டு மணிக்கு வந்த பஸ்ஸில் கோயிலுக்குச் சென்றவர்கள் திரும்பி வரத் துவங்கினர்.

புல்பாஸின் வருகையை எதிர்நோக்கி மம்மக்கண்ணு பாலத்தின்மீது உட்கார்ந்திருந்தான். சிலவேளை புல்பாஸ் இதுவழி வராமல் கருங்கல் ரோடு வழி மேலே விளைக்குப் போயி அங்கிருந்து வேறு வழியாகத் துறைக்குச் சென்றுவிட்டாலோ..? மீசை மம்மக்கண்ணுக்குச் சந்தேகம் தோன்றியது. உடனே பஸ் ஸ்டாண்டை நோக்கி நடந்தான்.

பஸ்ஸிலிருந்து இறங்குவோரைக் கவனித்தான். ஜன்னி நாகூரின் கடையில் தொங்கவிட்டிருந்த செந்துளுவன் வாழைக்குலையிலிருந்து ஒரு பழத்தைப் பிய்த்தெடுத்தான். பழத்தைச் சாப்பிட்டான். தோலை ஜன்னிநாகூரின் ஆட்டின் வாயில் கொடுத்தான். பிறகு ஒருகட்டு காஜாபீடி, ஒரு தீப்பெட்டி. கடைக்கு முன் நின்று பீடி பற்றவைத்தான். கால் களைத்தபோது பெஞ்சில் உட்கார்ந்தான். பெல்டில் சொருகிவைத்திருந்த நீண்ட கத்தியை உருவினான். தரையில் கிடந்த வாழைக்குலை முண்டத்தை எடுத்தான். நுருநுரா வெட்டிக் கத்தியின் கூர்மையைப் பரிசோதித்தான்.

மம்மக்கண்ணு சம்மணம் போட்டு உட்கார்ந்தது ஜன்னி நாகூருக்குப் பிடிக்கவில்லை. மம்மக்கண்ணு அங்கு இருப்பானேயானால் குடும்பத்திலுள்ள இளைஞர்கள் அங்கு வரத் தயங்குவார்கள். அவர்கள் வரும் நேரம். வள்ளக்காரனாகிய ஒரு வடுகனுக்கு ஒப்பம் அவர்கள் எப்படி உட்காருவார்கள்? அப்படி உட்காருவது அவர்களின் குல மகிமைக்கு மேல் ஏற்பிக்கும் நகவடுவல்லவா? நல்ல குடும்பத்திலுள்ள இளைஞர்கள் வருவதால் லாபமுண்டு. எப்படியாவது ஏழெட்டு ரூபாய்க்கு 'கச்சோடம்'[2] நடக்கும். போட்டது விலை. பேரம் பேசுவதே இல்லை.

மணி நாலை நெருக்கியது. ஸைனுத்தீனும் சற்புத்தீனும் இப்படி ஒவ்வொருவராக அங்கு வரத் தொடங்கினர்.

2. வியாபாரம்

மீசை மம்மக்கண்ணு முட்டுக்குமேல் வேட்டியை உயர்த்திக் கொண்டு பெஞ்சில் உட்கார்ந்திருப்பதைக் கண்டனர். உடன் திரும்பிவிட்டனர். அப்துல்லாவின் கடைக்கு முன் கூடினர்.

சற்புத்தீன் சட்டைக் கைமடக்கிற்குள்ளிருந்து ரூபாய் நோட்டை எடுத்து அப்துல்லாவிடம் நீட்டுவதை ஜன்னி நாகூர் பார்த்துவிட்டார். பார்த்ததும் கல்பிற்குள் தீப்பற்றி எரிந்தது. தம்முடைய கல்லாவில் விழவேண்டிய காசு! நாசம் எழும்பிப் போறானில்லியே? சொல்ல முடியுமா? சொன்னால் 'சர்வத்ற' குழப்பம், உம்மாக்கும் வாப்பாக்கும் கண்ட மேனிக்குத் தானக்கேடு. அலவலாதி ஜாதி...

படச்சவனே! இந்த இபுலீஸெ இங்கெ இருந்து எழுப்பி விடு றப்பே..! நாகூரின் மனம் என்ற வெள்ளைப்புறா எல்லாம் வல்ல இறைவனிடத்தில் பாதுகாப்புத் தேடிப் பறந்தது.

மம்மக்கண்ணின் உதட்டிலிருந்து ஒரு கட்டு காஜாபீடியும் சாம்பலாகியது. மீண்டும் ஒரு கட்டு. அதிகமாக எதுவும் பேசாமல் கௌரவ பாவனையிலிருக்கும் அந்த இபுலீஸின் 'வசம் கெட்ட' இருப்பில் என்னவோ குழப்பமுள்ளதாக ஜன்னி நாகூருக்குத் தோன்றியது.

நாலுக்கு வந்த தமிழக அரசிலிருந்து அவள் இறங்கினாள். சுருண்ட கூந்தலுடைய கறுத்த சுந்தரி. இறங்கி, அவள் பாட்டுக்கு அவள் போனாள். விஸிலடி கேட்கவில்லை. ஜன்னி நாகூருடைய, 'செக்கு' குடையும் பிடித்துக்கொண்டு போனபோது நாகூர் உலக்கையை எடுத்து விழுங்கினாற் போல் திணறி உட்கார்ந்தார். பீடித்தட்டை மடியிலிருந்து எடுக்கவில்லை, எழும்பி நிற்கவுமில்லை. கக்கவும் முடியவில்லை; விழுங்கவும் முடியவில்லை. நாசம் புடிப்பான் தொலஞ்சு போறானில்லையே.

"இப்போது நேரம் ஐந்துமணி முப்பது நிமிடம் முப்பத்தி ரெண்டு வினாடிகள்" பதரியா ஹோட்டலின் முன்பகுதியிலுள்ள தாஜ்மஹால் படமுள்ள தூணில் ரேடியோப்பெட்டி நேரம் அறிவித்தது.

மம்மக்கண்ணு பொறுமை இழந்தான். சியாமளா விலாசம் ஹோட்டலுக்கு முன் புல்பாஸும் வேறு சிலரும் நின்றிருந்தாகப் பனச்சமூட்டு சந்தைக்கு போய்வந்த கொல்லங்கோடு மம்மானிபா சொன்னான். சிலவேளை புல்பாஸ் இந்தப் பாதை வராமல் பயந்துபோய் வேறு வழியாகப் போயிருப்பானோ? இவ்வளவு சுணங்கக் காரணமில்லையே?

மம்மக்கண்ணு எழுந்தான். சோம்பல் முறித்தான்.

"வரட்டா..?" விடை கேட்டான்.

"ஓ..." ஜன்னி நாகூர் விடையளித்தார். மனத்தால் திட்டினார். "நாசமாப்போ... எக்கெ வயிற்றுப்பாட்டெ கெடுத்தாயில்லியா... ஒளிஞ்சுபோ..."

மம்மக்கண்ணு கடற்கரை செல்லும் ரோட்டுக்குத் திரும்பும்போது துறையிலுள்ள சிலர் பாலம் ஏறி வருவதைக் கண்டான். அதில் இரண்டு பேர்கள் சட்டை அணியவில்லை. ஒருவன் சட்டையைக் கழற்றித் தோளில் போட்டுள்ளான். நல்ல பரப்பான மார்பு. "பத்து வீதியிலெ பத்து பலவ அறுக்கலாம." அவர்களுடைய நெஞ்சின் விரிவைக் கண்டபோது மனத்தில் எண்ணினான், அவர்கள் செல்வது சாயா குடிப்பதற்கு அல்லது கள்ளு ஷாப்பிற்கு.

மதியம் இரண்டு மணிக்கு பதினாறாம் நம்பர் ஷாப்பிற்கு ஒரு 'டோஸ் உட' சென்றிருந்தபோது யாரேனும் உண்டா என்று தேடினான். துறையிலிருந்து யாரும் வரவில்லை.

துறையிலுள்ளவர்களின் கண்ணில் படாதபடி சீனாடி வாத்தியின் கடைக்குள் ஏறி மறைந்திருந்தான். மம்மக்கண்ணு பலகாரம் அடுக்கி வைத்திருந்த பழுப்படைந்த கண்ணாடிப் பெட்டியின் கண்ணாடியினூடே அவர்கள் செல்வதைப் பார்த்தான்.

"உடப்பிடாது மருமோனே, வெள்ளாவி வைக்கணும்[3] தொறயிலுள்ள ஒருத்தியையும் இஞ்செ மீன் விய்க்க உடப்பிடாது." சீனாடி வாத்தி ஊக்குவித்தார். "வரட்டு வாத்தி..."

"மருமோனே ஆயுதத்தெ பற்றிக் கவலைப்படாதே... நாநிருக்கேன். உடப்பிடாது. நாலஞ்செண்ணத்தெ கத்தல் செய்யணும்..." கையில் கட்டியிருந்த கறுத்த நூலில் தொங்கிய வெள்ளி துஆவை[4] விரலால் இளக்கிவிட்டார்.

பதினாறாம் நம்பர் ஷாப்பிற்குச் செல்லும் வழியில் அரிசி தலைச் சுமைக்காரர்கள் சிலர் அங்கு வந்தனர். மம்மக்கண்ணின் கறுத்த பனியனையும் மீசையையும் சிகப்புத் துண்டாலுள்ள வட்ட தலைப்பாகையும் கண்டு அவர்களும் சாயாக் கடைக்குள்ளே நுழைந்தனர்.

"டேய் அய்மதே, நாலஞ்சு பேரு போயிருக்கியானுவோ. நீங்கெயெல்லாம் ஆற்றுக்கு போற இடவழியிலெ நிக்கணும்,

3. அடி கொடுக்க வேண்டும்

4. யந்திரம்

அவனுவெ வரும்போ ஒண்ணும் தெரியாத்த மாதிரி ஒண்ணுக்கு இருக்கணும். அவனுவளெ முன்னே விட்டு நா பின்னாலே வருவேன், ஓடிப்போங்கடா...” மீசை மம்மக்கண்ணு. உஷார்படுத்தினான்.

எல்லோரும் பாலம் கடந்து இடைவழியில் வந்து பதுங்கி நின்றனர்.

துறைக்குச் செல்பவர்கள் எப்போதும் அந்த வழியைத்தான் பயன்படுத்துவது.

“ராத்திரி ‘பஸ்ட்ப்ளே’ முடிஞ்சு எல்லோரும் நடந்து வருவானுவோ. வழியிலெ செறுக்கணும்...” சீனாடி வாத்தி யோசனை சொன்னார்.

“செறுக்கணும். கொஞ்சம் ஆயுதம் வேண்டாமா?” மம்மக்கண்ணு கேட்டான்.

“வேணும்... தயார் செய்வோம்...” சீனாடி வாத்தி வாக்குறுதி கொடுத்தார்.

பதரியா ஹோட்டலில் ஏறிய துறைக்காரர்கள் வெளியே வந்தனர். ஜன்னி நாகூரின் கடையில் சென்று வெற்றிலை போட்டனர். சுருட்டு வாங்கிச் சிலர் பற்றினர். கொஞ்ச நேரம் சினிமாப் பாட்டு கேட்டு நின்றனர். கரண்டு நின்றுவிட்டது. பதரியா ஹோட்டல் தூணில் தொங்கிய ரேடியோ ஸ்பீக்கர் நினைவிழந்தது. தியாகராஜ பாகவதரின் பாட்டுக் கேட்க முடியாமல் போன துக்கத்தில் துறைக்காரர்கள் திரும்பினர்.

சீனாடி வாத்தி தம் சாயாக்கடையின் வாசலைப் பிடித்துக் கொண்டு ரோட்டைப் பார்த்தார். துறைக்காரர்கள் கடற்கரை ரோடு வழியாகச் செல்வதைப் பார்த்தார். பாலத்தில் இறங்கிச் செல்வதைக் கவனித்தார். உடன் மம்மக்கண்ணு. சாயாக் கடையை விட்டு வெளியேறி விறுவிறென அவர்களைப் பின்தொடர்ந்தான்.

# 10

மண் சுவருள்ள, தென்னை ஓலை வேய்ந்த, சிறுவீடுகள். சில குடிசைகள். அப்படி வள்ளத் தொழிலாளர்களின் வீடுகள் அங்கு பத்து ஐம்பது உண்டு. 'தறவாட்டு'[1] முதலாளிகளுக்கு இவர்களுடைய வீடுகள், கெட்டுக்காரக்குடி. கொழும்பான் சேமது நானாவின் வீட்டில் மட்டும்தான் தரையில் சிமெண்டு. அது ஒரு சிறு 'நாலுகட்டு வீடு.' மனைவியின் குடும்ப வீடு. சீதனமாக் கிடைத்தது.

சேமது நானாவிற்கு வள்ளம் ஊன்றத் தெரியாது. சிறு வயதிலேயே கொழும்பு சபராளியாகி[2] விட்டார். அதனால் குடும்பத் தொழிலான வள்ளத் தொழிலைப் பழகவில்லை. வள்ளத் தொழில் தரித்திரம் பிடித்த தொழில் என்று அவருடைய வாப்பா அடிக்கடி கூறுவதுண்டு. மட்டுமல்ல. அவருக்கு ஒரு வீம்பும், என் மக்களுக்கு இனி இந்த இழிவான தொழில் வேண்டாமென்று. ஒரு தடவை எடுத்துக்கொண்ட சபதம். ஒரு திருமண வீட்டில் சாப்பாட்டு சஹனின் முன் மூன்று பேர் சேர்ந்து உட்கார்ந்திருந்தனர். நாலாவது ஆளாக சேமது நானாவின் வாப்பா அவர்களுடன் சேர்ந்து உட்கார்ந்தார். கெட்டுகாரக்குடியிலுள்ள வள்ளக்காரன்! மற்றவர்கள் திடுக்கிட்டனர். இவன்கூட உட்கார்ந்தா சாப்பிடுவது? வெறுப்புடன் எழும்பிவிட்டனர். சேமது நானாவின் வாப்பா தனிமைப்பட்டார். என்ன செய்ய வேண்டுமெனத் தெரியாமல் வெட்கித்துத் தலைகுனிந்தார். ஒரு உயிர்ச் சடலம் போல் எழுந்து வெளியே சென்றுவிட்டார்.

"நான் ஒரு வள்ளக்காரன் ஆனதினாலத்தானே? இனி எக்கெ மக்களாரும் வள்ள மூணப்படாது..." சபதம் செய்தார்.

---

1. அந்தஸ்து வாய்ந்த பெரிய குடும்பம்
2. பயணி

சேமது நானாவிற்கு பத்துப் பதினேழு வயதிருக்கும்போது வாப்பா அவரைக் கொழும்புக்கு அனுப்பிவைத்தார், உம்மாவின் காதில் கிடந்த இரண்டு தேருவாளியை[3] புதுக்கடையில் கொண்டுபோய் விற்றார். அந்தப் பணத்தைக் கொண்டு பயணம் புறப்பட்டார், கள்ளத் தோணியில். ஒரு நடுச்சாம வேளையில் கொழும்புக் கரை நெருங்கியதாகச் சொல்லி தோணியிலிருந்து இறக்கிவிட்டார்கள். கழுத்தளவு நீர். தோணியில் மொத்தம் பதிநாலு பேர். இறக்கிவிட்ட தோணி அலை கிழித்து அகன்றது. கால் முன்னால் வைக்க ஆழம் கூடிக்கொண்டே போகிறது. நீந்தினார். கை கால்கள் தளர்ந்தன. கரை நெருங்கவில்லை. வீட்டை விட்டு இறங்கும்போது நேராகச் சென்றது ஆற்றுப் பள்ளிக்கு. அங்கு 'யாசீன்' ஓதினார். நாகூர் ஆண்டவருடைய பேருக்கு ஒரு வாழைக்குலை நேர்ச்சையாக வினியோகம் செய்தார். பஹறின்[4] விசால மார்பிலூடெயுள்ள ஆபத்தான பயணத்திற்கு ஒரு பாதுகாப்பாக நிலை கொள்ளுகிறது, நாகூர் தர்காவும் அங்கு நித்தியத் துயிலில் ஆழ்த்திருக்கும் ஷாஹுல் ஹமீது ஒலியுல்லாவும். இந்த அவுலியாவுடைய அரவணைப்பு கடல் பயணிகளுக்கு எப்போதும் உண்டு என்ற நம்பிக்கை.

ஒரு தடவை கடற்கரையிலிருந்து நாகூர் ஆண்டவர் முகச்சவரம் செய்துக்கொண்டிருந்தார்கள். அவர்களுடைய கையில் முகம் பார்க்கும் கண்ணாடி இருந்தது. ஒரு பயணிக் கப்பல் மூழ்கிக்கொண்டிருப்பது தம் கையிலிருந்த கண்ணாடியில் தெரிந்தது. உடன் கையிலிருந்த கண்ணாடியை வீசியெறிந்தார். கப்பலின் அடிப்பகுதியில் இருந்த ஓட்டையை அந்த கண்ணாடி மின்னல் வேகத்தில் சென்று அடைத்தது. அவ்வாறு பெரும் விபத்திலிருந்து கப்பலும் அதில் பயணம் செய்த பயணிகளும் காப்பாற்றப்பட்டனர். அப்படி காப்பாற்றப்பட்டதற்கு நன்றி செலுத்தும் வகையில் அந்தக் கப்பல் முதலாளி சில ஆண்டுகளுக்குப் பிறகு கட்டிக் கொடுத்ததாகும் அங்கு காணப்படும் இரண்டு மீனாராக்கள். வாய் வழியாகக் காதுகளில் எழுதிய இந்த வரலாறு, காலங்களின் புயலால் அழிக்கப்படவே இல்லை. "நாகூராண்ட வங்களே… காப்பாத்துங்கோ…" சேமது காவல் தேடினார். அவருடைய கல்பு[5] பதறியது, மல்லார்ந்து நீந்தினார். கை கால்கள் ஓய்ந்தன. ஆகாய விதானத்தில் கண்சிமிட்டும் நட்சத்திரக் கோடிகள், வாழ்க்கை ஒரு நூலில் தொங்கி நின்றது. கடலின் கசத்திலிருந்து மௌத்து கூரிய நகத்தை

---

3. காதணி
4. கடல்
5. இருதயம்

விலா எலும்புகளுக்கிடையில் குத்தி இறக்கி உள்ளே இழுத்தது. தன்னைத் தாங்கி நிற்கும் சிறு நூல் அறுந்துவிழுமோ?

காலில் ஏதோ மண் திட்டு தட்டியது போலிருந்தது. உறுதிபடுத்துவதற்காகக் காலை ஊன்றினார். இடுப்பளவு தண்ணீர், கரை நெருங்கிவிட்டது.

சேமது நானா கொழும்பில் நிற்கும்போதுதான் பத்து நாட்களுக்குப் பின் கிடைத்த கடிதத்திலிருந்து வாப்பாவின் மௌத்தை பற்றித் தெரிந்தது. பெற்று வளர்த்து, கொழும்பில் சம்பாத்தியம் பண்ண அனுப்பிவைத்த வாப்பாவிடம் மகனுக்குள்ள அன்பை ஒரு துள்ளிக் கண்ணீரிலும் சிறிது நேர மௌனத்திலும் வெளிப்படுத்தினார். இரண்டோ, மூன்றோ வருஷங்களுக்குப்பின் உம்மாவின் கடிதம் வந்தது. துல்ஹஜ்ஜு[6] மாதம் பதினாலுக்குத் தனக்கு திருமணம் நிச்சயம் செய்யப்பட்டதாக உடன் புறப்பட்டுச் செல்ல வேண்டுமென்று உடன் புறப்பட்டார்.

தாலி கட்டியது வள்ளக்காரன் மம்மேலியின் மகள் அஸ்மாவின் கழுத்தில், கொரண்டியும் பாஸும்[7] முடியும் நிலையில், நிக்காஹ் நடந்து இருபது நாட்கள்கூடத் திகயவில்லை. நாணம் சலங்கை கட்டிய கண் முனையின் ஈர்க்கும் அழகும் மணவறையின் நறும்வாசமும் நீங்கும் முன் கொழும்புக்குப் புறப்படவேண்டிய இக்கட்டான நிலை. அவளுடைய ஈரக் கண்களின் காவிய இன்பமும் அவள் அர்ப்பித்த முத்தங்களின் சூடும், கப்பலைவிட்டு இறங்கிக் கொழும்பு மண்ணில் பாத மூன்றியபோது நினைவிலிருந்து நீங்கிவிட்டன. சைனபாவின் பிறப்பு ஒரு கடிதத்தின் வரிகளுக்கிடையிலிருந்து தெரிய முடிந்தபோது மகிழவில்லை. பின்னும் ஆண்டுகள் இரண்டு மூன்று, நகரின் பரபரப்பான காலடிகளுக்கிடையிலூடே நுழைந்து சென்றன. விழி நீரை எழுத்துகளாகக் காகிதத்தில் குறுக்கிய எத்தனையோ கடிதங்கள் முன்னால் வந்துவந்து வீழ்ந்தன. ஒரு பலவீன நிமிடத்தில் மனமுருகியபோது பாதங்கள் துறைமுகத்தை நோக்கி நகர்ந்தன. முப்பது நாட்கள்கூட ஊரில் நிற்கவில்லை, அலியின் ஜனனமும் கிழித்தெறிய முயன்ற ஒரு கடிதத்தின் வரிகளுக்கிடையிலிருந்து தெரியவந்தது. ஆனந்தத்தால் துள்ளிக் குதிக்கவில்லை.

பெண்மையின் இதய தாகத்தைச் சுரக்கும் கண்ணீரிலும், வறுமையின் கூரிய பற்களின் கடிகொண்டு ஒழுகும் நிணத்திலும் பொருமிய கடிதங்கள் ஒவ்வொரு வருடமும் கையில் வந்து

---

6. அரபிய மாதம்

7. விசா

வீழ்ந்தன. பட்டினி, உடுதுணி இல்லை, முகத்தை ஒரு கண் பார்க்க ஆசை ... இப்படி எல்லாம். தேத்தண்ணிக்கடையில் எரியும் பாய்லரில் கரி போடும் வாய் வழியாக உள்ளே சென்றன, கடிதங்கள் கனலில் பற்றி எரிந்தன. கரி தட்டியபோது சாம்பல் காற்றில் மிதந்தது.

சேமது நானாவுக்கு வீடு நினைவில்லை. குழந்தைகள் நினைவில்லை, மனைவியும் நினைவில்லை. எல்லாம் மறதியின் சகதியில் மூழ்கிவிட்டன.

வந்த ஒரு தந்தியிலுள்ள நாலு எழுத்துக்களை யாரோ ஒருவர் வாசித்து காட்டினார். பொருள் சொன்னார்.

'ஓஹோ ... சோலி முடிஞ்சுதா, ஒரு தொல்லை நீங்கிய ஆறுதல்.

கொடுங்காற்றில் பறக்கும் பஞ்சுபோல் வருடங்கள் தலைக்குமேல் பறந்தோடியதை அறியவேயில்லை. கால சுழற்சியின் வேகம், நிலைக்கண்ணடியின் முன் நிற்கும்போதுகூட, தலையில் வெள்ளிக் கம்பிகள் தென்பட்டதையோ கன்னத்தின் கதகதப்பு மாய்ந்து சுருக்கங்கள் விழுந்ததையோ கவனிக்கவில்லை.

ஒரு நடுநிசி. யாரோ கூப்பிடும் சப்தம் கேட்டு விழித்துப் பார்த்தபோது கண்முன் போலீஸ்காரரின் தொப்பி. போலீஸ்காரரின் பின்னால் இறங்கிச் செல்லும்போது உடுதுணி மட்டும். துறைமுகத்தில் தயார் நிலையில் நின்றிருந்த கப்பலைக் கண்டவுடன் கொழும்பு என்றென்றும் தனக்கு ஒரு நஷ்டம் என்பதை உணர முடிந்தது. அந்த உணருதல் கண் தடத்தில் கிழித்த ஓடைகளில் வடிந்தது கண்ணீரா? கடல் நீரா?

அலைகளில் அசைந்து அசைந்து முன்னேறும் கப்பலின் மேல்மாடியில் நின்றிருந்தபோது, எல்லாம் இழந்த துயரத்தால் கடலில் குதிக்கத் தோன்றியது. குதிக்குமுன் பசுமையான சொந்தக் கிராமத்தின் எழில் கரங்கள் தடுத்தன. தாயில்லாமல் வளரும் இரு எத்தீமான[8] குழந்தைகளின் வாடிய வதனங்கள் தடுத்தன.

வெறும் கையும் வீசிய கையுமாக, கண்ணீரும் இருமலும் தொற்று நோயுமாகப் போவது எங்கே? முகம் பார்த்திராத இரு குழந்தைகளுக்குப் பெரும் பளுவாக ஊருக்கு.

காலுக்குத் தளர்வாதம் பிடிப்பட்ட நார் கட்டிலில் மல்லாந்து கிடந்தபோது சேமது நானா இறந்த காலங்களை அசைபோட்டார். இதயத்தில் ஏதோ ஒரு மூலையில் கனிவின் ஈரம் பட்டபோது மகளைக் கூப்பிட்டார்.

---

8. அனாதை

"மோளே ..."

"என்ன வாப்பா?"

"அலி எங்கிட்டு போயிருப்பான் ..?"

"தெரியாது ..."

"அவனாலெ ஊரிலெ பெரும் கலட்டா நடக்கப் போவுது. என்ன ஓதச்சாலும் திருந்துறானில்லெயே ..."

"என்ன குழப்பம் வாப்பா ..?"

"அடேய் ஒனக்கு இந்த வெளப்பம் தெரியாதா . . ." தொறப்பசங்களும் நம்பொ பசங்களும் சாயங்காலம் ஆத்துலெ பெரும் அடி ... தொறப்பசங்கொ தலை உடைஞ்சுது ..."

"உள்ளதா ..?"

"ஆமா, நெசந்தான். மொதெ ஷோ பைஸ்கோப் பாத்திட்டு வந்த பசங்களையும் அடிச்சாங்கோ, நாளெ மீன் விக்க தொறப்பெண் புள்ளியளெ உடப்படாதுணு சொல்லிருக்கானுவொ பசங்கோ ... எல்லாம் ... இந்த படுவாயாலெ வந்த தொல்லை."

"ஆரெல்லாம் உண்டு ..?"

"மீசை மம்மக்கண்ணும் அவன்டெ மச்சான் அத்றான் கண்ணும் ... வேறெயும் கொஞ்சம் பசங்களும் உண்டு ..."

மம்மக்கண்ணு என்று கேட்டபோது சைனபாவின் இதயத்திற்குள் ஒரு மின்சார பிரவாகம். அவள் மனம் படபடத்தது. நிம்மதி இழந்தாள். அந்த உடம்பில் கம்பா பிடித்து காய்த்து மரம் போலிருக்கும் தொறயக்காரர்களின் கைபட்டிருக்குமா? யாரிடம் கேட்பது?

"நம்மொ ஆளுவளுக்கு அடி உண்டா ..?"

"அவங்கடெ கை புளியங்கா பறிக்கவா போவும் ..?"

சைனபா பிறகு எதுவும் கேட்கவில்லை.

சேமது நானா தானாகவே புலம்பினார்.

"நேரம் வெளுக்கட்டு அவனெ எங்கிட்டு போயாவது புடிச்சுட்டு வரணும்."

சேமது நானா திரும்பிப் படுத்தபோது நார்க் கட்டில் கர கரவென்று அழுதது, கூட இருமலும்.

சிந்தனைகள் பீலி விரித்தபோது தூக்கம் இமைகளிலிருந்து விலகி நின்றது: திரி தாழ்த்திய சிமினி விளக்கின் மங்கிய

ஒளியில் வீட்டில் மேற்கூரையிலுள்ள சிதலரித்து இற்றுப்போன வாரிக்கைகள் தென்பட்டன. சைனபாவின் பார்வை அதில் ஊன்றின. சாய்ந்த தென்னை மரத்திலிருந்து விழுந்த காய்ந்த தேங்காய் சிருஷ்டித்த ஓட்டையை இருள் தன் கைகளால் மூடியிருக்கிறது. கம்பா இழுத்து நெய்யப்பம் போல் காய்த்துப் போன இரும்புக் கைகள் மம்மக்கண்ணின் உடம்பில் சக்தியுடன் விழும் சித்திரம் மனத்தில் உருவம் கொண்டபோது சைனபா நடுங்கினாள். அந்தச் சபிக்கப்பட்ட சித்திரத்தை மனத்திலிருந்து நுள்ளி எறிய முயன்றாள்.

திண்ணையின் வாப்பாவின் குறட்டை ஒலி.

இதயத்தின் வேலிக் கட்டிற்குள் மம்மக்கண்ணின் நிரம்பிய உருவம், கழையைக் கொண்டு தைத் தென்னையின் ஓலையில் தட்டி, எழுப்பும் சிருங்கார ஓசை. தான் வாசல் திறப்பதை எதிர்நோக்கி மெதுவாக அடி எடுத்து வைத்து, பீடி பற்றவைப்பதாக நடித்து நிற்கும் அந்த அழகிய உருவம். வாசலைத் திறக்கும்போது அந்தக் கறுத்த உதட்டில் படரும் பிரகாசமான புன்சிரிப்பு, கல்பின் அடிப்பகுதியில் அது முக்குளி போட்டு மேலே உயர்ந்து வரும்போதுதான் சிரிப்பது. நிறமுள்ள சித்திரங்கள்.

“வாப்பா இல்லியா . . ?” வழக்கமான கேள்வி.

“தேயிலெ வெள்ளம் குடிக்க போச்சு . . .” வழக்கமான பதில்.

“அலி உண்டா . . ?”

“இல்லெ . . .”

“அவனாலெ பெரிய நாசம் . . .”

“தம்பியெ பாத்தீளா . . ?”

“பாத்தேன். நேத்து நூகு ஆஜியாருக்கெ தோப்பிலெ போய் தேங்கா மோட்டிச்சு போட்டான் . . .”

அலி தேங்காய் திருடிவிட்டான் என்று கேட்டபோது சைனபாவுக்கு அய்பாக[9] இருந்தது. கள்ளப் பயலுக்கெ தாத்தா[10]வென்று மம்மக்கண்ணு தன்னைப்பற்றி எண்ணினாலோ? அவள் தலைகுனிந்தாள்.

“சைனபா . . .” அவள் நிமிர்ந்தாள் . . . “இனி அலி எனக்கெ மச்சினன், நா . . . அவனெ திருத்துவேன் . . .” மம்மக்கண்ணின்

---

9. கேவலமாக

10. அக்காள்

பார்வையில் பொதியப்பட்டிருந்த பொருளை அவள் உணர்ந்த போது வெட்கித்து முகத்தைப் பொத்தினாள்.

உங்கள் மனைவியாவது எப்போது? வாப்பா தெரியாத பந்தம். அலி அறியாத உறவு. உம்மா ஹயாத்துடன்[11] இருந்திருப்பாளேயானால் இப்படி ஒரு நட்பான தொடர்பு வைத்திருக்க முடியுமா? உடன் தன்னைச்சுற்றி ஒரு பலமான வேலி அமைத்துவிடமாட்டாளா? மணமாகாமல் வாழ்க்கையில் இருபத்தைந்தாவது படிமேல் நிற்கும் தன்னுடைய எதிர்காலம்? இதயத்தின் இருட்டறையில் மோகங்களின் பாதங்களில் விலங்கு மாட்டப்பட்டுச் சிறைப்படுத்தப்பட்ட தம் அவலமான நிலை. எடுத்து முத்தமிட ஒரு பிஞ்சுக் கன்னமாவது கிடைக்காதா ..?

ஊரும் வீடும் தெரியாத இந்த உறவு நிக்காஹ் வாயிலாக உறுதிப்படுத்தி விடுவாயா தம்புரானே!

நோய் சுமந்து திரியும் வாப்பா!

சொல் கேட்காத தம்பி!

அவளுடைய கண்கள் ஈரமணிந்தன.

கொச்சுப் பள்ளியில், சேமக்கண்ணு மோதீனாரின் தொண்டையிலிருந்து எழுந்த பாங்கோசையில் நேரம் புலர்ந்தது. எங்கோ ஒரு கோழி கூவியது. திண்ணையில் நார்க் கட்டிலின் கரகரப்பான அழுகை. தீப்பெட்டி உரைத்துப் பற்றவைக்கும் சப்தம். தீக்குச்சி மருந்தும், கம்பும் கரிகிற வாடை மூக்கைத் துளை போட்டது. வாப்பா விழித்துவிட்டார். விழித்ததும் எச்சிவாயில் பீடி பற்றவைத்துக் குடிக்கும் பழக்கத்தை இன்னும் விட்டபாடில்லை. இருமலின் நீளம் அளவு கடந்தபோது, சைனபா பயந்துபோய் விளக்கின் திரியை நீட்டினாள். விளக்குடன் வாப்பாவின் பக்கம் சென்றாள்.

“நீ சீக்கிரம் முளிச்சிட்டியா ..?”

“வாப்பா சுமச்சது[12] கேட்டு முளிச்சேன்” ஒரு பொய் சொன்ன குற்ற உணர்வு அவள் நெஞ்சில் மின்னி மறைந்தது.

“என் சட்டையெ இப்படி குடு ...”

சைனபா சட்டையை எடுத்து வாப்பாவிடம் கொடுத்தாள்.

---

11. உயிருடன்
12. இருமியது

கொழும்பான் சேமது நானா சட்டையை மாட்டினார், டர்க்கித் துண்டை எடுத்து தலை வழியாகப் போர்த்தினார். படி இறங்கும்போது தானாகச் சொன்னார்.

“ஒரு தேத் தண்ணி குடிச்சுட்டு வாறேன் ...”

ooo

“பஸ்டு ப்ளே” சினிமா பார்த்துவிட்டு வந்த துறைக்காரர்களை மீசை மம்மக்கண்ணும் வேறு சிலரும் சேர்ந்து அடித்து காயப்படுத்திய செய்தி சிவசிவ விலாசம் காப்பிக் கடையில் எதிரொலித்தது.

முளகு மூட்டிற்குச் சென்ற புல்பாஸும் உடன் சென்ற சிலரும் திரும்பி வரும் வழியில் தொடுவட்டி தேவி டாக்கீஸிற்கு சென்றார்கள். தரைக்கு டிக்கெட் எடுத்தனர். வேட்டியை உயர்த்திக் கொண்டு அண்டர் வெயருடன் தரையில் உட்கார்ந்தனர். ‘வாள் பைட்’ உள்ள படம், புல்லரிப்புடன் பார்த்தனர். ‘மாட்டனி ஷோ’ விட்டதும் ஓடிச்சென்று பஸ்ஸில் ஏறினர். புதுக்கடையில் ‘அன்னை வேளாங்கண்ணி.’ பஸ்டு ப்ளே பார்த்தனர். நீண்ட படம். சினிமா விட்டபோது கடைசி பஸ் புறப்பட்டுச் சென்றது. “ஒராள் ... ஒராள்” என்று சுத்தியவாறு கைதட்டிப் பின்னால் ஓடினர். பஸ் கைச்சூண்டி ஏற்றம் ஏறிச்செல்லும் பறபற இரைச்சல், வேறு பஸ் இல்லை, நடந்தனர்.

பைங்குளம் ஏமாவின் கடையில் புகுந்தனர். ஈரண்டு காய்ந்த மோதகமும் சாயாவும் குடித்து விட்டு ஏப்பம் விட்டு நடந்தனர். பாறாக்கோட்டை கள்ளு ஷாப்பிற்குள் முணுமுணுத்து எரியும் ராந்தல் ஒளியில் மனித அசைவுகள், வாசலில் தொங்கிய அழுக்குத் திரையை உயத்திக்கொண்டு கேட்டனர்.

“உண்டா .. ?”

“இல்லெ ...” கள்ளு ஷாப்பிற்குள்ளிலிருந்த பதில் வந்தது

“உண்டு ... இருட்டிலிருந்து நாலைந்து பேர் ஓடிவந்தனர்.

புஸ்பாஸும் கூட வந்தவர்களும் திடுக்கிட்டனர். வந்தவர்கள் ஓங்கி ஒவ்வொருவரையும் பிடித்துக் குத்தினர். புல்பாஸும் மற்றவர்களும் திருப்பிக் குத்தினர். ஒருவருக்கொருவர் ‘பிஸிர்’ வைத்த இடி, குத்து, மிதி. புல்பாஸும் அவனுடன் வந்தவர்களும் தளர்ந்தனர். எதிரிகள் எண்ணிக்கையில் அதிகம். தாக்குப் பிடிக்க முடியவில்லை. ஓடினர். மம்மக்கண்ணும் அத்றாங்கண்ணும் மற்றவர்களும் பின்னால் துரத்திச் சென்றனர். விரட்டிவிரட்டி உதைத்தனர்.

புஸ்பாஸ் பிடி கொடுக்கவில்லை. ஓடினான். மம்மக்கண்ணு அவனைப் பின்தொடர்ந்தான். வழி நெடுகிலும் இருட்டு – குத்தா குற்று இருட்டு, புல்பாஸ் கடற்கரை ரோடு வழியாக ஓடிக் தப்ப முயன்றான். துரதிருஷ்டம், இபுறாஹிம் பிள்ளையின் கயிற்றாப்பீஸின் முன் கிடந்த ஒரு மரத்தில் கால் தட்டிக் கவிழ்ந்து கீழே விழுந்துவிட்டான்.

மம்மக்கண்ணு புஸ்பாஸின் தலை முடியைப் பிடித்துத் தூக்கி உயர்த்தினான். கை முறுக்கி முகத்தில் குத்தினான்!

"நீ ஒரு சட்டம்பி இல்லியாடா? காதரு பிள்ளைக்கு பொறந்தவனானாலும் நீ கெடந்தது செறப்பீனாக்கெ வவுத்திலெயாக்கும்."

பேய் பிடித்த நாய்போல் கத்தினான் மம்மக்கண்ணு.

புல்பாஸ் தளர்ந்துவிட்டான். நான்கு மைல் நடந்துவந்த களைப்பு. பசி வேறு.

மம்மக்கண்ணு கோபம் தணியாமல் காலைத் தூக்கி புல்பாஸின் அடி வயிற்றில் மிதித்தான்.

புல்பாஸ் கீழே விழுந்தான்.

"கொண்ணு போடுவேன், மருவாதய்க்கு இருந்துக்கோ . . ." மம்மக்கண்ணு கைவீசி நடந்தான்.

அவிழ்ந்து போன வேட்டியை புல்பாஸ் கையில் தாங்கிக் கொண்டான். உடுக்க முடியவில்லை. மெதுவாக எழுந்து நடந்தான். கால்கள் மணலில் பதியவில்லை. சக்தியிழந்து இளைத்து இளைத்து நடக்க முயன்றான். முடியவில்லை. தரையில் உட்கார்ந்துவிட்டான். காலை முன்னால் நீட்டிக் கைகளைப் பின்னால் ஊன்றி உட்கார்ந்து மூச்சு வாங்கினான். குளிர் காற்று ஊதியது. மணலின் நேர்த்தியும் உட்காரவும் முடியாமல் மணலில் சரிந்து படுத்தான்.

புல்பாஸின் கண்களில் புகை. கடலும் கடற்கரையும் தலைமேல் வட்டம் சுற்றின. எங்கே செல்கிறேன்? பாலைவனத்திலா? ஆகாய மண்டலத்தை நோக்கியா? தொண்டையில் காடு பற்றி எரிகிறது. கடலைப் பார்த்து நகர்ந்தான். கடல் அலை கரைக்குத் தள்ளிய உப்பு நீரை கையில் ஏந்தினான். மடமடவென்று குடித்தான்.

"ஆண்டவரே!"

# 11

நூஹுー ஹாஜியாருடைய சுஹறா மன்ஸில் இரண்டு மாடி மட்டுப்பா கட்டிடம். மொசைக் தரை. சுவரும் ஏறிச் செல்லும் படிகளும் கூட. குளியலறையிலும் கழிப்பறையிலும் சலவைக்கற்கள். தரையில் சோறு பரிமாறிச் சாப்பிடலாம். அவ்வளவு பளபளப்பு.

“மாதவா ...” ஹாஜியார் மூத்த ஆசாரியைக் கூப்பிட்டார்.

“அடியேன் ...” முத்தாசாரி ஹாஜியாருடைய முன்னிலையில் வணங்கி நின்றார்.

“இந்த காணக்கூடிய தேசத்திலே நம்மோ கெட்டப் போறது போலெ ஒரு கட்டிடம் இருக்கப்படாது. எப்படி?”

“இருக்காது”

“எப்படி?”

“ஓ ...”

“வந்து பாக்கு தஜன மெல்லாம் இப்படி ஒன்னு இல்லேனு செல்லணும். எப்படி?”

சொல்லுவாங்கோ ... மாதவன் சொல்ல வைப்பேன் ...”

“என்னப்பா வறுவேல் பேசாமெ நிக்கிதா ..?” ஹாஜியார் கொத்தனாரைப் பார்த்தார்.

“ஓ ...”

“இந்த தேசத்திலெ உள்ள ஜனங்களெல்லாம் பொறாமைப்படனும் எப்படி?

“பொறாமப்பட வச்சுப்போடுவோம் ...” வறுவேல் மேஸ்திரி தம் தலையிலுள்ள குறுமுடியைத் தடவினார்.

எல்லோரையும் பொறாமைப்படுத்துமாறு கட்டிடம் உயர்ந்தோங்கி நின்றது. பால் காய்ச்சுவதற்கு முந்தைய நாள் ஹாஜியார் இரண்டாவது மாடியில் ஏறி நின்றார். சுற்றிலும் நோட்டமிட்டார். வள்ளக்காரர்களின் குடிசைகள் கோழிக் கூடு போல் தரைப்பற்றி கிடப்பதைக் கண்டபோது ஹாஜியார் குலுங்கி குலுங்கித் தொந்தி குலுங்கச் சிரித்தார். "இந்த வெறு வாக்கரி கெட்ட பயலுவோ இந்த ஸமானிலெ[1] இப்படி ஒரு வீடு கட்டவா? அப்பம் பட்டாப்பகலில் நிலா உதிக்கும்."

முஹல்லின் செயலாளர் பதவி நூஹு ஹாஜியார் ஏற்ற பின்னர் நிர்வாகத்திற்கு ஒரு புத்துணர்வு. ஒரு சுறுசுறுப்பு. லப்பையும் மோதீனாரும் பம்பரம் போல் சுழன்றனர். கோழி அலி ஒரு தடவை பள்ளித்தோப்பில் தேங்காய் திருடினான். அவனைப் பிடித்துக் கட்டிவைக்க உத்தரவு போட்டார். சுண்டெலி செய்னுல்லாவும் கருவாட்டானும் சேர்ந்து அலியைத் தேடி நடந்தனர், வண்ணாங்குளம் பாறை இடுக்கில் அடர்த்தியாக வளர்ந்த காட்டுச் செடிக்குள் பதுங்கியிருந்த அலியை இரு சட்டம்பிகளும் இழுத்துவந்தனர். பள்ளிக்கு முன்பக்க முள்ள கொடித் தூணில் கட்டிவைத்தனர்.

ஊரறிய உலகறிய பள்ளித் தூணில் கட்டிவைத்துத் தண்டனையைப் பெறுவதென்றால் ஜன்ம ஜன்ம காலம் வரை ஊர் மக்கள் இழுக்குப் பேசித் திரிவார்கள். இதை நினைத்த போது கொழும்பான் சேமது நானாவிற்கு இருப்புக் கொள்ளவில்லை. ஹாஜியாரைப் பார்த்துச் சங்கடம் சொல்ல 'சுஹறா, மன்ஸிலுக்கு வந்தார், 'சுஹறா' மன்ஸிலுக்கு முன் குந்தி உட்கார்ந்து இருமினார்.

ஹாஜியாரைக் கண்டு அழுது வேண்டினார்.

"சவத்தெ அவுத்து உடு ..." ஹாஜியார் உத்தரவிட்டார்.

சுலைமான், ஹாஜியார் பிறப்பித்த உத்தரவையும் கொண்டு ஜும் ஆ பள்ளிக்கு போகும் வழியில் சிவசிவ விலாசத்திற்குள் நுழைந்தான்.

கறுத்த பெஞ்சிற்கு மேல் காலூன்றி உட்கார்ந்துகொண்டு அங்கிருந்தவர்களிடம் உரக்கச் சொன்னான்.

"பாத்தியளா ஆம்புள்ள சிங்கம் முஹல்ல செக்கட்டறி ஆனப்பம் ஊருக்கெ நெல மாறினது. முன்னாலெ பள்ளித் தோப்பிலெ ஏறி களவாண்டா என்னேணு கேக்க ஆளுண்டா கேட்டீளா? பதவிக்கு தகுதியானவன் பதவிக்கு வந்தப்பம் ஒவ்வொருத்தனும் கால்லெ வந்து விழுந்து உம்மா வாப்பா

1. காலத்திலெ

எண்ணு கரயானுவோ ...” சுலைமான் மேஜைமீது ஓங்கிக் குத்திக் கலகலவென்று சிரித்தான்.

“பற்றுலெ எழுதிக்கொ ...” சாயா கிளாசை மேஜைமீது வைத்துக்கொண்டு பள்ளியை நோக்கி ஓடினான், சுலைமான்.

“ஆஜியாரு செக்கட்டறி ஆனப்பம் இவனுக்கு ஒரு கொம்பு கூடுதல். என்னா துடிதுடிக்கியாம் பெறக்கி நாய் ...” நைனாம்மது காறித் துப்பினார்.

வெயிலுக்குச் சூடில்லை. உரோமத் துவாரங்களில் பனி நகம் செலுத்திப் பிறாண்டியது. எலும்புகளின் கட்டுகளைக் குலைத்தது, உதடுகளை வறளச் செய்தது.

கையில் ஊற்றிய தேங்காய் எண்ணையை மொட்டைத் தலையில் தேய்த்துக்கொண்டு சுஹறா மன்ஸிலின் முன் திண்ணையில் கிடந்த செட்டியில் ஹாஜியார் உட்கார்ந்தார். வறண்டு போன உதட்டில் எண்ணெய் தடவினார். பீடியை மதிலில் ஊன்றி அணைத்துக்கொண்டு, உயர்த்திக் கட்டிய வேட்டியை அவிழ்த்துவிட்டுக்கொண்டு சுலைமான் அங்கு வந்தான்.

“பயங்கர அடி ...” வந்து ஏறியதும் சொன்னான்.

“எங்கெடா .. ?”

“தொறயக்காரனுவளும் வள்ளக் காரனுவளும் ...”

“நேத்து சாயந்தரம் நடந்த அடிதானே .. ?”

“இல்லெ, இது நேத்து ராத்திரி தொறயிலெ கணக்கபிள்ளை நம்மொ ஊட்டுக்கு வந்துட்டு போன பிறவு. பஸ்டு ப்ளே பாத்திட்டு வந்தவங்களெ மாபாவியோ அடிச்சுப் போட்டானுவோ ...”

“அவனவனுக்குள்ளே பாக்கட்டு. வள்ளக்காற களிசறப் பயலுவளுக்கெ விசயத்திலெ ஊருலே உள்ள மொதலாளி மாருவொ தலயிட மாட்டோமென்னு தொறயிலே உள்ள வங்கட்டெ செல்லிப்போட்டேன்” ஹாஜியார் தொந்தியின் மீது சாய்ந்து கிடந்த இரு மார்புகளையும் எண்ணை கொண்டு தடவிவிட்டார்.

“வள்ளக்காரனுவளுக்கெ தலையைக் கண்டா புடிச்சு கடல்லெ தாத்து போடுவானுவோ ...” சுலைமான் எச்சரித்தான்.

“தாக்கட்டு. நமக்கென்னடா? அவனுவளுக்குள்ளே அடிச்சு சாவட்டு.”

“தண்ணி சூடாச்சு . . .” ஹாஜியாரின் மனைவியுடைய மணிக்கொலுசு சிலுங்கியது.

ஹாஜியார் குளிக்கச் சென்றார். வெந்நீர் உடம்பில் விட்டபோது ஒரு சுகம், பாதி மலர்ந்த உதட்டுகளுக்கிடையில் பற்கள் தெரிந்தன, மனைவி சோப்புப் பெட்டிக் கொண்டு வைத்தபோது ஒரு குறும்புச் சிரிப்பு.

“ஓ ஒரு புதியாப்ள எண்ணாக்கும் விசாரம்” கைஜாத்தாவும் ஒரு குறும்புப் பார்வை பார்த்தாள்.

“குட்டியேய்...” மனைவியைக் கூப்பிட்டார். “அமீது இப்பிடி ஊட்டுக்குள்ளே கெடந்தா எப்படி ?... நாலு பேரு கண்டாலில்லியா வல்ல சம்மந்தவும் வரும். ஸித்துலெ[2] நாலு வட்டம் தோத்து போனா. இல்லெண்ணா வல்ல காலேஜிலேயும் படிக்க வைக்கலாம்” ஹாஜியார் மகனை நினைத்துக் கவலையடைந்தார்.

“அவன் படிச்சு உத்தியோகம் கெடச்சு சம்பளம் வாண்டி வீடு நடக்கண்டாம் . . .”

“குட்டி ஹமுக்கே[3]... உனக்கு அகலுண்டா ?[4] படிக்க வைக்கீது உத்தியோகத்துக்கா . . . பிஎ எண்ணோ எம்மே எண்ணோ போட்டா சீதனம் லக்ஷக்கணக்கிலெ கெடக்கும். அதாக்கும் எனக்கெ ஹாஜத்[5] . . . அதுக்கும் ஒரு வழி இருக்கு . . .”

ஹாஜியார் கையில் சோப்பைப் பதைத்தார்.

கைஜாத்தா, இடுப்பிலிருந்து நழுவிப் பிருஷ்டத்திற்கு சென்ற வெள்ளி அரைஞாணை மெதுவாக மேலே உயர்த்திவிட்டவாறு சமையலறைக்குச் சென்றாள்.

சுஹறா மன்ஸிலுக்கு முன் ஒரு கார் வந்து நின்றது. கைஜாத்தா வாசல் திரையை நீக்கிக்கொண்டு எட்டிப் பார்ததாள். “இரண்டு மூன்று பேர் காரிலிருந்து இறங்குவதைக் கண்டாள்.

○○○

கடற்கரையில் மீன்பாடில்லாத மௌனம். ஒவ்வொருவரும் குடிலுக்கு முன் நின்று கடலைப் பார்த்தனர். அந்தப் பார்வையில் மீன்பாடில்லாத ஏக்கம். பாட்டினி வாட்டிய முகங்கள். வறண்டு போன உதடுகள். வள்ளங்களையும் மரங்களையும் கடலில்

---

2. எஸ். எஸ். எல். சி
3. அறிவிலி
4. அறிவு
5. அபிலாஷை

இறக்கினர். ஒண்ணாம் பாட்டுக்குக் கடலுக்குச் சென்ற வள்ளங்கள் புறம் கடலில் சென்று வலைப் போட்டன. கரை வந்த வலைகளில் கொஞ்சம் சொறி அகப்பட்டது. வேறு சில துறைகளில் கொஞ்சம் மீன் பாடுண்டு. ஐம்பது ரூபாவுக்கும் அறுபதுக்கும். அதுவும் எல்லா வலைகளுக்கும் இல்லை. மாலையில் இறால் வலைகளில் எதுவும் இல்லை. சின்னத்துறையில் இறால் வலைக்கு நல்ல பாடு. 'ஐஸ் கம்பனி' வேன்கள் சின்னத்துறையில் முகாமிட்டு அங்கும்மிங்கும் ஓடின. முன்னூறும் நானூறும் இறால்கள் ஒவ்வொரு வலைக்கும். நூற்றுக்கு நூற்றுத் தொண்ணூறு ரூபாய்.

தொம்ம புள்ளையின் வலையில் மூணே மூணு இறால்கள் மட்டும் பட்டன. புத்தன்துறை தேவாலயத்தில் கோபுரமும் அதன் உச்சியிலுள்ள பொன் சிலுவையும் குடிசைகளும் நெருங்கி வளர்ந்தோங்கி நிற்கின்ற தென்னை மரங்களும் புகை போல் மேகங்களைப்போல் காட்சியளிக்கும் தொலைவில் சென்று வலைவீசிய போதிலும் கிடைத்த இறால் அவ்வளவுதான். மேற்குத் தொடர்ச்சி மலை முகட்டை வைத்துக் கரையை அடையாளம் கண்டு கட்டுமரத்தைத் துழாவிக் கரை சேர்த்தான். மண்ணுண்ணி பாறையிடுக்கில் புளித்த பனங்கள் என் முன் குத்தி உட்கார்ந்து மூன்று இறாலையும் சுட்டு விழுங்கினான். ஏப்பம் விட்டுக் கொண்டு எழுந்தபோது மரம் துழாவிவந்த களைப்பு சற்று மாறியது.

கடற்கரையின் நீளமெங்கும் வெறிச்சோடிக் காணப்பட்டது. லில்லியின் கடையில் ஈ ஆடியது. வருக்க மாம்பழத்தின் மஞ்சள் நிறத் தோலின்மீது கரும்புள்ளிகள் விழுந்தன. அதன் தோல் அழுகி நீர் வடியத் தொடங்கின. தொங்கவிட்ட பழக்குலைகளிலிருந்து நெட்டு அழுகி பழங்கள் பெட்டிமீது அடர்ந்து வீழ்ந்தன. கடற்கரை ஓரங்களிலுள்ள தென்னை மர நிழல்களில் படுத்துறங்கிப் பசியை மறந்தனர் மீனவர்கள். பேன்கள் அம்மானையாடும் தலைகளைப் பெண்கள் சொறிந்து கொண்டு வயிற்றுக்குள் வளரும் தீயை அணைக்க முயன்றனர். குழந்தைகள் விரல் சூப்பிக்கொண்டு தாய்மார்களின் சேலை நுனியைப் பிடித்துக்கொண்டு அழுதனர், பசியால்.

லில்லி கடற்கரைக்கு வந்தாள். அப்பன் ஒரு கட்டுமரத்தின் மீது துண்டால் உடம்பைப் போர்த்திக்கொண்டு ஏதோ சிந்தனையில் ஆழ்ந்திருப்பதைக் கண்டாள். வள்ளங்களும் மரங்களும் கரையேறின. நனைந்த வலைகள் கரையில் செத்த பாம்புகளைப்போல் கிடந்தன.

"ஏய் லில்லிக்கப்பனே, ஆத்தியத்தெ பாட்டுக்குத்தான் மீன் கெடச்சல்லை. ரண்டாம் பாட்டுக்காவது, கெடச்சாரா . . ?

வல எறுக்குமே...” மடிக்காரி கணவனிடம் இரண்டாம் தடவை வலையைக் கடலில் இறக்கச் சொன்னாள்”

தொப்பை தலையைச் சொறிந்தான். முகத்தில் சோம்பலும் ஏமாற்றமும் கட்டிப்புரண்டன.

“அப்பா நீங்கொ மடிச்சீராக்கும்..?” லில்லி கேட்டாள்.

“நிக்கு என்னம்பெ தெரியும்..? கடல்லெ போவ எக்கு என்ன மடி துலுக்கன் கடலெ ‘கட்டிப்போட்டானே’ பின்னெ எப்படி மீன்படும்..? வலயிலெ பாய்ந்த மீனெல்லாம் ஓடுட்டா..?”

மடிக்காரி மூக்கில் விரல் வைத்தாள். ஏமாற்றமான பார்வை. கடலின் விசலாமான பரப்பில் பார்வை செலுத்தி நின்றாள். நிறைய மீன்பட்டுச் சொரிய வேண்டிய காலம். கூச்சலும் கூக்குரலும் நிரம்ப வேண்டிய கடற்கரையின் செழுமையான முகத்தில் மரண வீட்டு மௌனத்தின் கறுப்புக் கோடுகள்.

மேகரையிலுள்ளவர்கள் ‘கடலைக் கட்டி’ விட்டார்கள். கடலைக் கட்டி மீன் படாமலாக்கித் துறையைப் பட்டினியின் வேதாள வாயிற்குள் எடுத்து வீசி வஞ்சம் தீர்க்கிறார்கள். மந்திரவாதத்தால்தான் முடியும் கட்டப்பட்ட கடலின் கட்டை அவிழ்க்க. அப்படியானால்தான் மீன் படும். கடலம்மாவின் கண்ணிற்குப் புலப்படாத திருக்கரங்கள் அலையாழியின் தொலைவிடங்களில் ஓடி மறைந்துகொண்ட மீன்களைக் கரைப்பக்கமாகத் தள்ளிவிட வேண்டுமானால் கடலின் கட்டை அவிழ்க்க வேண்டும்.

கால் முட்டிற்குக் கீழாக இறங்கி நிற்கும் ஜிப்பா சட்டையணிந்த மம்மாசீனை நினைத்தாள் லில்லி. கையில் நிமிர்த்திய கத்தியுடன் கடலை நோக்கி மந்திரம் செய்து கடலம்மாவின் கட்டப்பட்ட கைகளிலுள்ள கட்டுகளை அவிழ்த்துவிடும் மம்மாசீனை.

“அப்பன் போயி அந்த மந்திரவாதியெ விளிச்சப்படாத..?”

தொப்பை மகளைப் பார்த்தான்.

“அவனெ விளிச்சாதிங்கெ. எவன் தொறயிலே வந்தாலும் கொண்ணுடுவேன்...”

உக்ரமான ஒரு கட்டளை!

லில்லி திரும்பினாள்.

புல்பாஸ்! சிங்கத்தின் சீற்றம். வீங்கிய முகத்தில் கோபத்தின் எரிமலை. காயம்பட்டு நீர் வடியும் உதடுகள்.

லில்லி திடுக்கிட்டாள். அப்படியே அசைவற்றுப் போனாள். இவ்வளவு பெரிய காயங்கள் ஏற்பட்டிருக்குமென்று கொஞ்சம்கூட எதிர்பார்க்கவே இல்லை. இரவு சினிமாப்படம் பார்த்துவிட்டுத் திரும்பும்போது மேகரையைச் சார்ந்தவர்கள் வழிமறித்து அடி கொடுத்ததாகக் கேள்விப்பட்டாள். அப்போதே காணத் துடித்தாள். முடியவில்லை. காண்பது இப்போது. நீர் போட்ட முகம் அவளுடைய இதயத்தைத் தளரச் செய்தது. அந்த முகத்தைப் பார்த்து நிற்பதற்கான வலிமை அவளுக்கில்லை. சக்தி ஒழுகிப் போய்விட்டது. கை கால்களில் நடுக்கம். லில்லி வீட்டை நோக்கி ஓடினாள். சமையல்கட்டுப் படியில் முட்டுக் கட்டிக் கையில் முகம் தாழ்த்தி உட்கார்ந்துவிட்டாள். இதற்கு யார் காரணம்? தமக்கு வேண்டித்தானே? தம்மை அவமானித்துவிட்டதாக தப்பெண்ணம் கொண்டு பழிக்குப்பழி தீர்க்கும் வெறித்தனத்தின் வெடிப்பு சிதறல்கள். தாம் அவமானிக்கப்படவில்லை என்று ஆணையிட்டுக் கூறியும் நம்பவில்லை. சண்டைக்குப் போக வேண்டாமென்று கெஞ்சியும் கேட்கவில்லை, கண்ணீர்த் துளிகள் அவளுடைய மூக்கு நுனி வழியாக இற்றிற்று வீழ்ந்தன.

“ஏலெ புல்பாஸ்...” மடிக்காரி கூப்பிட்டாள்.

புல்பாஸ் கையிலிருந்த துணி கொண்டு உதட்டை மறைத்தான்.

“நல்ல அடியலெ”

புல்பாஸ் எதுவும் பேசவில்லை. தொடுவானக் கோட்டை உராவி புகை துப்பிச் செல்லும் கப்பலைப் பார்த்தான்.

“ஒனக்கெ சாதி ஆளுவெ தானெ ஒன்னெ அடிச்சது.” மடிக்காரி சொன்னது புல்பாஸிற்கு ரசிக்கவே இல்லை.

புல்பாஸ் மடிக்காரியைப் பார்த்தான். எதுவும் பேசவில்லை.

அச்சொற்கள் முள்ளுகளல்லவா என்று எண்ணிப்பார்த்தான். அது அவனுடைய இதயத்தில் எங்கோ குத்தியபோது ஏற்பட்ட வலியை சுயமாக அடக்கிக்கொண்டான். முள்ளேதான். காரமுள் அல்ல, விஷமுள்.

சிறப்பீனா கிழி சூடாக்கிக்கொண்டு வேது பிடிக்க மகனைத் தேடி அங்கு வந்தாள், புல்பாஸைச் சுற்றி வளைத்து நின்றிருந்தவர்களை விலக்கிக்கொண்டு புல்பாஸின் பக்கம் சென்றாள் சிறப்பீனா. சூடு தணியப் போகும் கிழியை அவனுடைய உதட்டில் ஒப்பினாள்.

ஒரு தட்டு. சிறப்பீனாவின் கையிலிருந்து கிழி தெறித்து விழுந்தது. இதயத்திற்குள் எங்கோ குத்தி நின்றிருந்த ஏதோ கூரிய ஒன்று தரையில் தெறித்து வீழ்ந்த ஆசுவாசம்.

புல்பாஸ் குடிலை நோக்கி நடந்தான்.

“உடாட்டேன். செத்தாலும் உடாட்டேன்.” எதிரில் உறுமி வந்த பன்றியின் வயிற்றில் கால் ஓங்கி மிதித்தான். பன்றி சற்றுத் தொலைவில் பொத்தோவென்று விழுந்தது. கியோ கியோ கூப்பாடு. பின்னால் வந்த பன்றிக் குட்டிகள் பந்து போல் நாலா பக்கமும் சிதறின.

கொஞ்சம் சிறுசுகள் புல்பாஸின் ரசிகர்களாக அவன் பின்னால் சென்றனர்.

# 12

"பெலேய் ஆத்லெ மேகரக்காரனுவோ போறானா பாருங்கலெய்" புல்பாஸ் அவனைப் பின்தொடர்ந்து சென்ற சிறுவர்களிடம் சொன்னான்.

"ஆ... நா பாத்துட்டு வாறேன் பைலுமானே..." ஒவ்வொருவரும் உற்சாகத்துடன் கூவேன்று கூப்பாடு போட்டுக்கொண்டு புத்தனாற்றின் கரைக்கு ஓடினர். "பொள்ளாடுக்க மக்களெ குத்திக் கிளிச்சுடனும்" சிறுவர்களின் கைகள் கூரிய வாட்களாக மாறின. ஈட்டிகளாக மாறின. கட்டாரியாக மாறின. சூன்யத்தில் கண்முன் தெரிந்த மேகரைக்காரர்களையெல்லாம் வெட்டி வீழ்த்தினர், குத்திச் சாய்த்தனர்.

புத்தனாற்றின் கரையில் திரண்டு நின்ற சிறுவர்கள் மேகரைக்காரர்கள் யாரேனும் வருகிறார்களா என்று கண்ணில் எண்ணெய் விட்டுப் பார்த்தனர். சிலர் கூனன் தோப்பிற்குள் குதித்தனர். குலைகுலையாய்த் தேங்காய்களைத் தாங்கி நிற்கும் தைத் தென்னைகளின் மீது கோபத்தைத் தீர்த்துக்கொண்டனர். ஒருவர் இன்னொருவரைத் தோளிலேற்றினர். தோளில் நின்று 'குச்சம்காளிகள்'[1] வரை பறித்திட்டனர். கையால் எட்டிப்பிடிக்கும் அளவில் உயரமாக நின்ற ஓலைகளையெல்லாம் தும்பில் பிடித்து இழுத்துப்போட்டனர்.

பாறையடி நூஹு ஹாஜியாருடைய புள்ளிப் பசுவை மேயவிட அங்கு வந்த சுலைமான் தேங்காய் விழும் சப்தத்தைக் கேட்டுத் திரும்பிப் பார்த்தான். துறைய பிள்ளைகள். முகத்தில் கம்பீரத்தின் கொடியைப் பறக்கவிட்டான். அதிகாரத் தொனியில் உரக்கக் கேட்டான்.

---

1. தென்னம்குறும்பை

"எந்த பண்ணிக்கு பொறந்தவண்டா . . ?' சிறுவர்களை அடிப்பதற்காக ஓடிவர முயன்றான். சிறுவர்கள் சுலைமானைக் கண்டுவிட்டனர்.

"கள்ள குண்டிஸ்சி மோனே இஞ்செ வா . . . கொண்ணு கடலெ தாப்போம் . . ." கல்லுகளைத் துளாவினர். சிலர் கல்லை எடுத்து எறிவது போலவும் சிலர் கத்தியால் குத்துவது போலவும் சேஷ்டைகள் காண்பித்தனர்.

சிலர் கோமணத்தை அவிழ்த்துவிட்டு ஆண்குறியைக் காட்டினர். "இஞ்செவா . . . குண்டிஸ்சி மோனே . . ."

"துலக்கனோ . . . யோ . . . யோ . . . இஞ்செ ஓடி வரிங்கெ . . ." கூப்பாடு போட்டனர். துறையிலுள்ளவர்கள் ஓடிக் கூடினர். அந்த ஓட்டத்தில் கைதைகள் வேலியிலிருந்து தெறித்தன. மிதிபட்டு மண்வேலியின் குடல் வேளியே சாடியது.

"எங்கலெ . . ?" ஆவேசமான தேடல்.

"ஓடுட்டான் . . ." கைதை வேலிக்குமேல் குதித்து ஓடும் சுலைமானைச் சுட்டிக் காண்பித்தனர். சுலைமானுடைய மேல் துண்டு கைதை முள்ளில் மாட்டிக்கொண்டது.

"தப்புட்டானே . . ." நிராசையடைந்து நின்றனர். நெய்மீன் பிடிக்க இறக்கிய வலையில் 'சொறி' பட்டாலுள்ள நிராசை!

சிறுசுகள் கூட்டமாக ஓடினர். புள்ளிப் பசுவின் கட்டை அவிழ்த்தனர். ஒருவன் கைதை முள்ளில் மாட்டிக் கிடந்த துண்டை எடுத்தான். ஒரு கம்பில் கொடி போல் தூக்கிப் பிடித்தான். "பைலுமானுக்கு . . . ஜேய் . . . பைலுமானுக்கு ஜேய் . . ." சிறுசுகள் விளித்துக்கொண்டு நடந்தனர்.

எதுவும் தெரியாதது போல் பின்னால் கை கட்டிக்கொண்டு காதர் பிள்ளை சிறப்பீனாவின் குடிசையைப் பார்த்து வந்தார். கோயிலின் முன்நின்றவர்கள் காதர் பிள்ளையைக் கண்டனர். பல்லை நெரித்தனர். விறுவிறுவென வந்த கையைத் திருமி ஆவேசத்தை அடக்கினர். புல்பாஸின் முகத்தைப் பார்த்தனர். எந்த மாறுதலும் அந்த முகத்தில் இல்லை. காதர் பிள்ளை மெதுவாக அசைந்து அசைந்து செல்வதை அவனும் பார்த்துக்கொண்டே நின்றான். அவர் புல்பாஸைப் பார்க்கவில்லை.

"குட்டி . . ?" காதர் பிள்ளை சிறப்பீனாவின் குடிசைக்கு முன் நின்று கூப்பிட்டார்.

"ஆ . . ." குனிந்து தீ மூட்டிக்கொண்டிருந்த சிறப்பீனா காதர் பிள்ளை வந்ததைத் தெரிந்துக்கொண்டாள்.

“அவன் எங்கெ வுட்டி . . ?”

“கோயில் நடயிலெ இல்லியா . . ?”

“நான் பாக்கல்லெ . . ?”

“அங்கதான் நிண்ணான். போய் பாத்துட்டு வரட்டா?”

“அவனெ கூட்டீட்டு வா . . .”

பலூனில் சற்று நீர் நிரப்பித் தூக்கிப் பிடித்ததுபோல் தொங்கிக் கிடக்கும் மார்பைச் சேலையால் மறைத்தாள். முந்தானையை இடுப்பில் செருகினாள். அவள் நடந்து செல்லும்போது மீன் சிலாம்புகள் பற்றிப் பிடித்துக்கொண்ட, பறளைபிடித்த அவளுடைய திறந்த உடம்பை காதர் பிள்ளை பார்த்து நின்றார். ஒரு காலத்தில் இந்த உடம்பின் கதகதப்பு ஒரு லகரியாக இருந்ததல்லவா? வலியாற்றில் குளிப்பதற்காகச் சமபருவத்திலுள்ள பெண்களுடன் கலகலா சலம்பிக்கொண்டு வரும் இவளை ‘தட்டி எடுக்க’ தன்னைத் தூண்டிவிட்ட உணர்ச்சி என்ன? இவளுடைய உடம்பிலுள்ள இளமையின் செழிப்பா? முகத்தின் லாவண்யமா?

“பெலேய்... புல்பாஸே...” சிறப்பீனா உரக்கெக் கூப்பிட்டாள்.

சிறப்பீனாவின் பின்னால் புல்பாஸ் முன்கை கட்டி நடந்து வருவதை காதர் பிள்ளை கண்டார். வாரியிலிருந்து ஒரு ஈர்க்கில் ஒடித்தெடுத்தார். பல் இடையே குத்தினார்.

“ஏண்டா வல இறக்கயில்லே..?’ புல்பாஸ் சற்று நெருங்கியதும் கேட்டார்.

அவன் பதில் சொல்லவில்லை. இன்னும் நெருங்கி வந்தான். அவன் முகத்தை அவர் கவனித்தார்.

“மொகத்திலெ என்னடா . . .”

அவன் பதில் சொல்லவில்லை

“நேற்றத்தெ அடிதானா . . ?”

தலையை ஆட்டினான், “ஆமா”

“நீதானே இந்த எளவெ வருத்தி வெச்சா – நீ மீசைக்கெ தம்பி கொண்டுவந்த அரியெ புடிச்சது என்னத்துக்கு . . ?”

“அவன் துலுக்கன் தானே . . .”

“நான் . . .” காதர் பிள்ளை கேட்டார். புல்பாஸின் பார்வை தரைக்குச் சென்றது.

“ஆ இன்னா நிக்காரில்லியா அடி ...” சிறப்பீனா மகனை காதர் பிள்ளைக்கு நேராக பிடித்துத் தள்ளினாள் ... “அடிலே ... அய் ... ஏன் அடிச்சல்லெ .. ?”

புல்பாஸ் அவளுடைய கையைத் தட்டிவிட்டான் “நீ போவம்பே ...”

“வீண் கொழப்பத்தெ உண்டாக்காதெ ...” காதர் பிள்ளை எச்சரித்தார்.

“உண்டாக்குவேன். மேகரையிலுள்ள ஒருத்தனையும் கடப்புறத்துலெ வர உடமாட்டேன். வந்தா கடல்லெ தாப்பேன் ...”

“வந்தா இவரு பொரிச்சுடுவாரு” புல்பாஸை கொச்சைப் படுத்துவது போல் சிறப்பீனா தம் கையை நீட்டிக் காண்பித்தாள்.

“நீ இத்லெ வர்த்தமானம் செல்லப்படாரும் ... புல்பாஸ் அம்மாவின் மூக்கின் நேர்கையைச் சுட்டி எச்சரித்தான்.

“நீ போவுட்டீ உள்ளெ ...” காதர் பிள்ளை சிறப்பீனாவின் கையைப் பிடித்து விலக்கினார்.

“. . . வந்திருக்காரும் ஒரு சீமெச்சட்டம்பி.[2]” சிறப்பீனா குடிசைக்குள் குனிந்து நுழைந்தாள்.

“நல்லதுக்கு செல்லுதேன். மருவாதய்க்கு இரு. கொழப்பம் உண்டாக்காதே . . . செல்லி போட்டேன்.” காதர் பிள்ளை புல்பாஸை எச்சரித்தார்.

“ நீங்கொ இத்லெ தலயிடப்பிடாதும் ... மேகரெயிலெயுள்ள எவனாவது இப்பிடி போனா ... அப்பம் தெரியும் ...” புல்பாஸுக்கு வீம்பு.

“பொத்தடா வாயே ...” காதர் பிள்ளையின் குரல் உயர்ந்தது.

“இந்த நாற வாருவனிக்கெ செவிட்லெ ரண்டு குடுக் காட்டீருமா ?” சிறப்பீனாவின் குரல் குடிசைக்குள் முழங்கியது.

“ஆ . . . பாத்துகிடலாம் . . .” புல்பாஸ் நிற்கவில்லை. விறு விறென்று நடந்தான். குடிசைகளுக்கிடையில் மறைந்தான்.

காதர் பிள்ளை சிறிது நேரம் அங்கேயே நின்றார். பிறகு சிறப்பீனாவின் குடிலுக்குள் புகுந்தார். சிறப்பீனா அடுப்பின் முன் குத்தி உட்கார்ந்து தீ மூட்டிகொண்டிருந்தாள். அவர் அவளைத் தொட்டு நின்றபடி தீ கேட்டார். தீ கொடுத்தாள். பீடி பற்றவைத்தார்.

2. ரௌடி

"அவன் தேச்சியத்லெ[3] மடி வளக்கல்லை. இண்ணு ஊருகூட போவுரு. ஆஸியார் மொய்லாளிக்கட்டெ ஊர்க்காரங்கொ போய் பராதி[4] சென்னாங்கொ. நீஞ்சொ சேலு போலெ செய்ங்கோ எண்ணு சென்னாராம்" சிறப்பீனா சொல்லி முடிக்கும் முன் குடிசைக்கு வெளியே காதாட்டியின் குரல் உயர்ந்து கேட்டது.

"ஆ . . . வளியே போனவங்களையும் வந்தவங்களையும். மேகரக்காரனுவொ அடிச்சு கொல்லுயானுவோ . . . நீ மொய்லாளியெ புடிச்சு சீலக்கெதாளெ வச்சுட்டா இருக்கியா . . ?" சிறப்பீனாவுடைய குடிசைக்குள் வெள்ளைக்காலுகளைக் கண்டபோது காதாட்டி குனிந்து பார்த்தாள். காதர் பிள்ளை!

அவளுக்கு கோபம் பொத்துகொண்டு வந்தது.

"சீலக்கெ தாளெத்தாண்டீ வப்பேன். ஒன்னெப் போலே நான் பம்பளிஞ்சா நடக்கேன். இந்த மொய்லாளிக்கெக்கூடெ நா பொறுத்து இருச்சீது ஊருக்கும் ஒலகுக்கும் தெரிஞ்சது. தானே . . ." சிறப்பீனா குடிலுக்கு வெளியே குதித்தாள்.

"அய் இரென்ன வேளம் செல்லுதா . . . நா பம்பளிஞ்சா நடக்குதேன். நா ஒன்னெப்போலெ மேகரக்காரனெ மாப்பிளயாட்டா வச்சுட்டுருக்கேன்."

"பின்னெ நீ மினுக்கி மினுக்கி குலுக்கி குலுக்கிட்டு அந்திக் கடக்குப் போறது என்னத்துக்கு . . ?"

"நான் மினுக்குவேன் கொம்பே நிச்சென்ன?" காதாட்டி சிறப்பீனாவிடம் பேச்சுக் கொடுக்க நிற்கவில்லை.

சிறப்பீனாவின் நாவிலிருந்து சொற்களின் பிரவாகம். நயாக்ரா வெள்ளச்சாட்டம். "ஏய் ஏன் போறா? நில்லு. பெரிய சுத்தம். ஒரு பத்தினிச்சி போறதெ பாரு . . . டை டை டைணு!"

பஞ்சாயத்து மெம்பரைக் கண்டவுடன் சிறப்பீனா உடம்பிலிருந்து விலகிக் கிடந்த சேலையை எடுத்து மார்பை மறைத்துக்கொண்டாள். வாயை பொத்திக்கொண்டு குடிசைக்குள் ஏறிவிட்டாள். பஞ்சாயத்து மெம்பர் அவள் வீட்டை வெறித்துப் பார்த்தார்.

காதர் பிள்ளை எதுவும் கண்டதாகக் காட்டிக்கொள்ள வில்லை.

"நா போறேன் குட்டி" காதர்பிள்ளை பின் கைகட்டிக் கொண்டு மேற்காக நடந்தார்.

---

3. கோபத்தில்
4. ஆவலாதி

சற்றுத் தொலைவில் நாலைந்து வாலிபர்கள் காதர் பிள்ளையை நோட்டமிட்டுக் கொண்டிருந்தனர். கோயிலை “நெருங்கியதும் வாலிபர்கள் காதர் பிள்ளையைப் பின் தொடர்ந்தனர். கோயிலுக்கு முன் நின்றிருந்தவர்கள் இதைக் கவனித்தனர். பன்னாயங்களின் பக்கம் வெட்டும்புலியும் விளையாடிக்கொண்டிருந்தவர்களும் கவனித்தனர். சீட்டாடிக் கொண்டிருந்தவர்களும் கவனித்தனர். முட்டூன்றி அம்மியில் மசாலா அரைத்துக்கொண்டிருந்தவர்களும் மீனுக்கு உப்புப் போட்டுக்கொண்டிருந்தவர்களும் கவனித்தனர். ஏதோ நிகழப்போவது நிச்சயம். என்னவோ ஏதோ ... யாரும் வைத்த விழியை எடுக்கவே இல்லை. இமையை மூடவுமில்லை. என்ன? என்ன? கேள்வி தொடுக்கும் பார்வைகள்.

கோவிலின் பின்பக்கமுள்ள கிணற்றின் அருகில் வைத்து காதர் பிள்ளையை உதைக்கவோ கொல்லவோ கட்டிக் கடலில் மூழ்கடிக்கவோ திட்டம்.

காதர் பிள்ளைக்கு எதுவும் தெரியாது. அவர் பின்கை கட்டிக்கொண்டு மெதுவாக அசைந்து அசைந்து நடந்தார். அவருக்கு எதிரில் வந்தவர்கள் யாரும் அவரிடம் பேசவில்லை. புன்னகைக்கவுமில்லை. தெரியாத பாவனையில் விலகி நடந்தனர்.

கிணற்றை நெருங்கினர்.

தடிச்சி ரோஸை தண்ணீர் நிரப்பிய குடத்தை எடுத்து இடுப்பில் வைத்துக்கொண்டு பாளையின் கயிற்றைச் சுற்றியது கூட எந்திரம் போல், அவளுடைய பார்வையும் காதர் பிள்ளை மீதும் அவரைப் பின்தொடர்ந்து வரும் வாலிபர்கள் மீதும்.

காலோசை எழுப்பாமல் நரங்கி நகரும் நிமிடங்கள்!

ஊக்கமான காற்று ஒன்று சீறியடித்தது. குடில்களின் ஓலைக் கூரையை உயர்த்தி எட்டிப் பார்த்துக்கொண்டு சேண்டப் பள்ளிப் பாறையின் மீதுள்ள பனை மரத்தின் காய்ந்த ஓலைகளில் கூட்ட மணி அடித்தது. கன்னம் திரிஞ்ச[5] காற்று அத்துடன் நிற்கவில்லை. தடிச்சி ரோஸையுடைய கிழிந்த நீலச் சேலையைத் தூக்கி உயர்த்தியது. வெட்கப்பட்டு ரோஸை திரும்பி நின்று சேலையை ஒதுக்கிப் பிடித்தாள்.

பாட்டாளியின் வீட்டு இடைவழியிலிருந்து ஒரு கொடும் விஷ சர்ப்பத்தைப் போல் புல்பாஸ் சீறிவந்தான். வந்ததும் காதர் பிள்ளையைப் பின்தொடர்ந்தவர்களில் ஒருவனுடைய

5. சேட்டையுள்ள

முதுகில் ஓங்கி அறைந்தான் "குண்டிச்சி மோனோளே ஆருணு நெனச்சா?"

சப்தம் கேட்டு காதர் பிள்ளை திரும்பினார். அப்போதுதான் அவருக்குச் சுற்றுப்புற உணர்வு வந்தது. ஓஹோ!!

"பெலேய் அவரெ அடிச்சவா? அடிப்பீரா..? அடியுமே பாப்போம்" வேறு ஒருவனைக் கால் உயர்த்தி மிதித்தான்.

"அவரும் மேகரைக்காரன்தானே..?"

"எக்கெ அப்பன்... டா அவரெ தொட்டா சங்கெ கடிச்சு துப்புடுவேன்..." கோவில் நடையில் கூடிநின்றவர்கள் திரண்டு வந்தனர். புல்பாஸ் ஒரு வேட்டை நாயைப்போல் நிற்பதைக் கண்டதும் வந்தவர்கள் ஆங்காங்கே பம்மிவிட்டனர். யாரும் நெருங்கவில்லை. தயக்கம். அவனுடைய அம்பு தொடுக்கும் பார்வை, பாவனை எல்லாம் கண்டபோது ஒவ்வொருவரையும் துணி கிழிப்பது போல் இரண்டாகக் கிழித்துவிடுவானோ என்ற அச்சம்.

"நீன்கொ ஊட்டுக்கு போங்கோ..." புல்பாஸ் சொன்னான்.

காதர் பிள்ளை நடந்தார்.

# 13

“கெட்டி கடல்லெ தாப்போம் . . . பெலேய் . . . பொள்ளாடிக்க மோனே உடாரிங்கெ... உடாரிங்கெ பிடிச்சுக்கிடுங்கொ . . .” துறையிலுள்ளவர்கள் விளித்துக் கூவிக்கொண்டே மேற்கு நோக்கி ஓடி வந்தார்கள்.

கோயில் நடையில் கூடிநின்றிருந்தவர்கள் கூக்குரலைக் கேட்டனர். கேட்டவர்களும் ஓடுபவர்களின் பின்னால் ஓடினர். புல்பாஸூம் ஓடினான். பெண்களும் குழந்தைகளும் திரண்டோடினர் என்னவென்று புரியாமல்.

துறையிலுள்ளவர்கள் மம்மாசீன் மந்திரவாதியைச் சுற்றிவளைத்து நிற்கின்றனர். நடுவில் மம்மாசீன் மந்திரவாதி நடுநடுங்கி. ஆயிரம் கைகள் மந்திரவாதியின் உடம்பின் மீது சறபிறாவென்று வீழ்ந்தன. மடிக்காரன் சுருட்டு மந்திரவாதியின் உடம்பின்மீது அடிபடாமலிருக்கத் தன்னாலான முயற்சிகள் செய்தார். ஏதோ ஒரு கை மந்திரவாதியின் கதர் ஜிப்பாவை எட்டிப் பிடித்தது. வெட்டி இழுத்தது. ஜிப்பா கிழிந்தது. மந்திரவாதி கவிழ்ந்துவிழப் போனார். மடிக்காரன் சுருட்டின் கைகள் தாங்கிக்கொண்டன.

மந்திரவாதி கிடுகிடுவென நடுங்கினார், மரணம் முன்னால். மரணத்தின் நீண்ட கரங்கள் தனக்கு நேராக நீண்டுநீண்டு வருகிறது. எட்டிப் பிடிக்க சில வினாடித் தொலைவுதான். ஆகாயத்தில் வட்டமிடும் கள்ளப் பருந்துகள், கீழே ஒரு கோழிக்குஞ்சு தனிமையில்.

வெருண்டு வந்த புல்பாஸ் கூடி நின்றிருந்தவர்களைத் தள்ளி விலக்கினான். “விடுமெ” முன்னோக்கிப் பாய்ந்தான். பாய்ந்ததும் காலைத் தூக்கி மந்திரவாதியின் அடிமடியில் மிதித்தான். சுருட்டு

முன்னால் குதித்தார். மிதிபட்டது சுருட்டின் தொடையில். வேதனையை பற்களுக்கிடையில் கடித்து அடக்கினார். வேதனையைத் தாங்கிக்கொண்டு புல்பாஸிடம் சொன்னார்,

“என்னெ கொண்ணுட்டு அந்த புள்ளயெ கொல்லு ...”, சுருட்டு மந்திரவாதிக்கு ஒரு சுவராக நின்றார்.

“இந்த நாறப்பயன்தான் கடலெ கெட்டினது[1]” புல்பாஸ் நாக்கை கடித்துக்கொண்டு மிதிக்க மீண்டும் காலைத் தூக்கினான்.

“கடலுக்கெ கெட்டெ அவுக்கெ[2]த்தானெ நா கூட்டிட்டு வந்தது. அவரு பேடிச்சு வரல்லெ, நீஞ்சொ ஆரும் அடிச்ச மாட்டீருமெண்ணுச் செல்லி அவருக்கெ காலெ புடிச்சுக் கெஞ்சி கூட்டிட்டு வந்தேன். அவரெ ஆரும் அடிச்சாரிங்கெ. அய் ... புல்பாஸ் நில்லு ...” சுருட்டு கெஞ்சிக் கேட்டார்.

புல்பாஸ் விடுவதாகயில்லை. நாலாபக்கமிருந்தும் விழும் அடிகளை முயன்றவரை சுருட்டு தடுத்தார்.

“என்னெ கொண்ணுட்டு இந்த புள்ளயெ கொல்லுங்கலெ” பொறுமையிழந்து சுருட்டு அலறி, ஒரு எரிமலை போல் வெடித்துச் சிதறினார். கண்களிலிருந்து தெறித்த நெருப்புக் கங்குகள் கூட்டத்தில் ஒரு சலசலப்பை ஏற்படுத்தின. சலசலப்பு மூலம் நெரிசலில் சிறு இடைவழி உண்டானது. உயிர் கெடந்தா புல்லுப் பறிச்சுத் தின்னலாம். இன்னா புடிச்சுக்கோ, ஒரே ஓட்டம். பாய்ச்சல். அந்த மெல்லிய கால்களுக்குப் புள்ளிமானின் வேகம் கிடைத்தது எப்படி? சொரிமணலில் பந்தயக்குதிரைபோல் பின் கால்கள் மணலை அள்ளி வீசின. காற்றில் பொடிமணல் பறந்தது. கண் வெட்டித் திறக்கும் முன் மந்திரவாதி நுளக்குடியைத் தாண்டி, அங்கிருந்தும் ஓடினார்.

‘தப்புட்டானே ...’ கூடி நின்றவர்கள் நிராசையடைந்தனர்.

மந்திரவாதி ஓடி ஓடிக் களைத்து, கயிற்றாப்பீஸுக்கு முன் சொரி மணலில் விழுந்து கிடந்தார். கிடந்து மூச்சு வாங்கினார், அல்லா ..! அல்லா ..!

மம்மாசீன் மந்திரவாதியைத் துறையிலுள்ளவர்கள் தாக்கிய செய்தி வனநெருப்புப் போல் மேகரையில் சுழன்று வீசியது. மேகரையிலுள்ளவர்கள் ஜுவாலித்தனர். அந்த ஜுவாலையுடன் ஊருக்குள் பாய்ந்து திரிந்தனர். கண்ணில் தென்பட்ட துறையிலுள்ளவர்களை உதைத்தனர். சந்தைகளுக்கு

---

1. மந்திர சக்தியால் கடலில் மீன்படாமலாக்குவது.
2. எதிர் மந்திரம் செய்து

மரத்து மீன் கொண்டுபோன பிற துறையிலுள்ள பெண்களின் மீன்களைப் பிடித்துப் பறித்தனர்.

செய்திகள் சுழன்று வீசின.

பொழிக்கும் மேற்குத் துறையிலுள்ளவர்கள் பயந்தனர். அந்திக் கடைக்கு மீன்விற்க வந்தவர்கள் 'முள்ளியில்' வைத்து செய்தி தெரிந்து திரும்பி நடந்தனர். காஞ்ஞாம்புறம் கடையில் மீன் குட்டைகளை இறக்கினர். அங்கு மீன் விலை குப்புற விழுந்தது. வாங்குவதற்கு யாருமில்லை. இரவு ஒன்பது வரையிலும் ஈ விரட்டினர். தீய்ந்துபோன மீன்களைத் திருப்பிச் சுமந்தனர். சூட்டுக் கட்டு பற்றவைத்துக்கொண்டு கூட்டம் கூட்டமாக நடக்கையில் இருள் பதுங்கிய வழி நெடுகிலும் கலவரக்காரர்களைத் திட்டித் திட்டிக் கோபம் தீர்த்தனர்.

கலிங்கராஜபுரம் மணற் காட்டில் கொல்லமாமரம் அவிழ்த்துவிட்ட வெறிபிடித்த இரவுக்காற்று இச்செய்தியைக் கொண்டு ஊர் சுற்றியது. கோள் சொல்லித் திரிந்தது.

பொழிமுகத்திற்கு அகலம் கூடியது. கடலுக்கு இரைத்துப் பாயும் கலங்கிய தண்ணீரைக் கடல் அலைகள் சக்தியுடன் எதிரிட்டன. பொழி முகத்தில் சந்தித்தன. மோதிச் சிதறின. கடல் அலைகள் ஆற்று நீரைப் பின்னோக்கித் தள்ளின. ஆற்று வெள்ளம் ஆற்றுப் பள்ளிப்பாறையில் தலைமோதித் தடுமாறி வீழ்ந்தது. கடல் அலைகள் பின் வாங்கியதும் மீண்டும் கடலை நோக்கி ஆற்று வெள்ளம் இரைத்துப் பாய்ந்தது.

பொழியில் அக்கரை இக்கரை கடத்து இல்லை.

வள்ளத் தொழிலாளிகள் ஒன்றுபட்டனர். யாரும் கழையைத் தூக்கவில்லை. சாய்ந்த அந்தியில் ஆற்றுப் பள்ளியின் வெள்ளை பூசிய சுவர் சிவந்தது. காதறடிமையையும் ஆண்டியும் கூதல் காற்றில் துண்டால் உடம்பைப் போர்த்திக்கொண்டு ஆற்றுப் பள்ளிப்பாறை மீது நின்று கொட்டாவி விட்டனர். மாலைக் குளிரில் கன்ன எலும்புகள் நடுங்கின. சொக்கலால் பீடியின் கனகனப்பிற்காக ஆவல்கொண்ட உதடுகளில் கலவரக்காரர்களுக்கு, தானக்கேடு, "அவனுவளுக்கெ உமாமாமாருக்கெ தாலியெ அறுத்தா மக்கொ குட்டியளை காப்பாத்தூதும் வீடி வலிக்கிதும்".

மாலைச் சூரியனின் செங்கதிர்கள் கடலில் சிற்றலைகளின் முதுகில் பிரதிபலித்தன, இரவு நேரங்களில் தூண்டில் போடுவதற்காகப் புறம் கடலுக்குச் செல்லும் பாய்மரங்கள் கரும்புள்ளிகளாகச் சுருங்கிப் பார்வையிலிருந்து மாய்ந்து கொண்டிருந்தன. வெள்ளைச் சேலையின் பச்சை விளிம்புபோல்

கடற்கரை வெண்மணல் ஆற்றோரத்தில் முளைத்து நின்ற புல் தரையில் நாலைந்து எருமைகள் முகம் தாழ்த்தி நாக்குச் சுழற்றிப் புல் தேடி நடந்தன.

முள்ளியிலிருந்து ஒரு வள்ளம் சவாரி கொண்டுவருவதைக் காதறடிமையும் ஆண்டியும் கண்டனர். துருத்தியைப் பார்த்துச் செல்கிறது. நாலுபேர்கள் கையிலும் கழை...

"கந்தசாமிக்கெ வள்ளம்..." காதறடிமை கூர்மையாக நோக்கினார். பார்வையில் பொறாமை,

"வடுவரு பெருத்து வழி நடமில்லெ" மம்மாசீன் மந்திரவாதியை உதைத்த செய்தி கேட்டு முக்குக்கடை மம்மூனு பள்ளிமண்டபத்தில் உட்கார்ந்து சொன்னார்.

"தெம்மாடி[3]ப் பயலுவளுக்கெ நாடு. நோம்பும் தொழுகையும் இல்லாதெ கள்ளும் குடிச்சு பெண்ணும் புடிச்சீட்டு நடக்கானுவோ... நமக்கு வல்லதும் செல்ல முடியுமா புள்ளே... சென்னா உம்மாயையும் பெண்டாட்டியெயும் விரிச்சு பறவானுவோ... பண்டானா முதலாளிமாருக்க கிட்டெ இந்த வடுவப் பயலுவொ கைகெட்டி நிப்பானுவோ... காலத்துக்கெ கோலம்..." வாப்புக்கண்ணு பெருமூச்சு விட்டார்.

"ஓடுக்கம் நாள் கியாமத்துக்கெ அடயாளம். வடுவன் மார் முதலாளிமாரையும் குடும்பக்காரங்களையும் மதிக்கமாட்டான். கடல்லெ மீன்பாடு இருக்காது. பள்ளிலெ தொழ ஆளுவொ வரமாட்டாங்கோ... என்னத்தெ செல்லெ... ஏதெச் செல்ல... யா... றகுமானே... நீதான் எல்லா இன்ஸானையும் காப்பாத்தி எரணம் அளக்கணும் றப்பே..." தலையன் ஹாஜியார் தஸ்பீஹ் மணிகளை விரல் நுனியால் தள்ளி நீக்கிக்கொண்டிருந்தார்.

"மீன்காரிகள் வராத்ததினாலெ சோறு இறக்கமில்லெ. மீன் நாற்றம் கொஞ்சம் உண்டெங்கிதான், சோறு தொண்ட விட்டு எறங்கும் ஆஜியாரெ..."

"நீங்கொ சென்னது பட்டாங்கு"[4]

"அல்லாஹூம்மா ஸல்லி அலா செய்யிதினா முஹம்மது" பாங்கொலியின் முகவுரை.

தலையன் ஹாஜியார் வெள்ளை மஸ்லின் துணியால் வழுக்கைத் தலையை மறைத்தார். தொடையின்மீது குலையாமல் வைத்திருந்த தலைப்பாகையை எடுத்துத் தலையில் வைத்தார்.

---

3. போக்கிரி
4. உண்மை

பாங்கொலி கேட்கும்போது தலை மறைப்பது சுன்னத்....: உதடுகளில் பாங்குக்கு மறுமொழி. அது நிர்ப்பந்தம், முஸ்லிமின் கடமை.

மோதீனார் ஜும்ஆ பள்ளியின் இரண்டாம் நிலையில் நின்று, காதுகளில் சுட்டு விரலைத் தினித்துக்கொண்டு கஅபத்துல்லா[5]வின் திசையை நோக்கி முழக்கமிட்டார். அல்லாஹு அக்பர் அல்லாஹு அக்பர்...

மீம்பிள்ளைக் கண்ணின் இரும்பு வாசல் அழுது புலம்பிக்கொண்டு இரு பக்கமாக அகன்றது. அவர் வாசலில் நின்றுகொண்டு இருகைப் படங்களை ஆகாயத்திற்கு நேராகக் காண்பித்துப் பாதி மூடிய கண்களுடன் பக்தி நிரம்ப பாங்கின் துஆ வேண்டுதல், ஓதினார். இரு கைகளையும் முத்தமிட்டார். பள்ளியை நோக்கி நடந்தார்.

அலி இடைவழியாக வந்து சாத்தான் கோயிலுக்குச் செல்லும் வழியில் பாயும்போது மீம்பிள்ளைக் கண்ணின் சட்டையிலிருந்து புறப்பட்ட 'மஜ்மு – ஆ' அத்தரின் சுகந்தம் அலியின் மூக்கைத் துளை போட்டது.

இருள் கண்களைக் கட்டும் முன், அலி கொச்சத்து மூலை கலுங்கைத் தாண்டி மறுகரையில் சென்றான். பாறையிடுக்கில் நிற்கும் தைப்பனைகளில் கருக்கல் ஒளியில் குருத்து ஓலைவெட்டும் சப்தம். எட்டிப் பார்த்தான். கெடந்துமோளி! கெடந்து மோளியின் வட்டத் தலைப்பாகையும் அழுக்கடைந்த காரிக்கன் பனியனையும் கண்டபோது அலி ஒளிந்துகொண்டான்.

வெட்டியெடுத்த குருத்து ஓலைகளைத் தோளிலெடுத்தார் கெடந்துமோளி. வேட்டியை உயர்த்திப் பிடித்துக்கொண்டு கையாறின் கரைக்குச் சென்றார். வேட்டியை அவிழ்த்து எடுத்தார். கருக்கல் இருட்டை வேட்டியாக்கிக்கொண்டார். படைத்தவன் படைத்த மேனியில், வேட்டியைக் கையில் உயர்த்திப் பிடித்துக் கொண்டு ஆற்றிலிறங்கி அக்கரைக்குச் சென்றார்.

கெடந்து மோளியின் அம்மணவாள் தண்ணீரைப் பிளக்கும் ஓசை கேட்டதும் அலி தலையைத் தூக்கிப் பார்த்தான். கெடந்து மோளி வேட்டியை உடுத்திக்கொண்டு கல்லாம் பொத்தையைக் கடந்து மறைந்தார்.

புதரிலிருந்து பாம்பு வெளியே வருவது போல் அலி பாறை இடுக்கிலிருந்து வெளியே கிளம்பினான். உயரம் குறைவான ஒரு தென்னையில் ஏறினான். மூப்பான குலையிலிருந்து

---

5. மக்காவிலுள்ள பள்ளிவாசல்

தேங்காய்களைத் திருமி ஓசை கேட்காதபடி மணலில் போட்டான். இடுப்பில் மாட்டியிருந்த வெட்டுக்கத்தியைக் கொண்டு கதம்பையைக் களைந்து கைதப் படர்ப்பில் வீசினான். பிசாசுகள் நீராட இறங்குமுன் தேங்காய்களை எடுத்துக்கொண்டு நடந்தான்.

வேட்டமங்கலத்தில் தங்க நாடானின் கடையில் பேரம் பேசினான். நாலு ரூபாய். கிணற்றடித் தாவில் ஆற்றின் கரையிலுள்ள தனித்த குடிசைக்கு முன் நின்று கனைத்தான்.

“கொஞ்சம் தீ பாப்போம்...” பிறருக்குப் புரியாத மொழி.

“தீ தாரேன் உள்ளெ வாருங்கொ...” கருக்கலில், கூட்டை அடைந்த பறவைக் கூட்டங்களின் சலம்பல் ஓய்ந்த மௌனச் சூழலில், தாகம் கொண்ட உணர்ச்சிக்கு அந்தக் குரல் ஒரு தேனருவி.

அப்பா! உள்ளே யாருமில்லை. உண்டுமானால் தீ இல்லை என்று பதில் வரும். உள்ளேயுள்ள ஆள் வெளியே கிளம்பும் வரை இருளில் எங்காவது மறைந்து நிற்க வேண்டும்.

திருப்தியடைந்த மனத்துடன் காலியான கையுடன் இருளில் வழி தடவி நடந்தான். ஆற்றுக் கடவிற்கு வரும்போது மணி ஒன்பது. கடத்து வள்ளத்தை சங்கிலியில் கட்டிப்போட்டிருப்பதைக் கண்டான்.

பார்த்து நின்று நேரத்தை வீணாக்கவில்லை. வேட்டியை அவிழ்த்துத் தலையில் கட்டினான். நீந்தினான். நல்ல ஒழுக்கு. அக்கரைச் செல்ல மிகவும் சிரமப்பட்டான்.

ஒற்றக்கண்ணன் அங்கத்தயின் பெட்டிக் கடைக்கு முன் தொங்கிய கயிற்றில் பீடி பற்றவைத்துக் குளிரின் நடுக்கத்தைப் போக்கினான். முக்காடு வழி பஸ் நிலையம் வந்தான்.

ஜன்னி நாகூரின் கடைக்கு முன் மக்கள் கூட்டம். எட்டிப் பார்த்தான். வெட்டிமலத்து அய்மக்கண்ணைச் சுற்றி மக்கள்.

“அந்திக்கு எனயத்திலெயிருந்து குட புடிச்சுட்டு வந்த நம்மொ பெம்புள்ளியளை சின்னத் துறையிலே செமித்தேரிக்கெ[6] கிட்டெ வச்சு செறுத்தானுவோ... சின்னத்துறையிலெ உள்ள ரண்டு மடிக்காரனுவோ அதுவளெ காப்பாத்தி இஞ்செ கொண்டுவிட்டானுவோ... இல்லேண்ணா..?”

பயங்கரமான கேள்வி. கல்பு வெடித்துச் சிதறும் கேள்வி. யாராலும் கற்பனை செய்து பார்க்க முடியாத காட்சி.

---

6. மய்யவாடி

“ஹோ... பட்ச்ச தம்புரான் ரச்சிச்சான்...” ஜன்னி நாகூர் ஆசுவாசமடைந்தார்.

அலி திடுக்கிட்டான், நம்மொ பெம்புள்ளியளையா? அலியின் ரத்த நாளங்கள் சூடாயின. மனத்திற்குள் தீய எண்ணங்கள் வேர் விட்டபோது மௌனமானான்.

“வா...” சூனியத்தைப் பார்த்து தலையசைத்து எச்சரித்தான். சிவந்த பாவாடையும் கருப்பு ஜம்பரும் போட்டு, பின்னிய முடியைத் தோளின் இரு பக்கவாட்டில் வகிர்ந்து போட்டுகொண்டு பள்ளிக்கூடத்திற்குச் செல்லும் அந்தப் பெண் குழந்தையின் உருவம் அலியின் மனத்திரையில் பளிச்சிட்டது.

“நேரம் வெளுக்கட்டு...” முடிவெடுத்தான்.

மறுநாள் காலையில் புத்தனாற்றின் கரையில் அலியின் கண்கள் துழாவின. ஏமாந்து போனான். அந்தப் பெண் குழந்தை வேறொரு பெண் குழந்தையுடன் பாலம் ஏறிச் செல்வதை தொலைவில் நின்று கண்டான்.

“திரும்பி இப்பிடித் தானே வருவா... பாத்துக் கிடலாம்...” சுயம் சொன்னான்.

மாலை நெருங்கு முன் புத்தனாற்றின் கரைக்கு விரைந்தான். சாய்வான ஒரு தென்னை மரத்தில் சாய்ந்து நின்றான். நாலைந்து பீடிகள் பற்றிப் புகை ஊதித் தள்ளினான். வீசிய பீடித்துண்டு காய்ந்த புல்லில் பற்றியது. காய்ந்த புல்லுக்குள்ளிலிருந்து நேர்த்தியான புகை கிளம்பியது.

பாலத்தில் சிகப்பு.

அலி உஷாரானான்.

புத்தகத்தை மார்போடு அடக்கிக்கொண்டு இரு பெண் குழந்தைகளும் வருவது அலியின் சிவந்த கண்களுக்குத் தெரிந்தன.

அங்குமிங்கும் பார்வையைச் செலுத்தினான். யாருமில்லை. நல்ல தருணம். நடமாட்டம் ஓய்ந்த பாதை.

குழந்தைகள் நெருங்கி வந்ததும் அலி எதிரெ சென்றான். அலியைப் பார்த்ததும் அவர்கள் சற்று விலகி நடந்தனர். கிலுக்காம்பெட்டி போல் சிரித்து மகிழ்ந்து நடந்தனர்.

அவர்கள் எதிர்பார்க்கவில்லை.

அலியின் பேய்க் கைகள் சிகப்பு பாவாடை உடுத்த பெண் குழந்தைக்கு நேராக நீண்டன. குழந்தைகள் நடுங்கினர். அந்த நடுக்கத்தில் கையிலிருந்த புத்தகங்கள் கை தவறின. கூப்பாடு

போட்டனர். உடன் வந்த பெண் அலறி அடித்துக்கொண்டு ஓடி விலகி நின்றாள். சிகப்புப் பாவாடை உடுத்த பெண் அலியின் மிருகப் பிடிப்பில் புடைத்தாள். அவளை நிர்வாணமாக்குவதற்கான முயற்சி. பெண் குழந்தை அலறிக் கூப்பாடு போட்டாள். அந்த அபயக்குரல் திசைகளில் எதிரொலித்தது. பிலாங்கரையில் தங்கும் முஸ்தாபாவின் காதில் எதிரொலித்தது. முடைவதற்கு ஓலை கீறிக்கொண்டு நின்ற கூரிய கத்தியுடன் முஸ்தபா ஆற்றை நோக்கி ஓடிவந்தான்.

கட்டவிழ்ந்த பாவாடையின் பிடிப்பை விடாமல் கூனிக்குறுகி நடுநடுங்கி கண்ணீர் கொட்டும் பெண் குழந்தையைக் கண்டதும் முஸ்தபா மிருகமானான். அலியை ஓங்கி மிதித்தான். “சீ நாயெ … கொண்ணு போடுவேன்” கத்தியைக் காட்டினான்.

மீண்டும் மிதிக்கக் காலைத் தூக்கினான். அலி தப்பிவிட்டான். “களிசற பொலயாடி மோனே … ஒன்னாலெ தானே இந்த நாசமெல்லாம் …” ஓடும் அலியை நோக்கிக் கத்தினான்.

தரையில் சிதறிக் கிடந்த புத்தகங்களைப் பொறுக்கி அடுக்கி குழந்தையின் கையில் கொடுத்தான் முஸ்தபா.

“வா மோளெ … நான் கொண்டு உடுதேன்.” கனிவான அழைப்பு.

அவள் முஸ்தபாவின் பின்னால் நடந்தாள்.

“நா போலாம் …” துறையை நெருங்கியதும் சொன்னாள்.

விம்மி விம்மி அழுதுகொண்டுவரும் குழந்தையைத் துறையில் உள்ளவர்கள் கண்டனர். விசாரித்தனர். பதில் சொல்லவில்லை. அழுதாள். கிழிந்த ஐம்பர். கைகளில் இரத்தம் கசியும் நகவடுக்கள். துறையிள்ளவர்கள் ஊகித்தனர். உறுதி பூண்டனர்.

“கொலைக்குக் கொலை”

வெட்டுக்கு வெட்டு”

“மானபங்கத்துக்கு மானபங்கம்.”

# 14

அன்று துறையின் ஊர்க் கூட்டம் நடந்தது.

'உடப்படாது' ஊர் முடிவு.

கோயில் கோபுரத்தில் தொங்கிய வெங்கல மணியின் நாக்கில் கட்டித் தொங்கவிட்ட கயிற்றை மெலிஞ்சி இழுத்து மணியடித்து ஆட்களைத் திரட்டினான். நீண்ட கூட்ட மணி முழக்கம். துறைமக்கள் திரண்டனர்.

ஒவ்வொரு துறையிலும் கூட்ட மணி முழங்கியது. நீண்ட நீண்ட மணி முழக்கங்கள். மணி முழக்கங்கள் கேட்டு மக்கள் வெகுண்டு எழுந்தனர். உஷார் நிலையில் நின்றனர். எந்த நேரமும் மேகரைக்குள் புகுந்து தாக்குவதற்கான ஆயத்த நிலை.

ஒவ்வொரு துறையிலுள்ளவர்களும் ஒன்று கூடினர். கொளுத்துவட்டி, தடி, பிச்சுவா, மீன் கத்தி, இரும்புக் கம்பி, மிதப்பை இப்படி ஆயுதக் குவியல்கள்.

பிற துறைகளில் செய்தி சொல்ல கடலில் வள்ளங்கள் இறக்கப்பட்டன. கடல் அலைகளைக் கிழித்துக்கொண்டு மேற்கும் கிழக்குமாக வள்ளங்கள் பாய்த்தன.

ஒரு போருக்கான தயார் நிலை.

○○○

இரவு கடைசி பஸ்ஸூம் வந்தது. நான்குபேர் பஸ்ஸை விட்டு இறங்கிச் சென்றனர். கடைகளெல்லா சாத்தப்பட்டன 'பதரியா ஹோட்டல்' என்று எழுதிய போர்டில் இரு கைகளுக்குக் கீழுள்ள பல்புகளும் அணைக்கப்பட்டபோது. ரோடுகள் சந்திக்குமிடத்தில் நிற்கும் மின் தூணில் ஒரு டியூப் மட்டும் எஞ்சியது. கடை வராண்டாக்களில் சுமை தூக்கிகளின் குறட்டை ஒலி.

இரவு ஒன்பது மணிக்கு மூடப்படும் சிவசிவ விலாசம் காப்பிக் கடை அன்று சாத்தப்படவில்லை.

வராண்டாவில் கொழும்பான் சேமது நானாவும் வேறு சிலரும் ஏதேதோ சிந்தனையில் மூழ்கினர்.

“போன பசங்களெ காணலியே மகோ...” சேமது நானாவுக்குப் பொறுமை இல்லை. கொச்சுப்பள்ளியின் முன் நின்றிருந்த மின்சார விளக்குத் தூணின் காலடியில் சிதறிக்கிடந்த ஒளியில் பார்வையைச் செலுத்தினார்.

“பத்தம்பதெண்ணம் சேகரிச்சிட்டு வரண்டாமா” சீனாடி வாத்தி சமாதானப்படுத்தினார்.

தட்டாக்குடி முடுக்கிலிருந்து மீசை மம்மக்கண்ணு திடீரென்று தோன்றினான். வராண்டாவிற்கு வந்தான். எல்லோரும் அவனை வளைத்துக்கொண்டனர்.

“பத்தறுபது வாளும் வெட்டுக் கத்தியும் கிட்டிச்சு ...” மம்மக்கண்ணு கூடி நின்றவர்களிடம் சொன்னான்.

“சாமானம் எங்கே ...”

“இவுறாஹீம் புள்ளைக்கெ கயற்றாபீஸுக்கு பெறமே வச்சிருக்கேன். அங்கெ நம்மொ ஆளுவொ பத்து இருவது பேருண்டு. கொஞ்சம் பேர் ஆத்துலெ நிக்கணும்... கொஞ்சம் பேர் ஜின்னா மைதானத்திலே நிக்கணும் ...” மம்மக்கண்ணு சில யுத்த முறைகளைச் சொன்னான்.

“நானும் கொஞ்சம் புள்ளியளும் நிக்கோம் ...” சீனாடி வாத்தி துண்டைத் தலையில் இறுக்கிக் கட்டினார்.

“அடேய், வாத்தி, இங்கிட்டுள்ள விசயம் நா பாத்துக்கிடுதேன் ஓய் ...” கொழும்பான் சேமது நானாவின் ஊக்குவிப்பு.

அத்றாங்கண்ணும் சிலரும் கொச்சுப்பள்ளிக்குச் சென்றனர். அங்கு அடக்கம் செய்யப்பட்டுள்ள இறைநேசர் வாலமஸ்தான் சாகிபின் சமாதியின் முன் நின்றனர்.

“ ... எங்களுக்கு ஒங்கெ காவல்தான் உண்டு ... எங்கெ கைகளுக்குப் பலம் தாருங்கொ ...” வாலமஸ்தான் சாகிபிடம் உதவி தேடினர். பள்ளிப்படியைத் தொட்டுக் கண்ணில் வைத்தனர். நேராக புத்தனாற்றிற்குச் சென்றனர். அங்கு, தென்னையோலைகள் பரப்பிய இருளில் ஒளிந்தனர்.

நுளக்குடியில் பத்து நாற்பது பேர்கள் வெட்டுக் கத்தி, வாள், சுருள்வாள், தடிவாள் போன்ற ஆயுதங்களேந்தி நின்றனர்.

இரவோடிரவாக நான்கு வள்ளங்கள் மேற்கிலுள்ள ஊர்களுக்கு அனுப்பினர். வள்ளத்தில் சென்றவர்கள் வீடு வீடாகச் சென்று மூடிய வாசல்களில் தட்டி எழுப்பினர், “ஓடி வாருங்கோ... தொறயக்காரனுவோ ஊரேறி வரப்போறானுவோ...”

கேட்டவர்களின் இரத்தம் கொதித்தது. கையில் கிடைத்த ஆயுதங்களுடன் படைக்குப் புறப்பட்டனர். ஜிஹாத்துக்குப் புறப்பட்டவர்களை ஏற்றிக்கொண்டு வள்ளங்கள் வலியாற்றின் அலைகளைக் கிழித்தன. கழை தண்ணீரில் ஓங்கி விழும் ‘குளும்’ ஓசை. கழை வள்ளத்தின் பக்கவாட்டில் உராயும் சரசரப்பு.

பெண்கள் குளிக்கும் குளிக்கடவிலுள்ள கல்கட்டின் மீது நின்று சிலர் குரல் கொடுத்தனர்.

“ஏய் எந்த ஊர் வள்ளம்..?”

குரல் கேட்டதும் வள்ளத்தின் விளிம்பிலும் படியிலும் உட்கார்ந்திருந்தவர்கள் இறங்கி உள்ளே குனிந்துகொண்டனர்.

“பூவாற் வள்ளம்...” குரலை மாற்றிக்கொண்டான் வள்ளக்காரன்.

“எங்கெ போவுரு..?”

“கணபதியாம கடவுக்கு...”

“போட்டு... போட்டு...” அவர்கள் தங்களுக்குள்ளே சொல்லிக்கொண்டனர். “கணபதியாம் கடவுக்கு போற வள்ளம், துலுக்கன்மாரு இல்லை. போட்டு...”

வலியாற்றின் அலைகளை வெட்டிப் பிளந்துகொண்டு நான்கு வள்ளங்களும் ஆற்றுப் பள்ளிக் கடவை நெருங்கின. ஆபத்து எதுவுமில்லாமல் கரை சேர்ந்த நன்றிக்காகப் பள்ளி முட்டியில் காணிக்கை போட்டனர்.

யாருக்கும் தெரியாமல் அலி வேட்டமங்கலம் ஷாப்பில் ஏறி மூக்கு முட்டக் குடித்தான். வெட்டுக் கத்தியைத் தூக்கித் தென்னை மரத்தில் ஓங்கி வெட்டினான்.

“நா... வெட்டுவேன்... நூறு பேருக்கெ தலையை வெட்டு வேண்டா...” வெட்டுக் கத்தியை முத்தமிட்டான்.

நேரம் ரொம்பவும் தாழ்ந்தது. சைனபா தூங்கவில்லை. நோயாளியான வாப்பாவை எதிர்நோக்கியிருந்தாள். தனித்திருந்தபோது நெஞ்சில் வாப்பாவின்மீது கோபம். தட்டின் மேல் யாரோ நடப்பது போல், வீட்டிற்குள் மண்டிபோட்டுக் கிடக்கும் இருளிலிருந்து ஆயிரமாயிரம் கண்கள் பயங்கரமாக அவளைத் துறுத்தி நோக்குவது போல்.

சைனபா முஹியுத்தீன் மாலையை எடுத்தாள். பக்கங்களை விரித்தாள். வாசிக்கத் தெரியவில்லையே என்று நொந்தாள், அதைக் கையில் வைத்திருந்தாலே பேய் பிசாசுக்கள் அண்டாது. அவள் வாய் முணுமுணுத்தது, அதிலுள்ள வரிகளை.

"என்னை பிடிச்சவர் ஏதும் பேடிக்கேண்டா என்னைப் பிடிச்சோற்கு ஞான் காவல் என்னோவர் ..."

வாசலில் தட்டுவதைக் கேட்டாள்.

பாடல் நூலை மூடினாள்; காது கொடுத்தாள்.

மீண்டும் தட்டுவதைக் கேட்டாள்.

"ஆரது?"

"சைனபா ..."

"ஆரது ..." உரக்கக் கேட்டாள்.

"நான்தான்"

குரலைத் தெரிந்துகொண்டாள்.

வாசலைத் திறந்தாள்,

குப்பி விளக்கிலிருந்து கிளம்பிய ஒளியில் கண்கள் கூட்டி இடித்தன.

"வாப்பா இல்லியா ..." மம்மக்கண்ணு கேட்டான்.

"இல்லெ"

"அலி .. ?"

"அண்ணைக்கு போனது ..."

"நீ தனிச்சா ..."

"ஓ ..."

"பயமில்லியா .. ?"

"முஹியித்தீன் மாலை ஓதுதேன்."

"சைனா ...?"

அவள் அவனைப் பார்த்தாள், அவன் அவளுடைய கண்களில் உற்றுநோக்கினான்.

"வாப்பா வராண்டயிலெ இருக்கிது ... நின்னெ தனிச்சுப் பாக்கத்தான் வந்தேன்.

அவளுடைய இதயத்திற்குள் ஒரு நிமிட நடுக்கம். அவனுடைய கண்களைப் பயத்துடன் பார்த்தாள். தான் எத்தீமான ஒரு குமர் என்ற உணர்வு அவள் உள்ளத்தில் மின்னி மாய்ந்தது. அவனுடைய பார்வையில் அமைதி துளிர்த்து நிற்பதைத் தெரிந்துகொண்டாள்.

"உனக்கட்டெ யாத்திரெ கேக்க வந்தேன் ..."

நிம்மதியிழந்துபோன அவள் மனத்தில் தெளிவின்மை நெளிந்தது.

பிராவுக்குள் சிறைப்படுத்தாத கொழுத்த மார்புகள் இளகிய சட்டைக்குள் நெருங்கித் திணறின. கவிணியால் மார்பை மறைத்தாள். சலனமில்லாத இமைகளுடன் அவன் முகத்தில் பார்வை ஊன்றினாள்.

"சைனா ... தெக்கெ உள்ளவனுவெ ஊரேறி வரப்போறானுவோ ... அவனுவளெ தடுக்கப் போறேன். அந்தச் சண்டையிலெ சிலப்போம் ... நா திரும்பி வரமாட்டேன்" மம்மக்கண்ணுடைய குரல் கரகரத்தது.

அவளுடைய விழிகளில் நீர் முத்துக்கள் உருண்டன. கன்னங்களில் நீர் வழிந்தது.

மம்மக்கண்ணு அவன் கழுத்தில் கட்டியிருந்த சிவந்த கைலேசை அவிழ்த்தான். அவள் கண்களைத் துடைத்தான்.

"கரையாதெ ... சைனா ..."

சைனபா அவனுடைய கையிலிருந்து கைலேசைப் பற்றினாள்.

"நா எத்தீமான ஒரு கொமரு ... சோக்கேடு புடிச்ச வாப்பா செல்லுவிளியில்லாத்த தம்பி ..."

அவள் மம்மக்கண்ணின் பின் கையில் முகத்தை வைத்தாள், அந்த கையில் கண்ணீரின் வெம்மை. "இந்த கண்ணீருக்கெ சூடெ நா மறக்கவே மாட்டேன். இந்த சண்டையிலெ மரிச்சுப் போனாலும் இந்த கண்ணீருக்கெ சூட்டுக்கெ நெனப்பிலெ எனக்கெ உயிர் பிரியும் ... இந்த சண்டையிலெ மரிச்சா பதர் யுத்தத்திலெ மரிச்ச சுஹதாக்[1]களுக்குள்ள கூலி[2] கிட்டும் ..."

"நிங்கொ ... போவண்டாம் ... நான் எத்தீமான கொமரு" அவள் விம்மி விம்மி அழுதாள்.

---

1. தியாகிகள்
2. நன்மை

“நான் ஷஹீதானா[3] ..?” அவன் அவள் முகத்தை உற்று நோக்கினான்.

அவள் அவனை ஏறிட்டுப் பார்த்தாள். கலங்கிய கண்கள். அந்தப் பார்வையில் ஏதோ ஒரு மணிமாளிகை சுக்குநொறுங்கலாகத் தகர்ந்து விழுவதைக் கண்டான்.

“நான் விதவை ...” அவள் அமைதியாகச் சொன்னாள். “உம்மா மரிச்சநாள் முதல் தீ தின்னுதேன்... இனி மௌத்தாவது வரை அந்தத் தீயை தின்னுக்கொண்டே ஜீவிப்பேன்.”

“சைனா ... நீ என்ன சொல்லுதா ...”

அவள் மெதுவாகத் தலையசைத்தாள் ... “ஆமா.”

தொலைவில் இடைவழியில் இருமல். மம்மக்கண்ணு விடைபெற்றான். இருளில் மூழ்கினான். அவன் கையிலிருந்து பற்றிக்கொண்ட கைலேசைப் பார்த்தாள். முத்தமிட முனைந்தாள். இருமல் ஒலி நெருங்குகிறது. கைலேசை வாசல் விட்டத்தில் மறைத்தாள்.

வந்து ஏறிய வாப்பாவிற்கு விளக்குக் காண்பித்தாள். சேமது நானா படி ஏறியதும் கேட்டார்

“நீ ஒறங்கல்லே”

“இல்லே ...”

“தெக்கத்துக்காரனுவொ ஊரேறி வர்றானாம்” தானாகச் சொன்னார்.

“எங்கடெ ஆயகாலமானா தொற சாம்பலாவும்...” உணர்ச்சி வசப்பட்டபோது நிறுத்தாமல் இருமி இருமிப் படியிலேயே உட்கார்ந்துவிட்டார். துப்பினார்.

இரத்தம்.

○○○

ஐந்து கட்டை டார்ச்சு விளக்குடன் காதர் பிள்ளை கிழக்கு நோக்கி நடந்தார். அழுகிப்போன நாய் சடலத்திலிருந்து கிளம்பிய கெட்ட வாடை காற்றூதியபோது அவர் மூக்கைத் துளைபோட்டது. மேல் துண்டின் முனைகொண்டு மூக்கைப் பொத்தினார். மூக்குச் சீந்தினார். காறிக் கனைத்துத் துப்பினார். துர்வாடை மூக்கினுள் கட்டிநின்றது. டார்ச்சு விளக்கைத் தொலைவில் அடிக்கவில்லை. தரையில் காலடிகளுக்குச் சுற்றுமாக அடித்துக்கொண்டு நடந்தார்,

---

3. புனித யுத்தத்தில் இறப்பது

நீண்ட இடைவெளிகளுக்குப்பின். துறை நெருங்கியபோது விளக்கைக் கக்கத்தில் இடுக்கிக்கொண்டார்.

இருளின் கர்ப்பப் பைக்குள் கிணறும் அதைச் சுற்றிய இடங்களும். எதுவுமே காணமுடியவில்லை. கால்களை மெதுவாக எடுத்துவைத்து நடந்தார். ஆங்காங்கே பேத்தை முட்கள் உண்டு. கையை நீட்டி இருட்டைத் தடவினார். தென்னை மரங்கள் கையில் தட்டுப்பட்டபோது வழி விலகி நடந்தார். பாதங்களில் ஈரம் தட்டியபோது கிணற்றை அடைந்த ஆறுதல்.

இருட்டில் நின்றுகொண்டு கிழக்கே பார்த்தார். கோயில் முற்றத்தில் ஏராளம் தலைகள். சில குடில்களுக்கு முன் தகர விளக்கு உமிழும் மங்கிய ஒளி. சிறப்பீனாவின் வீட்டில் வெளிச்சம் உள்ளதாகத் தெரியவில்லை. அடிமையின் குடிசைக்கு முன் உடைந்த அம்மியில் கால் முட்டுக்களூன்றிப் பாதித் தொடையைக் காட்டி வெளுப்பான ஒரு பெண் மசால் அரைக்கிறாள். அடிமையின் மகளாக இருக்கலாம். துறையில் பெண்களுக்கிடையில் அதிக வெளுப்பு அவளுக்குதானே. சேனாவின் வீட்டில் 'ஸ்தோத்ரம்' சொல்வது கேட்கிறது.

காதர் பிள்ளை கொஞ்ச நேரம் அங்கேயே நின்றார். சிறப்பீனாவின் தலையை எங்கும் காணமுடியவில்லை. ஒரு பீடி பற்றவைத்தாலோ? நல்ல குளிர்! பற்றவில்லை. ஒரே நிலையாக நின்றிருந்ததினால் வாதச் சேட்டையுள்ள கால்கள் களைத்தன. வலி எடுத்தது. ஹாஜியாரின் கூனன் தோப்பை நோக்கிய வண்ணம் இருளில் குந்தி உட்கார்ந்தார். ஹாஜியாரின் தோப்பிற்குள் தை தென்னையில் ஓலைகள் அசையும் சப்தம் கேட்கிறதா என்று செவியுற்றார். இல்லை.

"மெய்லாளி ராவு ஊட்டுக்கு வரண்டாம்"

"அப்போம் ..."

"நா ஆஸியார் மெய்லாளிக்கெ வெளாலெ[4] வரியேன். நிஞ்சொ ராத்திரி வாங்கு விளிச்சும்பம் வரிங்கெ."

"நீ வாறது எனக்கு எப்பிடித் தெரியும்?"

"கொளத்துக்கெ கராலே நிச்சுதே தெங்கு, அதுக்கெ ஓலையெப் புடிச்சு ஆட்டுவேன். அப்பம் அவுத்தெ வந்திருங்கொ ..."

முன்பு இது போல் ஒரு கலவர நேரம். பல இரவுகளில் சந்தித்தது கூனன் தோப்பிற்குள் உள்ள காவல் குடிசையில்.

---

4. தோப்பு

இன்று கலவர நேரம். தன்னுடைய வாடிக்கையான நாள் அவள் வருவாள் என்ற எதிர்பார்ப்பு. உட்கார்ந்து பொறுமை இழந்தார். தென்னை ஓலைகளிலிருந்து பனித்துளிகள் கையில் இற்று வீழ்ந்தன. உதடுகள் மரத்துப்போயின. பீடி பற்றவைக்க முடியாது. கோயில் முற்றத்தில் ஆள் நடமாட்டம். சிலவேளை யாரேனும் பார்த்துவிட்டாலோ? குத்தி உட்கார்ந்து கால் வலி எடுத்தபோது கோபம். எழும்பி நடந்தார். கூனன் தோப்பின் கைதை வேலியைத் தாண்டினார். காவல் குடிசைக்கு நேர் நடந்தார். தென்னை மூட்டில் ஏதோ ஓர் அசைவு, நடுங்கிப்போய் கால்களைப் பின்வாங்கினார். மனத்தில் பயம். இருந்தாலும் அஞ்சு கட்டை விளக்கு கையிலிருக்கும் தைரியம்.

குனிந்து நோக்கினார்.

இரண்டு பேர்.

ஒரு கணம் திடுக்கிட்டார். சிறப்பீனாவா?

ஒளி சிதறாமல் விளக்கைத் தரையில் அடித்துப் பார்த்தார். ஒரு நிமிடத்தில் கொந்தளித்துக் கலங்கித் திரை எழுப்பிய மனம் நீச்சல் குளமானது.

கணவனில்லாமல் நாலு குழந்தைகளைப் பெற்ற கோங்கண்ணியும் நூஹெ ஹாஜியாரின் மகன் ஹமீதும். ஹமீது என்று தெரிந்ததும் காதர் பிள்ளை அதிர்ந்து நின்றார். நம்ப முடிய வில்லை. பகல் உதிக்கும் சூரியனைக்கூட நம்ப முடியவில்லை:

வாப்பா முஹல்லச் செயலாளர். இறை இல்லங்களின் ஆட்சியாளர்.

ஹாஜியார்! முதலாளி! மானமுள்ள தறவாட்டுக்காரன்! குடும்பக்காரன்!

மானம் இங்கு தீய்ந்து கெட்டவாடை வீசுகிறது. கடற்கரையில் செத்தழுகிப் போன நாய் சடலத்தின் வாடையை விடவும் கெட்ட வாடை.

"கோங்கண்ணியாவுட்டீ ..."

"ஓ ..."

"இஞ்செ என்னே ..?"

"செல்ல முதலாளி ஆருட்டயும் செல்லண்டாம். இந்த புள்ளெ கொஞ்சம் நாளுகொண்டே ஆசப்படுவது ..."

ஹமீது தலை தெறிக்க ஓடினான். நிற்கவில்லை. இருளைத் துளை போட்டுக்கொண்டு, தென்னை மரங்களில் மோதாமல்,

கைதை முள்ளில் வேட்டியோ துண்டோ மாட்டாமல் நிலம் தொடாமல் ஓட்டம் பிடித்தான்.

"புள்ளெ ... ஓடிடாதிங்கோ ..."

"அவன் போட்டு ..."

நிங்கொ இந்தநேரம் இஞ்ச என்னத்துக்கு வந்தியோ ..."

"சும்மா வந்தேன் ..."

"ஆரெ தேடி வந்தியோ ..."

"சும்மா .. ?"

"நா போட்டா .. ?" அவள் புறப்பட முயன்றாள்.

"நில்லு ..." காதர்பிள்ளை கோங்கண்ணியின் தோளில் கைவைத்தார்.

# 15

உறைந்த இருளில் வெள்ளைப் புழுபோல் ஒரு சலனம். ஏதோவொரு உருவம் கிழக்கிலிருந்து தென்னைக் கூட்டங்களுக்கிடையே வருவது தெரிந்தது. சற்று நெருங்கி வந்ததும், திடீரெனத் தெற்காகச் சென்றது. திரை நீர் ஏறி நனைந்த மணல் வழியாக மேற்கு நோக்கிச் சென்றது. மீரான் பிள்ளையின் மீன் தொட்டிக்குப் பின் பகுதியில் பதுங்கி நின்ற மேகரையிலுள்ளவர்கள் அவ்வுருவத்தைக் கவனித்தனர். நுளையன் முத்தய்யனுடைய நாய் குரைத்துக்கொண்டு கடற்கரைக்கு ஓடியது. ஓயாமல் குரைத்துக்கொண்டேயிருந்தது. உடன் வேறு கொஞ்சம் நாய்கள் நுளைக்குடியிலிருந்து பதிலுக்குக் குரைத்தன.

கடற்கரை வழியாகச் சென்ற உருவம் முன்னை விட வேகமாக நடந்தது.

"ஷைத்தானாடா . . ?"

"நாய் கொலச்சா, ஷைத்தானானா துரிசமா நடக்குமா . . ?"

"மனுஸன்தாண்டா"

"சைத்தானானா என்ன, மனுஸ்னானா எக்கு என்ன. ஓய் நிங்களுக்கெல்லாம் பயமானா நான் போய் பாத்துட்டு வருயேன் . . ." கோழி கள்ளன் அலியின் நாக்கு ஒற்றை நரம்பில் தொங்கியது. சொற்களில் தடுமாற்றம். குழைந்து விழுந்தன. நடந்தபோது கால்கள் நிலம் தொடாமல் மணலைச் சீய்த்து வீசின.

"எவன்றா அது மைராண்டி . . . நில்லுடா . . ." அலி கத்தினான்.

வெள்ளை உருவம் வேகமாக நடந்தது, அலி பின்னால் விறுவிறென்று.

“ஷைத்தான் இல்லெடா… மனுசன்தான். வாங்ருகடா…” எல்லோரும் கடற்கரைக்கு ஓடினர்.

வெள்ளை உருவத்திலிருந்து ஒளி புறப்பட்டது. அஞ்சு கட்டையுள்ள டார்ச்சு விளக்கின் ஒளி. கண்கள் கூசின.

“நாய்க்கெ மோனே இஞ்செ அடிச்சு பாரு…” அலி வேட்டியைத் தூக்கிக் காண்பித்தான்.

உருவம் நின்றது.

உயர்த்திய வேட்டியுடன் அலி நெருங்கினான்.

காதர் பிள்ளை!

தூக்கி நிப்பாட்டிய ஒரு சவத்தைப் போல் வெளிறிப்போய் நின்றார் காதர் பிள்ளை. காய்ந்த உதட்டில் இளித்த சிரிப்பு.

“சூடு பிடிக்க போனதா கேட்டீளா..?” அலி கேட்டான்.

காதர் பிள்ளையின் தொண்டையின் கட்டாந்தரையில் சொற்கள் முளைக்கச் சிரமப்பட்டன.

“இல்லெ. ராமடி கடல்லெ இறக்கியாச்சா எண்ணு பாக்கப் போனேன்”

“அதோ இஞ்சயுள்ள ரகசியத்தெ மோனுட்டெ செல்லப் போனதா கேட்டீளா..?’

“றப்பாணெ… சேண்டபள்ளியாணெ… நா எந்த ரகசியமும் செல்ல போவல்லியே… நம்மொ ஆளுவொளெ நா காட்டி குடுப்பேனாடேய்…” காதர் பிள்ளை பழைய பள்ளிக்கூடத்தின் முன்பக்கமுள்ள இடைவழியாக நடந்தார்.

அலியும் மற்றவர்களும் மீண்டும் மீன் தொட்டிக்குப் பின்பக்கம் வந்து மறைந்துகொண்டனர். ஒவ்வொரு கண்ணும் ஒவ்வொரு கோணத்தில் ஊன்றியது. இருளில் ஏதேனும் அசைவுகள் தென்படுகின்றனவா? தென்னையிலிருந்து ஒரு கொச்சங்காய் அடர்ந்து வீழ்ந்தது. விழுந்தது, மீன் பண்டக சாலையின் கூரை மீது. எல்லோரும் திடுக்கிட்டனர். உஷாராயினர். ஆயுதங்களை எடுத்துக்கொண்டு குதித்தெழும்பினர்.

யாரும் தென்படவில்லை.

சுற்றிலும் நோக்கினர் என்னவென்று. மணலில் கிடந்த எலி வெட்டிப்போட்ட புது கொச்சங்காயைத் தீக்குச்சி வெளிச்சத்தில் கண்டபோது நிம்மதியடைந்தனர்.

“மம்மூனியா…” அலி கூப்பிட்டான்.

“என்ன மக்கா ...?”

“நம்மொ இப்பிடி குந்தம்போலெ பாத்துட்டு இருந்தா?”

“என்ன செய்ய?”

“என்ன செய்யூக்கா ..? முத்தபாக்கெ கடயெ அவனுவொ கொள்ள போட்டானுவயில்லியா . . . வழியெ போன நம்மொ ஆளுவளெ அடிச்சானுவொயில்லியா... நம்மொ மந்திரவாதியெ அடிச்சானுவொயில்லியா... நம்மொ வாய் பாத்திட்டு இருந்தா ..?” அலியின் கேள்விகள்.

“நம்மொ தொறக்குள்ளே ஏறவா ..?”

“ஏறணும் ... தீப்பெட்டி இருக்கியா ..?”

“இரிக்கி ...”

“அப்போ எழும்பு ...”

“என்னத்துக்குடா ..?” பீருக்கண்ணு கேட்டான்.

“செரக்கெ . . . வாங்கடா மைருகளே . . . ஒண்ணுரண்டு மடிக்கும் வலைக்கும் தீ வைப்போம்.” அலி எழுந்தான்.

மம்மானிபாவும் பீருக்கண்ணும் அவனைப் பின்தொடர்ந்தனர். மற்றவர்கள் அங்கேயே உட்கார்ந்தனர்.

“ஓய் நம்பாளி . . .” நம்பாளி மைதீன் தங்கியிருந்த குடிசை வாசலை அலி தட்டினான். துறையின் எல்லைப் பகுதியில் உள்ளது அந்தக் குடிசை. தெற்கே உள்ளவர்களின் முதல் தாக்குதல் அந்தக் குடிசைக்கு நேராகத்தானிருக்கும்.

செத்தை வாசல் திறக்கப்பட்டது.

நாவூரும்மா சிம்மினி விளக்கின் திரியை உயர்த்தினாள்.

“என்னப்பா . . ?” நம்பாளி மைதீன் நெளிந்து சடவு போக்கினான்.

“நீங்கொ ஊருக்குள்ளே போங்கொ ...”

“இந்த சாமத்திலெயா ..?” நாவூரும்மா கேட்டாள்,

“ஓ ... தொறக்காரனுவொ திடீரெணு ஊரேறுவானுவொ. உடனெ போங்கொ ...”

“அள்ளோ – நமக்கு போவலாம்...” நாவூரும்மா கணவனிடம் சொன்னாள்.

“மண்ணெண்ணெ ... இருக்கியா ..?”

“இருக்கி ... என்னத்துக்கு?”

“ஒண்ணும் கேக்கப்படாது. செல்ல நேரமில்லெ”

நாவூரும்பா கழுத்தில்லாத குப்பியிலிருந்த மண்ணெண்ணையை எடுத்து நீட்டினாள்.

“மதியா?”

“மதி ... மதி”

“நீங்கெல்லாம் உடன் வெளியேறுங்கெ ...” பீருக்கண்ணு அவசர மூட்டினான்.

அலியையும் மம்மூனியாவையும் பீருக்கண்ணையும் இருள் விழுங்கியது.

துறை தூங்கவில்லை. கோயிலுக்கு முன் வெளிச்சம். வெளிச்சத்தில் பல தலைகளும். தொலைவில் தொடுவான மதிலின்மீது கப்பல்களின் உறங்காத கண்கள். இரவின் உதட்டிலிருக்கும் அணையாத பீடித்துண்டு. அந்த இரவின் பயங்கரத்தை இலகுவாக்குவதற்காக அமைதியாக எழும் கடல் திரைகள், கடலின் வெண்பற்கள் போல் திரைகள் அடித்துக் கரை ஏற்றிவைத்த நுரைகள். மெல்ல வீசும் காற்றில் குருத்து ஓலைகள் கையில் சொடக்குப் போட்டன.

“நிங்கொ ரண்டு பேரும் இஞ்செ நில்லுங்கோ ... நான் தீ வைக்கேன்” அலி கூறினான்.

மம்மூனியாவும் பீருக்கண்ணும் தென்னைகளுக்கிடையில் ஒளிந்து நின்றனர்.

“எக்கெ முண்டு வெள்ளயானதினாலெ செலநேரம் ஆள்போறது தெரியும் ...” அலி நிர்வாணமாக நின்றான்.

அலியின் கறுத்த மேனி இருளின் கம்பிளிப் போர்வையில் ஒரு கறுத்த நூலாகப் பரிணமித்தது.

அடுத்தடுத்து கரையேற்றப்பட்ட மூன்று வள்ளங்கள். வள்ளத்திற்குள் மடியும் வலையும் கம்பாவும். பன்னாயங்கள் கொண்டு மூடப்பட்டிருந்தன.

அலி பன்னாயத்தை உயர்த்தினான். ஒவ்வொரு வள்ளத்திலும் வலையிலும் மண்ணெண்ணையைத் தெளித்தான், தீப்பெட்டியை உரைத்து உள்ளே போட்டு பன்னாயத்தை இருந்தபடி மூடினான்.

அலி நிற்கவில்லை. ஓட்டம் பிடித்தான். மீன்தொட்டி, பின்பக்கம் வரும் முன் தீ ஆளிப் படர்ந்தது,

“தீயோ ... தீயோ ...”

அரபிக்கடல் இரைவது போல் பெரும் இரைச்சல் ... கிழக்கிலிருந்து துறைமக்கள் திரண்டோடி வந்தனர்.

கூட்ட அழுகை.

பன்னாயத்திலுள்ள மூங்கில் கம்புகள், துளாவிகள் பொட்டிச் சிதறின. நெருப்பை அணைக்க ஆயிரமாயிரம் கைகள் மணல் அள்ளி வீசின.

கூனன் தோப்பிலிருந்து யாரோ வேலி குதித்து வந்து புத்தனாற்றிற்குச் செல்வதைக் கோயிலுக்கு முன் நின்றிருந்த அருளப்பன், புத்தனாற்றின் கரையில் தெறித்து விழுந்த மங்கிய ஒளியில் கண்டான். கூர்ந்து நோக்கினான். பக்கத்தில் நின்றிருந்த சிலரிடம் சுட்டிக் காண்பித்தான்.

இரண்டு மூன்று பேர் புத்தனாற்றை நோக்கி விரைந்தனர்.

ஆற்றுக் கடவில் பாசிபிடித்துக் கிடந்த தண்ணீரில் இறங்கி நின்று கைகால் கழுவிக்கொண்டிருந்த ஆளை எட்டிப் பிடித்தன. பிடிப்பில் அனுபவப்பட்ட மிருதுத் தன்மையிலிருந்து பெண் என்று தெரிந்துகொண்டனர்.

முகத்துக்கு முகம் சேர்த்து நோக்கினர்.

கோங்கண்ணி.

“அய் நீயா நாறக்கொம்பே .. ?”

அவள் பேசவில்லை.

“ஆருக்கெ கூடெ வந்தா .. ?”

“கக்கூசுக்கு வந்தேன்”

“நீ இஞ்செ எதுக்கு வரணும், நிச்ச ஊடு பாறெயிலெ இல்லியா .. ? நிச்சங்கெ எடமில்லியா .. ? செல்லு ஆருக்கெ கூட வந்தா .. ?”

இதற்கிடையில் வேறு சிலரும் அங்கு வந்தனர். பஞ்சாயத்து மெம்பரும் வந்தார்.

“மடிக்காரா ... ஆளாரு .. ?”

“இந்த நாற கொம்யே ...”

“எந்த நாற கொம்பெ .. ?”

“கோங்கண்ணியே”

"இந்த கொம்பே இப்பம் இஞ்செ என்னத்துக்கு வந்தா?"

"அரு தெரியப்படாரா..?"

"ஆருக்கெ கூடவந்தா..?

"செல்லுயாளில்லெயே"

"கோயிலு நடயிலெ கொண்டு வாருங்கொ..." மெம்பர் உத்தரவு போட்டுவிட்டு முன்னால் நடந்தார்.

கோங்கண்ணியை கோயில் நடையில் விளக்கொளியில் கொண்டு நிறுத்தினர், செய்தி ஊராகத் தெரிந்தது. ஆண்களும் பெண்களும் கோயில் நடையில் குழுமினர். அதிசயம் பார்த்தனர். குமரிகள் ஒளிந்துநின்று பார்த்தனர்.

"நிச்செகூடெ வந்தது மேகரக்காரனா தெக்கத்துக் காரனா?" குழியாளி அவளை நெருங்கிக் கேட்டான்.

"எக்கெ கூடெ ஆரும் வரலலெ..."

"கள்ள நாற வாருவணி, வடுவனெ தின்னிக்கு பளம் வாருவலு எடுத்து ரெண்டு சாத்து சாத்துமே" மடிக்காரிக்குக் கோபம் தாங்கமுடியவில்லை.

"நிச்ச கூட வந்தது ஆருணு செல்லாட்டி நிச்செ தலையை மொட்ட அடிச்சுப்போடுவோம்..."

"ஆ... அப்பிடி செய்யணும். இந்த கொம்பெ பாறையிலெ உள்ள வளில்லியா இஞ்செ என்னத்துக்கு வந்தா?" ரோஸை கேட்டாள்.

"இவக்கெ கூடெ மேகரெக்காரந்தான் வந்திருப்பான், அவன் கூனன் தோப்புலெ காணும்... போய் பாப்போம்..." புல்பாஸ் சொன்னான்.

"உள்ளதெ... செல்லு... நிச்செ கூடெ வந்தது ஆரு? மேகரக்காரனா தெக்கத்துக்காரனா"

"செல்லு..." வெந்தா கையை முறுக்கினாள்.

"செல்லாட்டி இப்பம் நாவியனெ உளிச்சு மொட்டை அடிச்சுடுவோம்..." புல்பாஸின் குரல் கனத்தது.

"நாக்கு தாந்தா போச்சு செல்லேன்..." மீன் குட்டைக்கு அடியில் வைக்கும் ஒரு கிழிந்த பாளையை எடுத்து சிறப்பீனா ஓங்கி கோங்கண்ணியின் முதுகில் அறைந்தாள்... "கள்ள லெவிண்டி செல்லு... கொண்ணுடுவேன்..." சிறப்பீனா மீண்டும் பாளையை ஓங்கினாள்.

“காதர் பிள்ளெ மொதலாளிக் கெகூடெ...” கோங்கண்ணி சொன்னாள்.

புல்பாஸ் நடுங்கிவிட்டான்.

தலைச் சுற்றி கீழே வீழ்ந்துவிடுவோமோ என்று சிறப்பீனாவுக்குத் தோன்றியது. ஓங்கிய பாளை கையிலிருந்து நழுவி விழுந்தது. கோயிலும் கூடி நின்றவர்களும் கண்முன் சுழன்றனர். தாழ்ந்து தாழ்ந்து போவது எங்கே? அதல பாதாளத்திலா? கடலுக்கடியிலா?

புல்பாஸ் அங்கு நிற்கவில்லை. ஓடினான். கோயிலின் வடபக்கமுள்ள வாசற்படியில் போய் உட்கார்ந்துவிட்டான். தலைக்குக் கை கொடுத்தான். மூளையின் மடிப்புகளுக்கிடை வழியாக சர்ப்பம் இழைந்தது. மனத்தில் காதர் பிள்ளையின் அருவருப்பான உருவம், ஒரு சர்ப்பத்தின் உருவம்.

காதர் பிள்ளை யார்? தன் தந்தையா? அவர் என் தந்தையானால் நான் யார்? என்னை ஏன் அவர் மகன் என்று கூப்பிடவில்லை, கூப்பிட்டதுமில்லையே? தன் தாயை அவர் மனைவியாக ஏற்றுக்கொள்ளவில்லை. அவருக்கு ஒரு வைப்பாட்டி. தேவைப்படும்போது வருவது, அல்லாதபோது வராமலிருப்பது.

தன் தாய் அவருக்கு ஒரு பெருவழிச் சத்திரம்.

எங்கிருந்தோ வந்து பாறைப் புறம்போக்கில் குடிசை கட்டித் தீயவழியில் நடக்கும் கோங்கண்ணியின் அந்தஸ்துதானா தன் தாய்க்கும் அவர் கொடுத்துள்ளார்?

துறையிலுள்ள ஒரு பெண்ணின் கருப்பை ஒரு மேகரைக்காரனின் கருவைத் தாங்கியதினால்தானே, அந்தக் கருவில் உருவான தனக்கும் இன்றளவும் பெயர் சூட்டப்பட வில்லை. பெயர் சூட்டியது யார்? யாருமில்லை. புல்பாஸ் என்று அம்மா கூப்பிட்டாள். என்னாவென்று நான் கேட்டேன். அன்றுமுதல் நான் புல்பாஸ்.

நான் இந்தத் துறையில் யார்? யாருமே இல்லை, வெறும் மீன் பிடிப்பவன். கடல் தொழிலாளி. எந்தச் சமுதாயப் பிடிப்பும் இல்லாத தனித்தவன். தாய்மை செய்த தவறுக்கு இனிவரும் தலைமுறை அந்தப் பாவச்சிலுவையைத் தாங்கித் திரிய வேண்டிய துர்ப்பாக்கியம்.

தன் பிறப்பைப் பற்றி லில்லி சிந்தித்திருப்பாளா? கோயிலில் வைத்து மத முறைப்படி பெயர் சூட்டப்படாதவன் என்ற நினைப்பு அவள் சிந்தனையில் பளிச்சிடுமா?

ஒரு வேளை இந்த ஒரே காரணத்தால் லில்லி தனக்கு ஒரு நஷ்டமாகப் போய்விட்டாலோ?

புல்பாஸ் கோயில் நடைக்கு வரும்போது முகம் சோர்ந்திருந்தது. கோங்கண்ணி தோப்புக்கரணம் போடுகிறாள்.

"நா இனி... இந்த தொறக்கப்பக்கம் வரமாட்டேன்..."

கோங்கண்ணி சொல்லிச் சொல்லி உட்கார்ந்து எழும்பும் காட்சி.

"போரும்" புல்பாஸ் அலறினான். கோங்கண்ணியைப் பார்த்துச் சொன்னான். "நீ போவுடு."

அவள் இருளின் கசத்தில் ஆழ்ந்தாள்.

தன் தாயைக் கொண்டு எத்தனை இலட்சம் தோப்புக் கரணங்கள் போடவைக்க வேண்டும். புல்பாஸ் எண்ணிப் பார்த்தான், கைவீசிக்கொண்டு குடிலை நோக்கி ஓடினான்.

## 16

துறையில் யாருமே தூங்கவில்லை. எல்லா வீடுகளிலும் வெளிச்சம் தெரிந்தது. சேனாவுடைய வீட்டின் முன்பக்கம் பதினாலாம் நம்பர் விளக்கு தொங்கப் போட்டிருந்தது. திரி உயர்ந்து எரிந்தது. முற்றத்தில் வீழ்ந்துக்கிடந்த ஒளியில் சிலர் சீட்டாடி உறக்கத்தைக் கொன்றனர்.

மேகரைக்காரர்கள் மேலும் இரவில் கூனன் தோப்பிற்குள் வரக்கூடுமென்ற சந்தேகம் வேர் பிடித்தது. அதனால் வடபக்கமுள்ள கக்கூசின் அருகாமையில் நிற்கும் தைப்பனையில் ஒரு ராந்தல் விளக்கைத் தொங்கவிட்டனர். கிணற்றின் பக்கம் வேறு ஒரு ராந்தல். இளைஞர் நற்பணி மன்றத்தின் வாரியிலும் ஒரு ராந்தல். அந்த ராந்தல் விளக்குகள் சிந்திய ஒளியில் கூட்டம் கூட்டமாக உட்கார்ந்து சீட்டுக் கட்டுக் குலைத்தனர். சீட்டு இல்லாதவர்கள் நாயும் புலியும் விளையாடினர்.

மெம்பருக்குத் தூக்கமில்லை. அங்குமிங்கும் நடந்தார். தலையில் கட்டியிருந்த மப்ளரை அவிழ்த்தார். கழுத்தில் வட்டமாகச் சுற்றிப் போட்டார். வேகமாகக் கோயில் மேடைக்கு ஏறிச் சென்றார்.

குமரிகள் வட்டமிட்டிருந்து சினிமாக் கதை பேசி மாலு முடிந்தனர். கிழவிகளின் கரகரத்த தொண்டைகளில் பழம் புராணங்கள் முறிப்பாட்டு களாக ஒலித்தன. உப்புக் காற்றுக் கொண்டு பிற ஊர்களிலிருந்து கடல் வள்ளத்தில் கிடுகிடா விறைத்து வருபவர்களுக்குப் பீடியும் சுருட்டும் கொடுத்து சேவை செய்ய லில்லி இரவு முழுதும் கடையைத் திறந்தே வைத்திருந்தாள்.

தெரு ஒளியில், வெறித்துப் பார்க்கும் மகனை சிறப்பீனா தலையுயர்த்தி நோக்கினாள். அவன்

பார்வை மூர்க்கமாகயிருந்தது. அதனால் அவள் பார்வையைக் பின் வாங்கினாள். குடிசைக்குள் நுழைந்தாள். பின்னால் புல்பாஸும்.

அவன் கண்கள் குடிசைக்குள் எதையோ துழாவின. மூங்கில் கம்பில் தொங்கவிட்டிருந்த கொழும்புக் குடையில் அவனுடைய இரத்தக் கண்கள் வேர் விட்டன. ஓடிச்சென்று குடையை எடுத்தான். எடுத்ததை சிறப்பீனா கண்டாள் ... பிடித்துப் பறிக்க முன்னால் குதித்தாள். அதற்குமுன் கால் முட்டில் வைத்து குடையை இரண்டாக ஒடித்தான். "இது அஞ்செ கெடக்கப்படாரு", குடையைத் தூக்கி வெளியே வீசினான். ஒரு செத்த பெருச்சாளியை வீசுவது போல். பலமும் குப்பையும் மீன் குடலும் குவிந்துக் கிடக்கும் பஞ்சாயத்துத் தொட்டிமீது போய் விழுந்தது.

"நிச்சு பைத்தியமா?'

"ஆ எக்கு பைத்தியம் தான்."

"மெய்லாளிக்கெ கொடயெ எடுத்து எறிஞ்சது என்னத்துக்கு?"

"அவரு நிச்ச ஆரு?"

"நிச்செ அப்பன்"

"நின்னாலெ நா கெட்டேன்."

"என்னாலெயா நீ கெட்டா?"

"பின்னெ இல்லியா? நா தொறயக்காரனுக்கா பெறந்தேன்..? எனக்கு தொறயிலெ என்ன பெருமெ இரிச்சு? இந்த ஊரிலெ என்ன உரிமை இரிச்சு? செல்லு பாப்போம்..."

சிறப்பீனா பதில் இல்லாமல் திணறினாள்.

"தூ ..." துப்பிவிட்டு இறங்கி நடந்தான்.

சிறப்பீனா குடிசைக்கு வெளியே வந்தாள்.

பனியம்மையின் வீட்டு விளக்கொளியில் புல்பாஸ் கைவீசி நடந்து செல்வதைப் பார்த்தபோது மனத்தில் நிமிர்ந்த நினைவின் சுருளுக்கு முப்பது வருடத் தொலைவிருந்தது. அவளுடைய மன நா சலித்தது ... "மெய்லாளிக்கெ அதே நடை."

அன்று ஒரு சனிக்கிழமை. பற்றி எரிந்த பகல் மாலை போக ஆறத் துவங்கிய வேளை. தடிச்சி ரோஸை சமவயதுடையவள். இருவரும் சேர்ந்துதான் வலியாற்றில் குளிக்கச் செல்வது. சனிக்கிழமையும் புதன்கிழமையும் குளியை முடக்குவதில்லை.

அன்று வலியாற்றில் நீராடிவிட்டு உலர்வதற்காக ஈர முடியைத் தோளில் பரப்பி விட்டுக்கொண்டு வரும் இளம் உச்சி நேரம். மீரான் பிள்ளையின் மீன் தொட்டியிருக்குமிடத்தில் அன்று ஒரு சிறு குடிசை.

கயிறு முறுக்குவதையும் குழந்தைகள் இராட்டு சுற்றுவதையும் அற்புதமாகப் பார்த்து வரும்போது அவரும் வேவ்றொருவரும் கடற்கரை மணலில் கையூன்றிக் கிடந்திருந்தனர். அவர்களைக் கண்டபோது நடை வேகமானது. அவர்களைக் கடந்து வந்ததும் பின்னால் அவர்களுடைய கேலிக் குரல்.

“அம்பே ... இண்ணு சனியாச்சயா?”

பொங்கி வந்த கோபம் பற்களுக்கிடையே சவைப்பட்டது, முதலாளிகள் கேலி செய்வார்கள். கேட்டாலும் கேட்காதது போல் நடக்க வேண்டும். திருப்பி எதுவும் பேசக் கூடாது. சில பெண்கள் சொல்லிக் கேட்ட அறிவு; அம்மாவும்.

மறு புதன்கிழமை. முதலாளி தனித்து அந்த குடிசைப் பக்கம் கையூன்றிக் கிடந்தார். கிடப்பது தொலைவில் வரும்போதே தெரிந்தது. கூர்மையாக நோக்குகிறார். முகத்திலும் மார்பிலும். அந்தத் துளைக்கும் பார்வையின் மாந்திரிக ஈர்ப்பில் இதயம் புல்லரித்தது. நாணம் புளக மணிவித்தபோது தோளில் கிடந்த ஈரத்துணி கொண்டு மார்புகளை மறைத்துக் கையை நெஞ்சின்மீது கட்டி, தலைகுனிந்து ஒரே நடை ... நெருங்கிச் சென்றதும் அவர் சிரித்தார். அந்தச் சிரிப்பின் மென்மை! லாவண்யம்! வசீகரம்! கடந்து வந்தபின் அந்த சிரிப்பின் லாவண்ய லகரியின் உந்துதலால் ரோஸையைக் காணாமல் திரும்பிப் பார்க்கத் தோன்றியது. அப்பவும் அந்த மந்தகாசம் அந்த உதட்டிலேயே தங்கி நின்றது. பார்வையும் பின்வாங்கவில்லை. கன்னிப் பார்வை. யௌவன இதயத்தின் நேர்த்தியான தந்தியில் முதன்முதலாக மீட்டிய ராகம். சொர்க்க ராகம்.

அந்த சொர்க்கராக சுக மயக்கத்தில் இரவு பாய் விரித்தபோது இதயத்தில் முதலாளியின் மொட்டைத் தலையும் நறுக்கு மீசையும் புன்சிரிப்பும் படர்ந்து பந்தலிட்டன, மூக இரவில் புன்னகை மொட்டுவிட்டது. கை சதையில் – அவர் துளிர் உரோம கன்னத்தில், பல ஆயிரம் முத்தங்கள் அர்ப்பணம் செய்ய தாகங்கொண்ட அன்றைய இரவு.

மொட்டைத் தலை, கழுத்தில் கட்டிய கைலேஸ், நீல அரைக்கைச் சட்டை, நறுக்கு மீசை ... இரவு பகலாக இதயத்தை வேட்டையாடி நடந்தன.

மறுநாள் காலையில் மண் குடமும் கொண்டு கிணற்றிற்குச் செல்லும்போது கூனன் தோப்பில் நின்றிருந்த முதலாளி இங்கேயே பார்க்கிறார். உதட்டில் மலர்ந்த சிரிப்பு. மதம் பிடிக்கச் செய்யும் சிரிப்பு. அந்தச் சிரிப்பின் மதமயக்கத்தில் திருப்பிச் சிரிக்கத் தோன்றியது.

கூனன் தோப்பிற்கு அன்று வேலியில்லை. ஒரு குளத்தை நிரப்பிய குழியில் நின்றிருந்த தென்னையின் மூட்டில் நின்று கொண்டிருந்தார். அன்று சாட்சியாக நின்றிருந்த தென்னை இன்றில்லை. சில ஆண்டுகளுக்கு முன் நடந்த கலவரத்தின் போதுதான் ஹாஜியார் கூனன்தோப்பிற்கு வேலி கட்டி, தென்னம் கன்றுகள் நட்டு நனைத்தது.

வெகுநேரம் முதலாளி இங்கேயே பார்த்துக்கொண்டு நின்றார். திருப்பி அங்கேயும். குடம் நிறைய பல மணி நேரம் வேண்டி வந்தது. ஒரு பெண்ணின் வருகையால், மாறிமாறி நயனங்கள் இணைத்த பார்வையின் பட்டுநூல் அறுந்துவிட்டது.

மாறிமாறிப் பல மணி நேரம் பார்த்து நிற்பது வழக்கமாகி விட்டது. ஒரு சொல்கூடப் பேசுவதற்கு வாய்ப்புக் கிடைக்க வில்லை.

ஒருநாள் மசாலா அரைத்துக் கொண்டிருக்கையில் ரோஸையின் தள்ளை வந்து சொன்னாள்.

“சிறப்பீனா, கேட்டாயா ஒரு வேளம். உதுமான் பிள்ளை மெய்லாளிக்கெ மோனே ... அவருக்கு நிக்கட்டெ ஸ்நேகமாம், ஒன்னெ அவரு வச்சுக்கிடுவாராம். சீவன் போனாலும் கை உடாட்டாராம் ...”

மனத்தில் மகிழ்ச்சிக் கடல். ஆழ்ந்த அலைகள். மதுரமான சிந்தனைகள். குந்தியிருந்து மசாலா அரைக்கும்போதும், மால் பின்னும் போதும், குடமுமாய் கிணற்றிற்குச் செல்லும் போதும் உதட்டில் பொடிப்பொடிப் பாட்டுகள்.

துறையில் இது பரவியது. குமரிகள் பொறாமயுடன் பார்த்தனர். கேலி செய்தனர்.

அம்மாவுக்குத் தெரிந்தபோது எதிர் பேசவில்லை, ஏசவில்லை.

“மெய்லானிக்கெ கூடெதானெ, பாக்கியம்தான். வள்ளவும் வலையும் வாண்டித் தருவாரு. தெக்கெ எண்ணும் பட்டினிதானே. கெட்டிக்குடுக்கெ எக்கெகையிலெ கா காயில்லெ. சீமாட்டியா அவருக்கெக் கூடெ பொறுக்கட்டு. மெய்லானி ஊட்டுக்கு

வந்துபோவும்போ ஊடு மணக்குமே..." தடிச்சி ரோஸையின் அம்மாவிடம் அம்மா சொன்னது காதில் விழுந்தது.

"உதுமான் பிள்ளெ மெய்லாளிக்கெ மொவன்கூடெ பொறுக்க நிச்சு சம்மதமாவுட்டி..?"

கேட்ட தள்ளையிடம் சொல்ல வெட்கமாகயிருந்தது.

"அய் செல்லேன். ஏன் கூச்சப்படுதா..."

"ஓமு..." முகத்தை பொத்திக்கொண்டு பதில்.

மறுநாள் அந்திசாய்ந்த நேரம். ரோஸையின் தள்ளை முதலாளியைக் கூட்டிவந்தாள்.

ஹா... ஹா... என்ன வாசம்.

அம்மா வெளியே இறங்கிச் சென்றாள். "ரண்டு பேரும் வேளம் பறயுங்கோ[1]" ரொம்ப நேரமாக ரொம்ப காரியங்கள் பேசுவதற்கு இருந்தது. வெளியே இறங்கிச் சென்ற அம்மா அன்று இரவு வீட்டுக்கு வரவே இல்லை. அன்றைய இரவை எங்களிடம் தனிமையில் ஒப்படைத்தாள். சாகர அலைகள் மெல்லிசை இசைத்த அந்த ராகசுகத்தில் துளிர் உரோமம் கிளிர்த்த அந்தக் கர வட்டத்திற்குள் திணறியபோது, உரோமாஞ்ச புளகமடைந்தபோது, சொர்க்கம் சுகமிழந்து. நகம் கடித்து நின்றது.

துறையில் பொறாமை. சமவயதுடையவர்கள் குத்தி குத்திப் பேசினர். "உதுமான் பிள்ளெ மெய்லாளிக்க மோவனில்லியா கூத்தாமக்காரன்[2], பின்னெ என்ன பாக்கணும்."

மூத்த பயலைப் கர்ப்பமாகயிருக்கும் போதுதான் மெய்லாளியின் திருமணம். அவர் கல்யாணம் செய்யப் போவதைத் தெரிந்தபோது மனம் துடித்தது. கவலையுற்ற முகத்துடன் மௌனமாகத் தனிமையில், இருண்ட எதிர்காலத்தை எண்ணி விம்மியபோது தள்ளை ஊகித்துக்கொண்டாள்.

"அம்பே நீ ஏன் சங்கடப்படுதா... மெய்லாளிக்கு அவருக்கெ சாதீலே பெண்ணு கெட்டண்டாமா? அவரு நிச்சட்டெ வந்து சோறு தின்னுவாரா? அந்த புள்ளெ நின்னெ கை உடாட்டாரு. சங்கடப்படாரெ..." தள்ளை அளித்த ஆறுதல் சரிதான். அவர் யார் கையால் சாப்பிடுவார்?

அவருடைய திருமணத்திற்கு முந்தைய இரவில் வந்தார்.

"ஒன்னெ கை உடமாட்டேன். சங்கடப்படாதெ. நிக்கு வலையும் மடியும் வாண்டித் தருவேன்..."

---

1. பேசுங்கள்
2. உறவுக்காரன்

மூத்த பையன் பிறந்த பாக்கியம். ஒரு வள்ளமும் பெருவலையும் கரமடியும் வாங்கித் தந்தார். மறு ஆண்டில் துறையைத் தூத்து அள்ளிய காலரா நோயில் மூத்த பையன் செத்துப் போனான். அந்த வள்ளமும் வலையும் கொண்டுதான் இண்ணுவரை சீவிச்சு வருது.

“எக்கெ மாணிக்க கல்லான மெய்லானிக்கெ செல்லக் கொடெயெ எடுத்தா பாவி நீ ஓடிச்சு பீக் குண்டிலெ எறிஞ்சா ?”

சிறப்பீனா ஓடிப்போய்க் குடையை எடுத்தாள். சீய்ந்து கெட்ட வாடை வீசும் மீன் குடல் குடைத்துணியில் ஒட்டி வந்தது. வெளிச்சத்தில் வந்து மீன் குடலைக் கையால் கிள்ளி வீசினாள் . குடையுடன் குடிசைக்குள் நுழையும்போது கோயில் நடையில் கூட்ட ஒப்பாரியும் கூட்ட முறையிடலும் கேட்டன.

“தீயோ ... தீயோ ...”

ஒரே கூச்சல்! துறைமக்கள் திரண்டனர். அக்னி துளாவிப் படரும் இடம் நோக்கி விரைந்தனர். இளம் பெண்கள் திரண்டோடினர். குழந்தைகள் ஓடினர். வயோதிகரும் ஓடிக்கூடினர். தலையில் கைவைத்து வாய்விட்டுக் கதறினர். பற்றி உயரும் தீ நாவுகளைத் துக்கத்துடனும் பயத்துடனும் நோக்கினர். அக்னி நாளங்கள் வானளாவின. காற்றில் பொறிகள் பாறித் திரிந்தன.

பெண்கள் மண்குடமும் சட்டியும் தூக்கிக் கடலில் இறங்கினர். தண்ணீரிறைத்து ஆண்களின் கையில் கொடுத்தனர்.

“ஏ பாத்துட்டா நிச்சு தா ... வலயை எடுத்து தாளெப் போடுமே.”

பிச்சை ஜட்டியுடன் எரியும் வள்ளத்தின் கொம்பில் குதித்து ஏறினான். பற்றி எரியும் வலையை இழுத்துக் கீழே போட்டான்.

பெண்கள் நெஞ்சங்களின் ஓங்கியோங்கி அறைந்தனர். தாளம் தப்பிய வாய்ப் பாட்டுகள் புலம்பித் தட்டினர். தலையைப் பிரித்துப் பாடினர்.

**கொள்ள நோயிலெ போனவனே ...**
**இந்த பொல்லா பாவம் செய்தாயே ...**

வலைக்காரர்களின் உறவினர்கள் தலை பிரித்துத் தரையில் கிடந்து உருண்டுபுரண்டு மணல் அள்ளி வீசித் திட்டினர். “நிங்செ பெண்டாடி புள்ளெ எல்லாம் இதுபோல எரிஞ்சு சாம்பலாப் போட்டு.”

புல்பாஸ் குதித்தேறியது மடிக்காரியின் வள்ளத்தில். எரிந்து பொசுங்கிக்கொண்டிருக்கும் வலையை இழுத்துக் கீழே

போட்டான். கூடியவர்கள் மணல் வீசி நெருப்பை அணைக்க முயன்றனர். மடிக்காரி பைத்தியம் பிடித்தவள் போல் தரையில கிடந்து புலம்பி அழுதாள். "போச்சே எக்கெ செல்வமெல்லாம் போச்சே... ஆண்டவரே... நீரு கேளும்..."

லில்லி வடியும் கண்களுடன் குடமும் கொண்டு கடலில் இறங்கித் தண்ணீரெடுத்து புல்பாஸின் கையில் கொடுத்தாள். அவள் கடலுக்கு நேர்முகமாக நின்று விம்மிவிம்மி அழுதாள். "கடல் தாயே எங்களெ கப்பாத்தாட்டீரா ... நீரு தந்த செல்வமெல்லாம் போச்சே..." லில்லிக்குத் தெரியாமல் குடம் அவள் கையிலிருந்து நழுவி விழுந்தது. கரையை நோக்கி வந்த ஒரு அலை குடத்தைச் சுருட்டி எடுத்தது.

மூன்று வள்ளங்களிலிருந்த வலைகள் முழுதும் சாம்பலாயின. வள்ளங்களில் பெரும் பகுதியும் மடிக்காரியின் வள்ளத்திற்குதான் பெரும் சேதம்.

நெருப்பு அணைக்கப்பட்டாலும் சாம்பலாகக் குறுகிய வலைகளிலிருந்து நேர்த்தியான புகை கிளம்பிக்கொண்டேயிருந்தது. "கள்ள நாற குண்டிச்சிமோங்கிட்டெ வள்ளத்தெ இஞ்செ ஏத்தி வச்சாரெண்ணு சென்னேன் கேக்காட்டான்..." பக்கத்தில் நின்றிருந்த ஒரு மடி வளைப்புக்காரனின் முதுகில் ஓங்கி அறைந்தான், பத்றோஸ்.

"அருநானா..?" உடுத்திருந்த வேட்டியைக் கோவணம் போல் குத்திக் கட்டிக்கொண்டு குழியாளிக்கு நேராகப் பாய்ந்தான்... "இந்த பொள்ளாடுக்கெ மொவன்தான் இஞ்செ வள்ளம் ஏத்த சென்னான்" குழியாளிக்கு ஒரு சிங்களக் குத்துக் கொடுத்தான்.

உதை கொண்ட குழியாளி கோபமடைந்தான். வேட்டியை அவிழ்த்து வீசினான். ஜட்டியுடன் நின்றான். படம் கையில் துப்பினான். இருகைகளையும் சேர்த்து உராவிப் பலம் வரவழைத்தான். "அய் கள்ள கண்டாறோளிச்ச மோனே... வா... அடிச்சு பாப்போம்..."

"அம்பே... பொறு..." கூடி நின்றிருந்தவர்கள் குழியாளியைப் பொறுமைப்படுத்த முயன்றனர்.

குழியாளி தலையைக் குலுக்கிச் சீறினான். சில சீனாடி பாவுலாக்கள் காண்பித்தான்,

இதற்கிடையே புல்பாஸ் கொளுத்துவட்டியுடன் வடப்பக்கமாக ஓடினான். சிலர் அவனைப் பின்தொடர்ந்தனர். போன போக்கில் நம்பாளி மைதீனின் குடிசை வாசலைக் காலால் ஓங்கி மிதித்தான். சொத்தை வாசலிலிருந்த துவாரம்

வழியாகக் கால் உள்ளே சென்றது. இழுத்து எடுக்கும் முன் உடன் சென்றவர்கள் குடிசைக்குத் தீ மூட்டினர்.

குடிசை பற்றியது. தீ கோபுரமாக வளர்ந்தது. மூங்கில்கள் வெடித்துச் சிதறின. சீறிக் கிளம்பிய புகை ஆகாயத்தில் மலைகளாகச் சஞ்சரித்தன. தென்னைகள் கருகின.

“ஏய்… நம்பாளியும் பெண்டாடியும் ஊட்டிலெ இல்லயே தப்புட்டானே…” ஏமாந்து நின்றனர். இரு ஜீவன்களைச் சுட்டுக் கரிக்க முடியாமல் போய்விட்ட ஏமாற்றம்.

புல்பாஸ் துறைக்குச் சென்றான். மடிக்காரியைச் சில பெண்கள் சேர்ந்து கைத்தாங்கி அவள் வீட்டில் படுக்க வைத்தனர். மடிக்காரி நெஞ்சில் அறைந்து அறைந்து அழுதாள். லில்லி தள்ளையின் அருகாமையில் தனியாக உட்கார்ந்து தேம்பித் தேம்பி அழுதாள்.

லில்லியின் கடை திறந்தமேனி கிடந்தது. வீட்டு முற்றத்தில் மக்கள் கூட்டம்.

“எக்கே அப்பனும் தள்ளயும் பாடுபட்ட மொதலு போவுட்டதே . . . ஆண்டவரே . . .” லில்லி தலையை ஓங்கிச் சுவரில் மோதினாள்.

புல்பாஸுக்கு இதைப் பார்த்து நிற்க முடியவில்லை. குமுறினான். அவனுடைய இரத்தத் தமனிகள் புடைத்தன. நாசித் துவாரங்கள் விரிந்தன. இரத்தம் சூடேறிற்று. கடற்கரை இரத்தம்.

“இனி எனக்கு கோளி கள்ளன் அலியும் காதர் பிள்ளையும் ஒண்ணுதான்.” பற்களை நெரித்தான். நிலத்தில் ஓங்கி மிதித்தான்.

கோயில் நடையில் பல ஊர் மக்கள் வந்து கூடினர். கைகளில் வாட்கள் கொளுத்துவட்டிகள் … தடிகள்,

புல்பாஸ் ஒருவனிடமிருந்து வாளைப் பறித்தான். வாளை உயர்த்தினான் ஓங்கி வெட்டினான் . . . “நூறு தலையை அரிஞ்சுடுவேன்” வெட்டுப்பட்டது தென்னையில்.

# 17

பறையடி நூஹூ ஹாஜியாருடைய மகன் ஹமீது முன்னால், சுலைமான் ஒரு தோல் பெட்டியை சுமந்துகொண்டு பின்னால்; இருவரும் பஸ் ஸ்டாண்டை நோக்கி நடந்தனர். சுபஹூக்கு பாங்கு சொல்லவில்லை . . . மழைத்துளி போல் பனிச்சொட்டு. கொச்சுப் பள்ளிக்குத் தென் பகுதியிலுள்ள இடைவழி திரும்புமிடத்தில் நிற்கும் விளக்குத் தூணில் பஞ்சாயத்து விளக்கு அணையவில்லை. இடைவழியில் அதன் பிரகாசம் நீண்டு வரவில்லை. முறுக்குக்காரியின் வீட்டு வளாகத்திற்குள் நின்றிருந்த வருக்க மாமரத்தின் கிளைகள் இடைவழியில் இருட்டைச் சிறைப்படுத்தியது. மம்மாலிசன் பிள்ளையின் வீட்டுக் கிணற்றிலிருந்து வடிந்து வழியில் கட்டிக்கிடந்த சாக்கடையில் இருட்டில் கண் தெரியாமல் கால் பதிந்தது. கெட்டநீர் வேட்டியில் தெறித்தது. தூங்கிக்கொண்டிருக்கும் மம்மாலிசன் பிள்ளையை ஏச நினைத்தான் சுலைமான். ஏசவில்லை, "நேரம் புலரட்டு, ஒரு கை பாப்போம்."

தொலைவில் கையில் ராந்தல் விளக்கைத் தூக்கிக் கொண்டுவரும் கொச்சு பள்ளி மோதீனாரின் தோல் செருப்பின் சப்தம். நெருங்கியதும் மோதீனார் கேட்டார்.

"எங்கெயாக்கும் சபர்[1]?"

"மட்றாசுக்கு"

"மட்றாசிக்கா . . ." மோதீனாருக்கு அற்புதம். மதராஸ் துனியாவின் தொங்கலில் அல்லவா?

"ஓ… பெரிய கிலாசிலெ படிக்கெ…" ஹாஜியார் சொல்லிக் கொடுத்ததுபோல் சொன்னான்.

---

1. பயணம்

“படச்சவன் றஹ்மத் செய்யட்டு ...” செருப்பின் சப்தம் அகன்றகன்று சென்றது.

சிவசிவ விலாசம் காப்பிக்கடை திறந்திருக்கிறது.

“இதென்னடா குதுறத்[2] ஒரு காலவுமில்லாதெ அப்பாவு இந்த நடுச்சாமத்திலெ கடையெ தொறந்துவச்சிருக்கியாம்.” சுலைமானுக்கு பெரும் ஆச்சரியம். ஒன்றும் புரியவில்லை.

பாய்லரின் முன் நின்று அப்பாவு மூங்கில் அழி வழியாகத் தெருவில் எட்டிப் பார்த்தார்.

“நாங்கதான் ...”

“எங்கெ, வெட்டா வெளுக்கு முன்னே ...”

“ஹமீது மட்றாசிலெ பெரிய படிப்புக்கு போறான். வண்டி ஏற்றி உடுதுக்கு.”

மட்றாசு என்று கேட்டபோது அப்பாவுவின் முகம் அற்புதத்தால் மலர்ந்தது. இந்த தூரா தூரத்திலெயா?

வெற்றுடம்பைத் துண்டால் மூடிக்கொண்டு கக்கத்தில் இரு கைகளையும் செலுத்திக் கூனிக்குறுகி உட்கார்ந்திருந்த நரையன் தலையைத் தூக்கி வெளியே எட்டிப் பார்த்தான்.

“கணக்கில்லாத பணம்; செலவுக்கு வேறெ வளி வேண்டாமா? இந்த கூமுட்டப் பயலா மட்றாசுலெ படிச்சு காலுசுறா போடப் போறான் ... நிக்கு வேறெ வேலெ இல்லியா அப்பாவு. நீ ஒரு சாய அடி ...” நரையன் பின்னால் வேட்டிக்குள் கையைச் செலுத்தி கக்கூஸ் படையைப் பறபறவென்று பிறாண்டினான்.

பாலத்தை அடைந்தனர். முதல் வண்டி புறப்படுவதற்கான ஹாரன் ஒலி கேட்டது. இருவரும் ஓடினர்.

“ஓராள். ஓராள்”

பஸ் நிலையத்தின் மூலையில் குத்தி உட்கார்ந்து மூத்திரம் பெய்துகொண்டிருந்த சுமை தூக்குபவனும் கை தட்டினான், “ஓராள் ... ஓராள் ...”

ஹமீதை ஏற்றிக்கொண்டு பஸ் புறப்பட்டது. கண்ணிலிருந்து மறையும் வரை பஸ்ஸைப் பார்த்து நின்றான் சுலைமான்.

“கண்ணு காணாத எடத்திலெ போய் நீ எப்படியும் தொலை ...” பஸ் சென்ற பாதையை நோக்கி சுலைமான் சொன்னான்.

---

2. அற்புதம்

வீடு வீடாகச் சென்று அரிசி இடித்துக் கொடுக்கும் கறுப்பியிட மிருந்து கோங்கண்ணி ஐந்து ரூபாய் கடன் வாங்கியிருந்தாள். அதுதான் வினை. வாங்கிய கடனைக் காலையில் திருப்பிக் கொடுத்தாள் கோங்கண்ணி. கறுப்பி நோட்டை திருப்பித் திருப்பிப் பார்த்தாள். ஆங்காங்கே கிழிந்து, செல்லாத நோட்டு.

"எக்கு இந்த நோட்டு வேண்டாம்" கறுப்பி நோட்டை நீட்டினாள்.

"ஏன் ..."

"இது செல்லாது. பிஞ்ச நோட்டு ..."

"செல்லாதா ..." கோங்கண்ணிக்கு ஏமாற்றம்.

"செல்லாது. நிக்கு தந்த ஆளுட்டெ திருப்பிக் குடு ..."

"எப்படி குடுக்க ..?"

"செல்லாதுணு செல்லி குடுக்கணும் ..."

"அந்த புள்ளயெ பட்டாப்பகல் எங்கே போய் பாக்கெ..."

"எந்த புள்ளெ?"

"ஹாஜியாரு மொதலாளிக்கெ மொவன் ..."

"ஆ..." கறுப்பி திடுக்கிட்டாள். மூக்கில் விரல் வைத்தாள்.

ஹாஜியாரின் மனைவி காதில் கறுப்பி ஊதினாள். ஹாஜியாரின் காதில் மனைவி ஊதினாள். ஹாஜியாருக்கு அன்று! தூக்கமில்லாத இரவு. ஒரே சிந்தனை. வீட்டிற்குள் அங்குமிங்கும் நடந்தார்.

"டேய் செலயான் ..." ஹாஜியார் சுலைமானை உரக்கெ கூப்பிட்டார்.

சுலைமான் வந்தான்.

"காலத்தெ ஆத்தியத்தெ வண்டி ஏத்தி உடு ..."

"ஆரெ ..."

"அமீதெ... அவன் இனி இஞ்செ நிக்கப்படாது. கேவலம். ஆரும் கேட்டா பெரிய படிப்பு படிக்க போயிருக்கியான். எண்ணு செல்லு ..."

"ஓ ... எங்கெ அனுப்ப ..?"

"மட்ராசுக்கு ..."

"ஓ ..."

ஹாஜியார் சொன்னபடி முதல் வண்டிக்கே ஏற்றிவிட்டான் சுலைமான். "கள்ள லெவிண்டி கோங்கண்ணி நீ வந்து புள்ளியணை நாசப்படுத்திப் போட்டா இல்லியா ... வா ... ஒனக்கு ஒரு நா சாப்பாடு தாறேன் ..." சுலைமான் பல்லைக் கடித்தான்.

சுலைமான் பத்ரிய்யா ஹோட்டலில் ஏறினான். ஒரு சூடு சாயா குடித்தான். வெளியே இறங்கியபோது ஜூம்ஆ பள்ளியிலிருந்து பாங்கு ஒலித்தது. மொட்டைத் தலையைச் சுட்டிக் கரைத் துண்டால் மறைத்தான். பாங்குக்கு மறுமொழியும் பீடி, குடிப்பும் ஒரே நேரம் நடந்தன. பாலம் கடக்கும் போது புத்தனாற்றில் நெருங்கித் திணறி நிற்கும் தென்னை மண்டைகளுக்கிடையில் கீழ் திசையில் புலரியின் இளம் சிவப்பு தென்பட்டது.

கொச்சுப் பள்ளியில் சென்று ஹாஜியாருக்காக இரண்டு முட்டு முட்டி வான் தொழுதான், ஒரு சாயாகூடெ உள்ளே போனால்தான் பேதி போகும், சிவசிவ விலாசம் காப்பிக் கடையைப் பார்த்து நடந்தான்.

சேமது நானா வராந்தாவில் உட்கார்ந்து இருமினார். அவர் அருகிலிருந்த கடுப்பம் கூடிய சாயாவிலிருந்து ஆவி கிளம்பியது. தலையில் விரித்துப் போட்ட துண்டின் இரு கரைகளையும் காதிடுக்கில் சொருகித் துண்டின் இரு முளைகளை நெஞ்சில் தொங்கப் போட்டுக்கொண்டு நடந்துவரும் சுலைமானின் கை விரல்கள் மடங்கி நிமிர்ந்தன, மடங்கி நிமிர்ந்த கை விரல்களில் திக்ரின்[3] எண்ணிக்கை.

சுலைமானைக் கண்டதும் சேமது நானா குரல் கொடுத்தார். "அப்பாவுவேய் ... ஒண்ணாம் காரணவர் எழுன்னள்ளு[4]". ஆரு ... சாயா அடிச்சு ரெடியா வையப்பா ..."

அப்பாவுவின் மலராத உதட்டுகளுக்கிடையில் நெளிந்த புன்முறுவலுக்கு ஏதோ அர்த்தமிருந்தது.

சுலைமான் வராந்தாவில் வந்து உட்கார்ந்தான். இராஜ கம்பீரத்தோடு கால்மேல் கால் போட்டு ஒரு இருப்பு. உடன் ஒரு கட்டளை. "டேய் கொச்சப்பி கடுப்பம் கொறச்சு ஒரு சாயா கொண்டாடா."

"காரணவர் வந்தாச்சு. சாயா உடன் குடு. இல்லேண்ணா துனியாவு அளிஞ்சு போவும்டா ..." நரையன் முகத்தை வெட்டித் திருப்பினான். கால் முட்டைச் சொறிந்து புண்ணாக்கினான்.

---

3. ஜபம்
4. பவனி வருதல்

மம்மக்கண்ணும் அத்ராங்கண்ணும் வேறு சிலரும் காப்பிக் கடைக்குள் ஓடி ஏறினர். கிடுகிடா நடுங்கினர். குளிரில் ஒடுங்கி நின்றனர்.

“ராத்திரி வல்ல கொளப்பவும் உண்டோ ...” சாயா குடித்துவிட்டு இறங்கிவந்த மம்மக்கண்ணிடம் சேமது நானா விசாரித்தார்.

“மூணு வள்ளத்துக்கும் வலைக்கும் தீ வச்சோம்”

“வச்சீளா ... பேஷ் ... சிங்கத்துக்குட்டி ...”

“அவனுவொ நம்பாளி மைதீனுக்கெ பெரய்க்கு தீ வச்சானுவோ ...”

புத்தனாற்றிற்குக் கிழக்குப் பகுதியில் கரும்பாறைக் கூட்டங்களுக்கிடையிலுள்ள பனை மரத்தில் அக்கானிக் கலத்தில் சுண்ணாம்பு தேய்த்துவிட்டுக் கலக்கு மட்டையைப் பனை மட்டையில் தட்டும் சப்தம் ... பனை ஏறிகளுடைய கால் மிதிப்பட்டு காய்ந்த பனை ஓலைகள் எழுப்பும் சீல்க்காரம் ... உணக்கப் பயல்மானுடைய வீட்டுச் சேவல் கோழி கூவியது.

இரவு தூக்கத்தில் குழந்தைகள் மூத்திரம் பெய்த துணிகளையும் பாய்களையும் கழுவிச் சுத்தம் செய்யக் கூனன் தோப்பின் வடக்கு வேலியருகிலுள்ள பெண்கள் புத்தனாற்றின் கரைக்கு வந்தனர். புத்தனாற்றில் காவல் நின்றிருந்த மேகரையிலுள்ளவர்கள் அவர்களை விலக்கினர்.

“ஆத்துக்கு போவப்படாது. இன்ன நேரமெண்ணில்லை அவனுவொ ஊரேறி வருவானுவோ ...”

கக்கூசும் கிணறும் இல்லாத வீட்டிலுள்ள பெண்கள் திணறினர். காலை இருள் மறைவில்தான் அவர்களுடைய காலைக் கடன்களை முடிப்பது.

பெண்கள் விழித்து நின்றனர்.

முந்தைய நாள் இரவில் காதில் விழுந்ததை நினைத்தனர்.

“மேகரயிலெ உள்ள ஒருத்தியெ புடிக்காமெ அடங்க மாட்டானுவோளாம் ...”

பெண்கள் பயந்து ஓடினர்.

பீதி நிரம்பிய சூழல்.

வள்ளங்களும் வலைகளும் தீ வைக்கப்பட்ட செய்தி, நிலத்தில் புலர் வெளிச்சம் விழுமுன் ஊரெங்கும் வியாபித்தது.

சாய்வு நாற்காலியில் சாய்ந்தவாறு குர்ஆன் ஓதிக்கொண்டிருந்த ஹாஜியாரிடம் சுலைமான் செய்தியை விவரித்தான்.

"அனுபவிக்கட்டு ... நமக்கென்னெ?"

"ஊரேறி வந்தாலோ ...?"

"நமக்கு காறு இருக்கிதில்லியாடா ... வல்ல டவுணிலெயும் போய் லாட்ஜிலே தங்கலாம் ..." ஹாஜியார் சொன்னது நல்ல யோசனை என்று சுலைமானுக்குப் பட்டது.

தலைவாசலிலுள்ள இரும்பு கேட்டைத் தள்ளித் திறந்து கொண்டு இபுறாஹிம் பிள்ளையும் காதர் பிள்ளையும் வேறு இருவரும் சுஹறா மன்ஸிலுக்கு வருவதை ஹாஜியார் கவனித்தார். அவர்களுடைய வருகை ஹாஜியாருக்கு ரசிக்கவில்லை. மூக்குக் கண்ணாடியை உயர்த்தி வெறுப்புடன் நோக்கினார்.

"அஸ்ஸலாமு அலைக்கும்" இபுறாஹிம் பிள்ளை சலாம் சொன்னார்.

"வ அலைக்கு முஸ்ஸலாம் ..." ஹாஜியாரின் குரல் தாழ்ந்திருந்தது.

மூலையில் கிடந்த பெஞ்சை ஹாஜியார் சுட்டிக்காட்டினார். "இரியுங்கோ ..."

காதர் பிள்ளை ஹாஜியார் சொன்னதைக் கவனிக்கவில்லை. குஷன் சேரில் உட்கார்ந்தார். ஹாஜியாருடைய முகம் குறாவியது.

"என்ன காரியம்? சடாரெணு செல்லுங்கோ ..."

"ஆஜியாரும் முஹல்லக்காரங்களும் பேசாமெ இருந்தா ..?

"பேசாமெ இருக்காதெ என்ன கேட்டீளா செய்யெ ..?"

"ஊரிலெ வலிய லகளெ நடக்கப் போவுது ..."

"நடக்கட்டு"

"பொறுப்புள்ள நீங்கொ இப்பிடி கைவிட்டுப் பேசுனா ..?"

"பின்னெ நா வள்ளக்கார பயலுவளுக்கெக் கூடெச் சேந்து ஜிஹாதுக்கு போவூக்கா ..?"

"ஜிஹாது வேண்டாமெண்ணுதான் செல்ல வந்தோம், நீங்கொ முஹல்லத்திலெ உள்ள காரணவன்மார் சேந்து தொறயிலெ உள்ள காரணவன்மாருட்டெ பேசி ஒதுக்கிவிடத்தான் செல்ல வந்தோம்."

“முஹல்லம் இதிலெ தலையிடாது. நாங்கொ குடும்பக்காரங்களா இந்த சண்டையெ வருத்தி வச்சது? செல்லுங்கோ?”

“இல்லெ”

“அப்பொ அவனுவொ ஒண்ணக்கு இரிக்கணும். நாங்கொ கழுவணும்... அப்படி தானே..?

“இந்த விஷயத்திலெ வாசி வேண்டாம் ஹாஜியாரே... வீணா கொஞ்சம் உயிரு போவும்...”

“போட்டு...”

“அப்படி செல்லாதெங்கோ ... பாதிக்கீது கொஞ்சம் நிரபராதிகள். நீங்களும் நாங்களுமல்ல. பாவப்பட்ட குடும்பமெல்லாம் தெருவும் திண்ணயுமாயிப் போவுங்கோ ... தொறயிலையும் எல்லாம் ஏளகள். இங்கையும் அப்படிதான். நீங்கொ தலையிட்டு இதெ சமரசமாக்கி உடுங்கோ. நீங்கொ நெனச்சாதான் நடக்கும்...”

“நா நெனச்சா நடக்குமெண்ணு எனக்குத் தெரியும். நா நெனக்கல்லெ. மாறிமாறி அடிச்சு சாவட்டு...” ஹாஜியார் எழுந்தார்.

“ஹாஜியாரே”

வாசலில் தொங்கிய பட்டுத் திரையை விலக்கிக்கொண்டு உள்ளே போனார். சென்றவர்கள் வேதனையை நெஞ்சத்தில் அடக்கிக்கொண்டு படியிறங்கினர்.

“மனுசன் மிருகமாவாண்ணு செல்லிக் கேட்டிருக்கேன். ஆனா கண்டது இப்பம்தான்” இபுறாஹிம் பிள்ளை உடன் சென்றவர்களிடம் கூறினார்.

“இபுறாஹீம் புள்ளக்கு கடல்லெ வல எறக்க ஆளில்லெ. காதர் பிள்ளைக்கு கூத்திச்சிக்கெ ஊட்டுக்கு போவ வழியில்லெ... சங்கதி மனஸிலாச்சா ...” சுலைமான் சொன்னான்.

“பின்னல்லாதெ...” ஹாஜியார் சரியென ஒப்புக்கொண்டார்

OOO

எதிரிகள் திடீரென ஊரேறித் தாக்குவதற்கு வாய்ப்புள்ள இடங்களில் தங்கியிருப்பவர்களிடம் வீட்டைக் காலிசெய்யச் சொன்னார்கள். கூனன் தோப்பில் வடப்பக்கமுள்ளவர்களெல்லாம் வீட்டைக் காலி செய்தனர். ஊருக்குள் பெரிய மதிலுகளுள்ள வீடுகளில் தஞ்சம் புகுந்தனர். சில பெண்களும் குழந்தைகளும்

சுஹறா மன்ஸிலின் இரும்புக்கேட்டைத் திறந்துகொண்டு உள்ளே புகுவதை சுலைமான் கண்டான். இராஜபாளையம் நாய் போல் வெளியே குதித்தான்.

"என்ன வேணும்..." கவ்விப் பிடித்தான்.

அந்தப் பிடிப்பின் முன் அந்தப் பாவங்கள் திகைத்துப்போய் நின்றனர்.

"இது சத்றமல்ல, ஹாஜியாருக்கெ வீடு ... எறங்குங்கடி வெளியே ..." அவர்களை வெளியேற்றினான். இரும்புக் கேட்டை அடைத்துக் கொண்டி போட்டான்.

இளைஞர்கள் ஆயுதமேந்தி நின்றனர். ஆங்காங்கே கூடி நின்றனர். எதிரிகள் எந்நேரமும் வரக்கூடும்.

சுலைமான் செய்தி திரட்ட சுழன்று திரிந்தான்.

"காக்கா! வீடொதுக்கீட்டு எடம் உடுதுதான். நல்லது. நம்மெப் போலெ உள்ள குடும்பக்காரங்க எல்லாம் ஊரெவிட்டே போயாச்சு, நம்மளும் உடன் போவோம்..." சுலைமான் பதற்றத்துடன் சொன்னான்.

"கார் கொண்டுவரச் செல்லு..." ஹாஜியாரின் கட்டளை

"ஓ..."

விலை மதிப்புள்ள பொருள்களை எடுத்தனர்.

வீட்டில் வேலை செய்துவந்த பருவப்பெண் பாத்தெயை அவள் வீட்டுக்குப் போக சொன்னார் ஹாஜியார்.

அவள் அழுதாள்.

"நா தனிச்சு எங்கெ போவெ?" பாத்தெ கேட்டாள்.

"நீ எங்கையும் போ..." சுலைமான் சொன்னான்.

எங்கு போவது? வழிதெரியாமல் ஆதரவற்ற நிலையில் பாத்தெ அழுதாள்.

ஹாஜியாரும் மனைவியும் மகள் பாத்திமுத்து சுஹறாவும் காரில் ஏறினர். காரின் சக்கரம் உருண்டபோது பாத்தெயின் முன் உலகம் இருண்டது. எங்கு போவது? திகைப்புடன் நின்றாள். கலங்கிய கண்ணிலிருந்து கண்ணீர்ப் பெருக்கு.

நாகர்கோவிலுக்குச் செல்லும் திருப்பம் திரும்பியதும் கார் பறந்தது. வசதி படைத்தவர்கள் எல்லோரும் அவர்களுடைய பொருளையும் உயிரையும் கொண்டு இடம் விட்டனர்.

தொலைவில் கூச்சல், கூப்பாடு, அலறல்.

ஆயுதம் தாங்கி நின்றிருந்தவர்கள் அங்கு விரைந்தனர். கடல் அலைகளைப் போல் எதிரிகள் ஊரேறி வருகின்றனர். கூனன் தோப்பின் வடபகுதியிலுள்ள வீடுகளைத் தாக்கினர். வாசல்கள் உடைக்கப்பட்டன. ஒரே கூக்குரல். இரைச்சல்.

பெண்களும் குழந்தைகளும் அலறியடித்துக்கொண்டு ஓடினர்.

கற்கள் சீறிப் பாய்ந்தன. திருப்பித் திருப்பி எறிந்தனர். தலைக்கு மேல் கற்களின் சீற்றம். சீப்புக் கற்கள் வாளின் வாய் போல் தலையிலும் உடம்பிலும் ஆழமாக வந்து வீழ்ந்தன. மேகரையிலுள்ளவர்கள் பின்வாங்கினர். ஒரு வீடு பற்றி எரிந்தது. தீ படர்ந்து, பக்கத்திலுள்ள வீடுகளுக்கும் பரவியது. புகை மேல்நோக்கிக் கிளம்பியது, காற்றில் பரவியது.

எங்கும் புகை, புகை மண்டலம்.

புகையாலுள்ள ஒரு உலகம், புகையில் எல்லாம் மறைந்து, இல்லாமலாகி விடும் அவலம்...

# 18

சாயா குடித்த பின் சேமது நானா வராண்டாவிலேயே உட்கார்ந்து வம்பு அளந்துக் கொண்டிருந்தார். பொன்வெயில் வீழ்ந்ததும் எழுந்து நேராக பஸ் நிலையம் சென்றார் போத்தான்குட்டி. வயலன் மரச்சீனிக் கிழங்கு கொண்டுவந்து இறக்கியுள்ளான். துறையிலிருந்து பெண்கள் வராததால் கிழங்குக் கடையில் கூட்டமில்லை. விலையும் மலிவு. கிலோ ஒண்ணுக்கு இருபது பைசா. இரண்டுகிலோ வாங்கினார். கையில் தூக்கிக் கொண்டு வீட்டுக்கு நடந்தார்.

தட்டாக்குடி இடைவழியில் இபுறாஹீம் பிள்ளையும் காதர் பிள்ளையும் எதிரில் வருவதைக் கண்டார். இருவருடைய முகங்களும் சோர்ந்து போயிருப்பதைக் கவனித்தார்.

“போன காரியம் என்னாச்சு ...”

“கொறயெப் பேரு சாவட்டாம். அவங்களுக்கு அதெப்பற்றி கவலை இல்லியாம் ...” இபுறாஹீம் பிள்ளை நடந்துகொண்டே பதில் சொன்னார்.

பதில் கேட்டு, சேமதுநானா மரம்போல் நின்றார். அந்த நிலையிலேயே சிந்தனையில் ஆழ்ந்தார். இதயத்திற்குள் சினம் வெகுண்டெழுந்த போது நீட்டி நீட்டி இருமினார். இருமி இருமிக் கண்கள் சிவந்தன.

“தூ ... அவனுக்கெ குடும்பம். தறவாடு. மானாபிமானம், பெறக்கி நாய் ... கையிலெ ரண்டு சல்லி இல்லேணா நாயும் நாத்தாது ...” காறித் துப்பினார், வயலன் தட்டானின் வேலியில்.

“மக்கா ...”

சைனபா வாசலைத் திறந்தாள்.

"பளயது ஒண்ணுமில்லையே இதெ வெட்டி அடுப்பிலே போடு ..." மரச்சீனிக் கிழங்கைக் கொடுத்தார். சைனபாவின் முகத்தைக் கவனித்தார்.

"என்ன மக்கா ... உண்டெ மொகம் ஒரு மாதிரி கவலை புடிச்ச மாதிரி ..."

"ஒண்ணுயில்லெ ..."

"நேத்து ராத்திரியே கவனிக்கிறேன் ..."

"அலி போயி மூணு நாலு நாளாச்சில்லியா ...? அவனெ காணல்லியே ..." உண்மையை மறைக்க முயன்றாள்.

"அந்த பண்டி வெஸ்ச மொவன் எங்கிட்டாவது போய் நாசமா போட்டு. அவனாலெ வந்த நாசம்..."

சைனபா வாப்பாவின் பக்கத்தில் உட்கார்ந்தாள். தோல் களைந்த மரச்சீனியைச் சிறு தகிடுபோல் வட்டமாகச் சீவினாள். இயந்திரகதியில் கைகள் செயல்பட்டன, மனம் எங்கோ ஊன்றி நின்றது. மம்மக்கண்ணைப் பற்றிய நினைவில். நேற்று இரவு விடைபெற்றுச் சென்றது. அது கடைசி விடைபெறலா? நெஞ்சுக்குள் ஓர் ஏக்கம். ரப்பில் ஆலமீனாய தம்புரானே எடங்கேறொண்ணும்[1] இல்லாதெ காப்பாத்து. நான் எத்தீமாயிப் போவேன்: நோயாளியான வாப்பா. அனுசரணை இல்லாத்த தம்பி.

சீவிய மரச்சீனிக் கிழங்கை எடுத்து அடுப்பங்கரைக்குப் போனாள். தீப்பற்ற வைத்தாள். கொதிக்கும் உலையில் மரச்சீனிக் கிழங்கைக் கழுவிப் போட்டாள்.

"சேமாக்கா ... சேமாக்கா ..." பதற்றம் நிறைந்த குரல்! சைனபா திண்ணைக்கு ஓடிவந்தாள்.

மூசை! தொண்டைக்குள் மாட்டிக்கொண்ட குரலை வெளியே எடுக்கச் சிரமப்படுவதைக் கண்டாள்.

"என்னடா?" சேமது நானா கேட்டார்.

"ஓடுங்கோ, ஓடுங்கோ ... வாறானுவோ ..."

"நே" சேமது திடுக்கிட்டார்.

சைனபாவின் இதயம் துரிதமாகத் துடித்தது.

"மக்கா நீ கதவெ அடச்சிட்டு உட்காரு. நா ... இப்பம் வர்றேன் ..."

---

1. ஆபத்து

சேமது நானா கிளம்பினார், என்னவென்று பார்க்க.

சைனபா வாசல்களையும் ஜன்னல்களையும் இறுக்கமாக மூடிக் கொண்டி போட்டாள். இதயம் படபடவெனத் துடித்தது.

ஜன்னலை மெதுவாகத் திறந்து இடையினூடே பார்த்தாள். மம்மாலியின் உம்மாவும் பெண்டாட்டியும் அழுதடித்துக் கொண்டு ஓடுகின்றனர். பின்னால் குழந்தைகளும். குமரிப் பெண்கள் தனித்து ஓடுகின்றனர். உடுத்திருந்த துணியுடன், அடுப்பங்கரைத் துணியுடன், குளித்துக்கொண்டு நின்றிருந்தவர்கள் ஈரத்துணியுடன்.

வாப்பா எங்கே!

பதறிப்போய் விட்டுக்குள் ஓடித் திரிந்தாள். கண்களில் இருட்டு. பகைவர்கள் ஏறி வந்தாலோ? கண்கள் கலங்கின. அடுப்பங்கரை வாசலைத் திறந்து கூனன்தோப்புத் திசையை நோக்கினாள். புகை! யானைகளைத் தூக்கி ஆகாயத்தில் வீசியது போல். யானைகள் ஆகாயத்தில் நடப்பது போல். ஆட்கள் வாளும் வெட்டுகத்தியுடனும் ஓடுகின்றனர்.

"கண்ணும்மா..." பக்கத்து வீட்டிலுள்ள கிழவியை உரக்கக் கூப்பிட்டாள்.

பதில் இல்லை.

மீண்டும் கூப்பிட்டாள்.

பதில் இல்லை.

சைனபாவின் கண்களில் நீர்த் தாரை. பாதங்கள் நிலம் தொடவில்லை. நடுக்கம், தலை சுற்றுவது போல்.

ஆர்ப்பரிப்பு நெருங்கி நெருங்கி வருகிறது. குழைந்து விழாமலிருக்கத் தூணை எட்டிப் பிடித்தாள்.

"வாப்பா!" அலறினாள்.

ooo

தெற்கிலிருந்து ஊரேறி வந்துத் தாக்க வந்தவர்களை மேகரையிலுள்ளவர்கள் எதிர்த்துத் தாக்கினர். எதிர்ப்புகளுடைய வலயங்களை அறுத்துக்கொண்டு தெற்கிலுள்ளவர்கள் முன்னேறினர். சிலர் வெட்டுப்பட்டு வீழ்ந்தனர். மம்மக்கண்ணு, ஒருவனுடைய கழுத்துக்கு நேராக வாளோங்கி வெட்டினான், அவன் கையால் தடுத்தான். கை துண்டாய்த் தெறித்தது.

அலறல்.

ஆர்ப்பரிப்பு.

கூட்ட அழுகை.

"கள்ள அளிப்பயலுக்கெ ஊடு இதுதான் ஒடெ..." அலியின் வீட்டை நோக்கி விரைந்தனர். வேலியைப் பிய்த்து வீசினர். வாசலை மிதித்துத் திறந்தனர். உள்ளே குதித்தனர். கையில் கிடைத்ததைப் பொறுக்கினர்.

மீசை மம்மக்கண்ணின் தலைமையில் கொஞ்சம் ஆட்கள் ஓடி வந்தனர். உக்ரமான போராட்டம்.

கல் எறி. தடியால் தாக்குதல்.

மம்மானிபாவின் துடையில் கொளுத்து வட்டியை மாட்டி இழுத்தனர். அதன் கூரிய முனை ஆழமாக இறங்கியது. பச்சை மாமிசத்தைப் பிய்த்தது.

மம்மானிபா உணர்விழந்து விழுந்தான்.

புல்பாஸின் தலைமையில் ஒரு கும்பல் கொச்சுப்பள்ளிக்கு நேராக வந்தது. பள்ளிக்கு காவல் நின்றிருந்தவர்கள் அவர்களை நோக்கிக் கல் வீச்சு நடத்தினர்.

"யா... அலி..!" வரலாற்றில் பல தீரச் செயல்கள் புரிந்த வீர சூரரான அலியார் தங்஼ளைக் கூப்பிட்டுப் பாதுகாவல் தேடிக்கொண்டு சீனாடி வாத்தி வாளுடன் எதிரணிக்கு முன் குதித்தார். புல்பாஸின் கழுத்துக்கு நேரே வாள் உயர்ந்தது. உயர்ந்த வாள் உயர்ந்தபடியே நின்றது. ஒரு கொளுத்து வட்டி வாத்தியின் விலா எலும்புகளுக்கிடையில் மாட்டியது. வாத்தி பின்னால் சாய்ந்தார். வாத்தியை எதிரிகள் கைகால் கட்டி கடற்கரைக்குத் தூக்கிச் சென்றனர்.

அலறிய அலைவாய் ஏப்பமிட்டது.

மேகரையிலுள்ளவர்களின் வலிமை சோர்ந்தது; நிறைய காயங்கள். அங்க பங்கங்கள். பலர் வீரமிழந்தனர். வீரமிழக்காதவர்களாக மம்மக்கண்ணு, அலி, நூறுத்தீன், இப்படி சிலர், உதவிக்கு யாருமில்லை. ஊக்குவிக்கவும் யாருமில்லை. நிலைகுலைந்தனர்.

சுஹறா மன்ஸிலின் இரும்பு கேட் மல்லாந்து விழுந்தது. வாசல்கள் தகர்ந்தன. கண்ணாடி அலமாரிகள் சின்னிச் சிதறின. குஷன் நாற்காலிகள் வெளியே பறந்தன. பொருட்கள் கொள்ளையடிக்கப்பட்டன.

பல வீடுகள் சாம்பலாய் சுருங்கின.

அக்னியின் இலட்சம் நாவுகள் வானளாவின. அந்தக் கிராமம் புகை மூட்டம் கொண்டு நிரம்பியது. தீப்பொறிகள் காற்றில் பாறி நடந்தன.

மீண்டும் ஒரு கும்பல் கொச்சுப் பள்ளியை நோக்கி வருவதைக் கண்டனர். மேகரையிலுள்ளவர்களுக்கு எதிர்பாராத ஒரு புத்துணர்வு. மாப்பிள்ளைக் கலவரத்தை நினைத்தனர். மலபார் மண்ணிலிருந்து வெள்ளையர்களை விரட்ட வெகுண்டெழுந்த மலபார் மாப்பிள்ளைகளின் வீரமிக்க செயல்களை நினைத்தனர். அந்த நினைப்பின் உந்துதலால் எழுந்த புதுவேகம்... வீரத்தால் அலறினர்.

"யா முஹீயுத்தீன்!"

"யா அலி!" எல்லோரும் விளித்தனர்.

மம்மக்கண்ணு வாளை உயர்த்திக்கொண்டு எதிரிகள் மத்தியில் குதித்தான். எதிரிகள் கையில் தீப்பந்தம்.

வாட்கள் உயர்ந்து தாழ்ந்தன.

சரமாரியாகக் கற்கள் பாய்ந்தன.

தெற்கிலிருந்து வந்தவர்களுக்கு பலத்த வெட்டுக் காயங்கள். பின்னோக்கி ஓடினர்.

"எக்கெ அல்லோ..." ஒரு அலறல்.

யாரும் பொருட்படுத்தவில்லை. யார் மடிந்தது? யாரும் கவனிக்கவில்லை. மீண்டும் முன்னேறினர்.

இதற்கிடையில் பக்கத்துக் கிராமங்களிலிருந்து ஆயுதங்களுடன் பலர் ஓடி வந்தனர். உதவிக்காக வந்தவர்களைக் கண்டபோது மம்மக்கண்ணும் அலியும் உற்சாகமடைந்தனர். இழந்த சக்தியைத் திருப்பி பெற்றனர். மேகரையிலிருந்து சீப்புக் கற்கள் சீறிப் பாய்ந்தன. தெற்கிலிருந்து வந்தவர்கள் முன்னேற முடியாமல் பின்னடைந்தனர்.

திடீரென ஒரு செய்தி.

பெரிய தங்ஙளுக்கெ கபரை[2] தீ வச்சுப்போட்டானுவோ!

ஆத்மீயக் குருவின் சமாதி தீ வைக்கப்பட்ட செய்தி மேகரை மக்களைக் கொதிப்படையச் செய்தது. ஒரு கூட்டம் அங்கு விரைந்தது.

---

2. சமாதி

மேற்குத் துறையிலிருந்து கடல் வள்ளம் வழியாக வந்தவர்கள்தான் நெருப்பு வைத்ததாக வதந்தி.

இருவரும் மோதிக்கொண்டனர்.

பலர் உயிரிழந்தனர். வீடுகள் நொறுக்கப்பட்டன. தீ வைக்கப்பட்டன.

போலீஸ் வேன் அங்கு வரும்போது நேரம் மதியத்தை நெருங்கியிருந்தது. போலீஸ்காரர்கள் லாத்தி சுழற்றினர்.

இரு தரப்பினரையும் கலைந்துபோகக் கேட்டுக்கொண்டனர்.

“முடியாதும், முடியாதும் . . .” துறையிலிருந்து வந்தவர்கள் விளித்துக் கூவினர். “போலீஸ் எங்களுக்கு புல்லாக்கும்.”

போலீஸ்காரர்கள் தடி ஓங்கினர். அசையவில்லை. கையில் தீப்பந்தங்களுடன் கொச்சுப் பள்ளிக்கு நேராக நெருங்குகின்றனர்.

போலீஸ்காரர்கள்மீது கற்கள் வந்து வீழ்ந்தன.

வானத்தை நோக்கிச் சுட்டனர்.

யாரும் அசைவதாக இல்லை.

“சுடு இன்னா ...” சிலர் நெஞ்சு நிமிர்ந்து நின்றனர். மீண்டும் வானத்தை நோக்கிச் சுட்டனர். சிலர் ஓட்டம் பிடித்தனர்.

“ஏய் ஏய் . . . ஓடண்டாம். பொய் வெடி . . .” ஓட முயன்றவர்களைத் தடுத்தனர், “கொக்கு சுடுத வெடி ...”

கற்கள் பறத்தன. போலீஸ்காரர்களால் தாக்குப் பிடிக்க முடியவில்லை.

கண்ணீர்ப் புகை. தடியடி.

எல்லோரும் சிதறி ஓடினர். போலீஸ்காரர்கள் துரத்திச் சென்றனர்.

மம்மக்கண்ணு தட்டாக்குடி இடைவழியாக ஓடினான். சேமது நானாவின் வீட்டுப் பக்கம் வந்தபோது யாரோ பெயர் சொல்லிக் கூப்பிடுவதைக் கேட்டான்.

“மம்மக்கண்ணு”

மம்மக்கண்ணு நின்றான்.

சேமது நானா! ஒரு தென்னை மரத்தில் சாய்ந்து உட்கார்ந்திருக்கிறார். தலை நேராக நிற்கவில்லை. ஒரு பக்கமாகச் சாய்கிறது.

“என்டெ சைனவா எங்கே?”

“சைனா!”

“அவொ ஊட்டிலெ இருந்தா.”

“ஙே?” மம்மக்கண்ணு நடுங்கினான். அந்த நடுக்கத்தின் வேகத்தில் இதயம் வெடித்துச் சிதறுமோ என்று தோன்றியது.

“எம்மக்கா” சேமது நானாவின் கண்களிலிருந்து நீர் வடிந்தது. மூச்சு விடுவதற்கொப்பத் தலையும் அசைந்தது. கண்கள் உள்ளே சென்றன. நீட்டி நீட்டி இருமினார். துப்பிய இரத்தம் கடைவாய் வழியாகச் சட்டையில் வடிந்தது.

“எம்புள்ளையெ தேடி ஊட்டுக்கு வந்தேன். மொதப்பயாலெ ஒதச்சான்.” சேமதுநானாவின் தலை ஒரு பக்கமாகச் சாய்ந்தது. மம்மக்கண்ணு கையில் தாங்கிக்கொண்டான்.

கொழும்பில் ஆட்டுப்பெட்டித் தெருவில் சங்கு மார்க் கைலியும் கட்டிச் சிங்களவர்களுடன் சண்டை போட்டு வெற்றி பெற்ற அந்த வெற்றிமகன் மம்மக்கண்ணின் கையில் கிடந்து ஒரு தடவை நீட்டி இருமினார். வாய் வழியாக ஒழுகிய இரத்தம் மம்மக்கண்ணின் கையில் வடிந்தது. அந்த இரத்தத்தின் பின்னால் அந்தக் கொழும்புச் சண்டியரின் ஜீவனும் படி இறங்கிச் சென்றது.

“சைனா!” ஒரு போதும் நனையாத மம்மக்கண்ணின் கண்கள் முதல்முதலாக நீர்ச் சொட்டுப் போட்டது.

# 19

எந்த தகாத செயலும் போலீஸ் வந்தபின் அங்கு நடக்கவில்லை. எங்கும் போலீஸ் பாதுகாப்பு. உயரதிகாரிகள் வந்தனர். பல முக்கியஸ்தர்கள் வந்தனர். எரிந்து சாம்பலான வீடுகளையும் தகர்ந்து தரைமட்டமான கட்டிடங்களையும் பார்வையிடும்போது முகங்களில் கவலை.

சமரசப் பேச்சுகளுக்கான முயற்சி.

வகுப்புவாத நெருப்பு சுடர்விட்டு எரியாமலிருக்க அரசியல் கட்சியினர் ஓடி நடந்தனர். சட்டையில் கட்சிக்கொடியை மாட்டிக்கொண்டனர்.

துறையிலுள்ளவர்கள் மிகவும் எச்சரிக்கையுடன் இருந்தனர். உதவிக்குப் பலர் வந்துசேர்ந்தனர். கடல் வழி, சாலை வழி.

கடற்கரையில் கரை ஏற்றிவைத்திருந்த வள்ளங் களைக் கம்பா கட்டி இழுத்தனர், கோயிலுக்கு நேராக. வலைகளை உமலில் சுற்றிக்கட்டி வீட்டிற்குப் பாதுகாப்பாக வைத்தனர். திடீரென எதிரிகள் தாக்க வந்தால் உயிருக்காக ஓடும்போது, வாழ்க்கைக்குள்ள யாத்தின[1]ங்களை தம்முடன் எடுத்துச்செல்லும் வசதிக்காக.

இதன் எதிரொலியாகச் சில சிற்றூர்களில் சிறு சிறு மோதல்கள். அப்பகுதிகளிலுள்ள பனை ஏறும் தொழிலாளிகள் வெட்டுக்கத்தியுடன் வந்து இரு தரப்பினரையும் அச்சுறுத்தினர்.

“வெட்டிப்போடுவோம். ஓடுங்கலே” வெட்டுக் கத்தியை உயர்த்திக் காண்பித்தனர். அச்சமூட்டினர்.

---

1. தெப்பம், மரக்கலம், வலை போன்ற கடற்தொழில் பொருட்கள்

“அங்கெ அவனுவெொ வெட்டி சாவானுவோ.நீங்கெ ஏம்பலே இங்கெ தம்மிலெ வெட்டிச் சாவியோ.” இரு தரப்பினர்களையும் மோதவிடவில்லை.

சிவசிவ விலாசம் காப்பிக்கடையின் முன்னுள்ள பித்னாமடம் அனாதையானது. உட்கார்ந்திருக்க ஆட்கள் இல்லை.தெருவுகளில் மனிதச் சலனம் இல்லை. சூனியமான பாதைகள்.

ரோந்து செல்லும் போலீஸ்காரர்களின் தடித்த பூட்ஸின் சப்தம் மட்டும் உயர்ந்துகொண்டிருந்தது. காலியான வீடுகளுக் குள்ளே பசி தாங்காமல் பூனைகள் அங்குமிங்கும் ஓடின. மதில் மீதிருந்து பரிதாபக் குரல் கொடுத்தன. கடைகள் எதுவும் திறக்க வில்லை. பஸ் ஸ்டாண்டில் ‘ஜன்னி’ நாகூரின் கடை மட்டும் திறந்திருந்தது, ஒற்றைப்பலகையில்.

மனித சலனமற்ற அந்திக்கடை. மீன் வாங்க வரும் பெண்களின் பேரம் பேசுதலும் துறைப் பெண்களின் ஏச்சும் உயர்ந்து கேட்கவில்லை. கூம்பாரம் போட்ட வயலன் மரச்சீனிக்கிழங்கின் முன்னிருந்து பொத்தான் குட்டி தூங்கினான். மரச்சீனிக்கிழங்கு வாங்குவதற்கு அங்கு யாரும் வரவில்லை. கிழங்கில் கட்டூறியது.

போர் ஓய்ந்தபின், போர்க்களத்தைப் பார்வையிட வெளியூர்களிலிருந்து பலர் வந்தனர். வருபவர்களைக் கண்டதும் போலீஸ்காரர்கள் லாத்தி வீசி விரட்டினார்கள். குடி நீரில்லை. வந்தவர்களின் தொண்டைகள் வறண்டு போயின. ஜன்னி நாகூரானின் கடையில் தொங்கிய அழுகிய பழங்களெல்லாம் பொன் விலைக்கு விற்றழிந்தன. பழகிப்போன புளித்த சர்பத் பாட்டிலெல்லாம் காலி.

பார்வையாளர்களின் முகங்களில் மழை மேகங்கள் இழைந்தன. கண் ஓரங்களில் பரிதாபத்தின் நிழலாட்டம். சுஹறா மன்சிலின் அலங்கோலம் பார்ப்பவர்களைத் திடுக்கிட வைத்தது. ஒரேயொரு கீலில் தொங்கும் ஜன்னல் பலகைகள்; சிதறுண்டு கிடக்கும் கண்ணாடி அலமாரிகள்; அழகுக்காக நடப்பட்ட பூச்செடிகள் பிடுங்கியெறியப்பட்டு வாடிக்கிடக்கும் காட்சி. இப்படி எத்தனை.

பல ஊர்களிலிருந்து இளைஞர்கள் படை திரண்டனர். பதினாறாம் நம்பர் ஷாப்பிற்கு முன் பஸ்ஸிலிருந்து இறங்கினர். தனித்தனியாக நடந்தனர். அவ்வக்கருப் பிள்ளையின் நாலுகட்டு வீட்டில் ஒன்றுகூடினர். அங்கிருந்து கிளம்பிய புகையில் நெய்ச்சோறின் கமகம வாசம்.

போலீஸ்காரர்களின் பார்வையில் படாமல் இருநூறுக்கும் மேற்பட்டவர்கள் நாலுகட்டின் முற்றத்தில், சுற்றுப்புறங்களில் மண்டித் திரிந்தனர்.

நாலு கட்டின் முற்றத்தில் அவ்வக்கரு துண்டால் வீசிக் கொண்டு ஸ்டூல் மேல் உட்கார்ந்திருந்தார். கொழும்பு பெல்டில் நீட்டமான ஒரு மடக்குக்கத்தி. கத்தி வளையத்தில் சாவிக்கொத்து.

நெய்ச்சோறு வேகுவது அவ்வக்கருடைய செலவில். உச்சி பற்றி எரிந்தது.

பள்ளி மேடைகளிலிருந்து பாங்கு ஒலித்து இரண்டு மூன்று நாட்களாகிவிட்டன. நேரம் கடந்து செல்வதை யாராலும் தெரிந்துகொள்ள முடியவில்லை.

"சாப்பாடடிச்சிட்டு எல்லாரும் நல்லா ஒறங்குங்கோ. அடுத்த திட்டம் என்னேணு நான் பெறவு செல்லுவேன்." அவ்வக்கரு கூடியவர்களைப் பார்த்துச் சொன்னார்.

நெய்ச்சோறு பரிமாறப்பட்டது.

மூக்கு மூட்ட உண்டனர். வரிசையாகக் கிடந்து உறங்கினர். சிந்தனையிலாண்டு மம்மக்கண்ணு உட்கார்ந்தான். யாரிடமும் பேசவில்லை. கேள்விகளுக்கு மட்டும் முனகிய பதில். கொடும் காற்றுப்போல் ஓடி நடந்த அவனுடைய மௌனத்தின் பொருள் யாருக்கும் புரியவில்லை.

"நீ ஏன் சாப்பிடல்லெ?" அவ்வக்கரு விசாரித்தார்.

"எனக்கு வேண்டாம்." மம்மக்கண்ணு சொன்னான்.

"பசிச்சிருந்தா?"

"எனக்கு சாப்பிட்ட திருப்தியுண்டு காக்கா. எங்களுக்கு ஒதவி செய்ய நீங்கொ வந்ததே பெரிய காரியம். எங்கெ ஊரிலெ உள்ள பணக்காரங்களுக்கு இல்லாத்த மனஸ்திதி. ஒங்களுக்கு வந்துதே."

"மனுஷனானா, மனுஷப் பற்று வேணும். மிருகங்கள்கூட சொந்தம் வர்க்கத்தை ஆபத்திலே போட்டுட்டு ஓடாது. ஓடினாலும் தூர நிண்ணு வேதனையோட பாக்கும்."

"நாங்கொ மனுஷரில்லெ காக்கா. வள்ளத் தொழிலாளி. பாவங்கள். இஞ்செ மனுஷராயிட்டு நூஹு ஆஜியாரும் முக்குக்கட மம்மூனும் தலையன் ஆஜியாரும்தான் உண்டு. நாங்கொ மிருகம்."

மம்மக்கண்ணின் முகத்தில் கட்டவிழ்ந்த துக்கத்தை அவ்வக்கர் கவனித்தார். மம்மக்கண்ணு முகம் குனிந்து உட்கார்ந்தான். மனத்தில் சைனபாவின் உருவம் தெரிந்தது.

சைனா எங்கே?

அவள் யாரிடம் அகப்பட்டாள்? அவளுடைய கன்னித்தன்மை உருகி ஒழுகியிருக்குமா? நினைவிழந்து கையும் காலும் விரித்தவாறு கிடக்கும் சைனபாவின் பரிதாபமான கிடப்பு மனக்கண்ணாடியில் நிழலாடியபோது மம்மக்கண்ணு விம்மினான். அன்று கையில் தாங்கி, கை ஆற்றைக் கடத்திவிட்ட சிறு நாணம் குலுங்கிய பெண்.

"நீ எதுக்கப்பா கரையா?" அவ்வக்கர் கேட்டார்.

அவன் தலை நிமிர்த்தவில்லை.

அவ்வக்கர் அவனுடைய தோளில் கை வைத்தார். "மம்மக்கண்ணே ..."

மம்மக்கண்ணு தலை உயர்த்தினான். கன்னங்களில் கண்ணீர் சால்கள்.

"நீ ஏன் கரையா ..?"

அவன் விம்மத்தான் செய்தான்.

"செல்லு."

"எனக்கெ கல்பு தகருது காக்கா. எனக்கெ சைனபாயெ காணயில்லெ."

"ஒனக்கெ தங்கச்சியா ..?"

"இல்லை ... எனக்கெ கல்பு ..."

அவ்வக்கரின் இதயத்திற்குள் உணர்ச்சிப் பிரவாகங்கள்.

பருவமடைந்த ஒரு பெண் எதிரிகள் கையிலகப்பட்டாலுண்டாகும் நிலமை, அதை நினைத்துப் பார்க்கக்கூட வலிமை இல்லாத மனநிலை.

"போலீஸ் வெடி வச்சா வய்க்கட்டு, நமக்கு எறங்குவோம்"

"சபூர் செய். எடுத்துச் சாடப்படாது. நேரம் இருட்டட்டு," அவ்வக்கர் சமாதானப்படுத்தினார்.

மம்மக்கண்ணு பொறுமையிழந்தான்.

"பெம்புள்ளியளும் கொழந்தகளும் எங்கே?"

"எங்கேனு தெரியாது. வடக்கெ நாடாம்மாருக்கெ வீடுகளிலெ போய் அகப்பட்டு இரிப்பாங்கோ".

“பெண்களெ தெருவிலே போட்டிருந்தா ...?”

“வேறெ வழி .. ?”

அலி வந்தான். சோர்ந்து காணப்பட்டான்.

“நா வடக்கெ எல்லாடமும் பாத்தேன். எக்கெ தாத்தாயெ காணல்லெ” அலி சொன்னபோது மம்மக்கண்ணு ஓர் உயிர்ப் பிணமாக மாறினான்.

“ஓலக்காரன் செல்லக்கண்ணுக்கெ ஊட்டுக்கு முன்னெ பிலா மூட்டிலெ நம்மொ பெம்புள்ளியோ கெடக்குதுவோ.”

“அப்பிடியா ?”

“அங்கெ பழைய ஊட்டுலெ உள்ள கண்ணு காணாத்த பெத்தா[2] மரிச்சு போனாங்கொ. மய்யத்தெ பிலாவுக்கெ மூட்டிலெ கெடத்தியிருக்கு.”

“இன்னா லில்லாஹி வ இன்னா இலைஹி ராஜி ஊன் மய்யத்தெ உடனெ அடக்கணும்.” அவ்வக்கர் அவசரப்படுத்தினார்.

“அந்த பெத்தாக்கெ பேத்திமாரெ காணல்லெ ...”

யோசித்து நிற்கவில்லை. மூவரும் புறப்பட்டனர். அவ்வக்கரும் அலியும் மம்மக்கண்ணும் கை ஆற்றைக் கடந்தனர். மார்பளவு தண்ணீர். சப்பாத்து வழி சாத்தான் கோயிலை நெருங்கினர். பெரிய வாய்க்கால் நிரம்பி ஓடுகின்றது. நல்ல ஒழுக்கு. இழுப்பு. அஞ்சி நிற்கவில்லை. இறங்கினர். மூன்று பேர்களும் ஒருவருக்கொருவர் கைகளைப் பிடித்துக்கொண்டனர். மிகவும் சிரமப்பட்டனர், அக்கரை செல்ல. ஏலா வரப்பு வழியாக செல்லக்கண்ணின் வீட்டுக்கு முன் சென்றனர், பலா மரத்தின் மூட்டில் மூடிய மய்யத்து. சுற்றுமாகப் பெண்கள், அவர்களது துக்கம் கூடுகட்டிய வதனங்கள், சிவந்த கண்கள். ஒட்டிப்போன கன்னங்களில் கண்ணீர் காய்ந்து ஒட்டிய அடையாளங்கள்.

விதியைச் சபித்துக்கொண்டு மய்யத்துக்குக் காவல் காத்தனர்.

விதியின் மூர்க்கத்தனமான விளையாட்டு அல்ல; தாண்டவம்.

அருகாமையிலுள்ள நாடார் பெண்கள் கூடினர். ஒரு நாடார் பையன் ஊதுபத்தியுடன் ஓடிவந்தான். மய்யத்தின் தலைமாட்டில் மணலில் ஊதுபத்தியை நாட்டினான். அதன்

2. பாட்டி

சிவந்த கண்களிலிருந்து இரங்கல் புகை கிளம்பியது. மரணத்தின் கந்தம் எங்கும் பரவியது. அந்த மரண கந்தத்தை ஒப்பி எடுத்த காற்று சுழன்று வீசி ஊர் சுற்றியது.

வீடிழந்து, ஊரையிழந்து, உடமை இழந்து, ஆகாயக் கூரையின் கீழ் அவதிப்படும் நிரபராதிகளான பெண்களின் அவலத்தைக் கண்டபோது—பெண்மைக்கே உரிய இரக்கத்தோடு அங்கு கூடிய நாடார் பெண்கள் மூக்கில் விரல் வைத்து வேதனையுடன் நின்றனர். "பாவம் இது ஆருக்கும் வரப்படாது."

நாடார் வீடுகளிலிருந்து மண்சட்டிகளில் கொண்டுகொடுத்த கஞ்சியைக் குடித்தபோது குழந்தைகளின் அழுகை நின்றது.

பசியின் வெளிப் பார்வை. அந்தப் பார்வையின் சக்தி பிரவாகத்தில் குல மகிமையும் ஏற்றத்தாழ்வும் உருகி ஓடின.

சில கிழவிகள் சட்டிகளில் கைப்போட்டுப் பருக்கைகளைத் துளாவினர். அந்த அவலக் காட்சியைத் தாங்க முடியாமல் மம்மக்கண்ணு பற்களை நெரித்தான். எல்லாவற்றிற்கும் ஒரு முடிவு உண்டு. ஒரு நாள் நீங்களும் பிலா மூட்டிலிருந்து மண்சட்டியில் கஞ்சி குடிக்கத்தான் போகிறீர்கள். அந்தக் காலத்திற்கு நீட்டமில்லை.

ஊரை விட்டு ஓடிச்சென்ற பணவசதி படைத்தவர்களை நினைத்தான். செல்லக்கண்ணுடைய வீட்டிற்குள் மய்யத்தைத் தூக்கிக் கிடத்தினர். அங்கேயே வைத்துக் குளிப்பாட்டினர். 'கபன்' துணியில், பொதிந்தனர். இரவோடு இரவாக ஜும்ஆ பள்ளியின் தென்பகுதியில் இருளில் தோண்டிய குழியில் மறைவு செய்தனர்.

இரவு ஒரு டாக்ஸி பதினாறாம் நம்பர் கள்ளு ஷாப்பிற்கு முன் புளிய மரத்தடியில் வந்து நின்றது. டாக்ஸியிலிருந்து மூன்று கள்ளிப் பெட்டிகள் இறக்கப்பட்டன. கொண்டுவந்தவர்கள் பெட்டிகளைத் தலையில் தூக்கினர். இருளில் மறைந்தனர்.

மய்யத்தை மறைவு செய்தபின் வந்தவர்கள் நாலு கட்டில் மூன்று கள்ளிப்பெட்டி இருப்பதைக் கண்டு மலைத்துப் போயினர்.

அவ்வக்கர் பெட்டியைத் திறந்தார்.

திராவகம் நிரப்பிய பல்புகள்.

மம்மக்கண்ணின் முகத்தில் ஒளி பரந்தது.

ஜோர்..!

அலி தன்னையே மறந்து நின்றான்.

இது வச்சுக் காய்ச்சலாம்.

அவ்வக்காரின் கால்களைக் கட்டிப்பிடித்து ஓராயிரம் முத்தங்கள் கொடுக்கத் தோன்றியது மம்மக்கண்ணிற்கு. மம்மக்கண்ணு பல்பின் மீது கண்களை நட்டான். குனிந்து பல்பை எடுத்தான். "அங்கெ வைய்..." அவ்வக்கர் மம்மக்கண்ணின் கையிலிருந்து பல்பைப் பறித்தார். பெட்டிக்குள் வைத்தார். பெட்டியை மூடினார். "ஆரும் தொடப்படாது..." அவ்வக்கருடைய கட்டளை.

# 20

கோயில் முற்றத்தில் பெரிய அண்டாக்களில் உணவு தயாராகிக்கொண்டிருந்தது.

பாறையடி நுஹு ஹாஜியாருடைய புள்ளிப் பசுவைத் தென்னையில் இறுக்கக் கட்டினர். உயர்ந்த மிதப்பை அதன் தலையில் ஓங்கி விழுந்தது. பல தடவை. கட்டிலே கிடந்து செத்த பசுவைத் தோல் உரித்துத் துண்டுபோட்டனர்.

பெரிய பானைகளில் பட்டைச் சாராயமும் பனம் கள்ளும்! பெட்ரோமாக்ஸ் விளக்கொளியில், திறந்த வெளியில் அடிமுறைகள் பயின்றனர்.

சில குடும்பங்கள், சாளை வலை, இறால் வலை முதலியவற்றுடன் இடம்பெயர்ந்தனர். 'யாத்தினங்கள்' நஷ்டப்பட்டால் எதிர்காலம் இருண்டுவிடும். பட்டினி வாட்டிவிடும்.

"ஏய் நீயும் புள்ளயும் கெழக்கெ போங்களேன். செலப்பம் ஊரேறி வந்துட்டானுவளெண்ணா..?" தொப்பை மனைவியிடத்தில் கேட்டான்.

"ஆ... போவத்தான். கடயிலெ கெடக்குதெ சாமானோ?"

"அரு கெடக்கட்டு. இல்லேண்ணா தலேலெ ஏத்தீட்டு. போவேங்."

"என்னத்துக்கப்பா போவணும் ... அவனுவொ ஊரேறி வந்தா ஓடுதுக்கு காலில்லியா..?"

லில்லியின் மனம் புல்பாஸ்மீது வேர்விட்டது. புல்பாஸைப் பார்த்து இரண்டு நாட்களாயின. இரண்டு நாட்களும் இரண்டு வருடங்களாக நீண்டு விட்ட பிரிவுத் துக்கம். எப்படிக் கிழக்கே உறவினர் வீட்டில் நிம்மதியாக இருக்க முடியும்?

மடிக்காரியின் கடையில் இரண்டு நாட்களாக நல்ல வியாபாரம், விற்பனையாகாமல் கிடந்த பழைய சுருட்டும் பாஸிங்ஷோ சிகரட்டும் விற்பனையாயின. காய்ந்து போன பச்சைப் பாக்கெல்லாம் முதலாயின. விற்பனை செய்ய சாமானகளுக்குத் தட்டுமுட்டு. மடிக்காரி, சாமானங்களுக்குத் தட்டுப்பாடு. வந்தபோது பஸ் ஏறினாள். சந்தைக்குச் சென்று சந்தைப் பொருட்கள் வாங்கினாள். ஒரு சக்கடா வண்டியில் ஏற்றி, வண்டியில் சாமான்களுக்கு மேல் ஏறி உட்கார்ந்துகொண்டாள். தலையில் வெயில் கொள்ளாமலிருக்கச் சேலை முனை கொண்டு ஒரு முட்டாக்கும். கல்ரோட்டில், குண்டுகுழிகளில் வண்டிச் சக்கரம் வீழ்ந்து வண்டி குலுங்கியபோது தூக்கத்தில் நடுங்கி விழித்தாள். செந்திட்டை மேடு ஏறும்போது மாடுகளின் வாயிலிருந்து நுரை தள்ளியது. மடிக்காரி கீழே இறங்கி மேடு முடியும்வரை பின்னால் வண்டியைத் தள்ளினாள். வண்டி தள்ளும்போது நெஞ்சில் படபடப்பு. மேககரையில் உள்ளவன் எவனாவது பார்த்துவிட்டாலோ?

மாட்டுவண்டி கிழக்கே துறையை அடைந்தபோது. மனம் நிம்மதியாயிற்று. கோயில் முன்னால் வண்டி நின்றது. அங்கிருந்து இரண்டு மைல் தொலைவுண்டு, அவளுடைய துறைக்கு. ரோடில்லை.

மணல்பாங்கான பாதை. வண்டிச் சக்கரம் உருளாது.

“சாமான்களெ ஏறக்கு.” வண்டிக்காரன் மடிக்காரியிடம் சொன்னான். மடிக்காரி யோசித்து நின்றாள். இறக்கினால் இவ்வளவு சாமான்களையும் எப்படிக் கொண்டுசெல்ல முடியும்?

நாலைந்துபேர் அங்கு வந்து கூடினர்.

“ஓய் வண்டிக்காரா, ஓம்மெ காளயெ அவுத்து கெட்டும். நாங்கொ வண்டியெ இளுத்துக் கொண்டு போறோம். சாமானெ எறக்கீட்டு ஓம்மெ வண்டியெ இஞ்செ கொண்டு தாறோம்...” வந்தவர்கள் சொன்னார்கள்.

“இந்த மணல்லெ எப்படி கொண்டு போவியோ கும்பாரி?” வண்டிக்காரன் சந்தேகப்பட்டான்.

“அந்தக் காரியம் நாங்கொ பாத்துக்கிடலாம்”

சிலர் வண்டியின் நுகத்தைப் பிடித்துத் தூக்கினர்: வண்டிக்காரன் தடுத்தான்.

‘ஏய் ஒறவத்தா, சாமானத்தெ எறக்கியா இல்லியா?”

“எறக்கலாம்.” அவள் ஒப்புக்கொண்டாள்.” “ஏய் வண்டி வலிச்சண்டாம்.”

சுமை தூக்குபவர்கள் தலையிலிருந்த கட்டை அவிழ்த்து, இறுக்கிக் கட்டிக்கொண்டு அங்கு ஓடிவந்தனர். துறையில் உள்ளவர்கள் தடுத்தனர். “வேண்டாம் நாங்கொ செமந்து கொண்டு குடுப்பம்.”

தலைச் சுமையாகக் கொண்டுவந்த சாமான்களைக் கடையில் பரப்பி வைத்ததுதான் தாமதம், கிழக்கே துறையில் உறவினர் வீட்டுக்குப் போக அப்பன் சொல்கிறாரே.

“ஏய் நிஞ்சளுக்கு பேடீண்ணா போங்கெ,” லில்லிக்கு அப்பன்மீது கோபம்.

தொப்பை வாயை மூடினான்.

இரவு விசேஷ பூஜை என்பதை மெலிஞ்சி ஊர் மக்களுக்கு தெரியப்படுத்தினான். கோயில் வாசலில் பெரும் திரள்.

பெண்கள் தலையில் முக்காடிட்டனர். கொந்தையும் – ஜபமாலையும் கொண்டு கோயிலுக்குச் சென்றனர். பூஜை நேரங்களில் லில்லி, அல்லது மேரிதான் பாடுவது வழக்கம். மேரி மாலையில் லில்லியைக் கோயிலுக்கு அழைக்க வந்தாள்.

“நா வராலெ இண்ணு நீ பாடு”

“என்னவாம்?”

“துப்புரவு இல்லெ.” ஒரு பொய் சொன்னாள் லில்லி.

மேரி போனபின் அங்கு வந்த புல்பாஸிடம் லில்லி சொன்னாள்.

“எக்கே தள்ளெ கோயிலுக்கு போவா. நிஞ்செொ பூச நேரம் இஞ்செ வரிங்கெ.”

கையில் கொந்தையுடன் முக்காடிட்டுக்கொண்டு மடிக்காரி கோயிலுக்குச் சென்றதை புல்பாஸ் தொலைவிலிருந்து பார்த்தான். உடன் லில்லியைத் தேடி வந்தான்.

சந்தையிலிருந்து அன்று வாங்கி வந்த பொருட்களில் பெரும்பாலும் விற்றுப்போயின. மாம்பழக் கொட்டைகள் கடையின் முன் சிதறிக் கிடந்தன. ஈ தொந்தரவால் அங்கு நிற்க முடியவில்லை. மண்ணெண்ணெய் டப்பாமீது ஒரு அலுமினியத் தட்டில் பிறுத்திச் சக்கை துண்டுத் போட்டு வைத்திருந்தது.

புல்பாஸ் ஒரு துண்டுச் சக்கையை எடுத்து வாயிலிட்டான். கை தட்டை நெருங்கியபோது ஈக்கள் பறந்தன. மீண்டும் மொய்த்தன. பசுமார்க் சுருட்டும் தீப்பெட்டியும் எடுத்து நீட்டினாள், அவனுக்கு. சுருட்டின் முனையில் எச்சில் தேய்த்து அழுத்தப்படுத்திப் பற்றவைத்தான்.

ஒரு பெண் உணக்கக் கிழங்குக்கு விலை கேட்டாள். வேறு ஒரு பெண் பலாப்பழத்திற்கு விலையும்.

"ஒணக்க கெளங்கு அர ரூவாலு."

"சக்கெ என்ன வெலயம்பே"

"மூணு ரூவாலு"

"அய் இந்த கொலவாத வெலெ ஏன் செல்லுதா, நிச்செ தள்ளெ மலிவா தருவாளே."

"ஒமு. தள்ளெ இருந்தா சும்மா தருவா."

"அடுத்த ஆனி ஆடி வரை திண்ணுதுக்கு கொளப்ப நேரம் சம்பாரிச்சாத்தானெ உண்டு. மேகராலெ கடகளில் லாத்ததினாலெ சென்ன வெலெ குடுத்து வாண்டத்தானெ வேணும்."

"அந்த சம்பாத்தியம் எங்கக்கு வேண்டாம்" காய்ந்த மரச்சீனிக் கிழங்கை எடைபோட்டுக் கொடுக்கக் கையிலெடுத்த பெட்டியை வெளியே வீசினாள்.

"மாப்பிளக்கு இரிச்சாதெ போன வாருவனி. ஏன் எக்கெ பெட்டியெ எறிஞ்சா. களவாணவா வந்தேன். பட்டினி கெடந்து செத்தாலும் நிச்சொ கொலவாதக் கடாலெ சாமான் வாண்டண்டாம்."

பெண்கள் திட்டி வாரிக்கொண்டு சென்றனர்.

"நீ என்னத்துக்கு அந்த பெம்புள்ளகளெ வெரட்டினா?"

"அவளுவோ தர்க்கிச்சிட்டே நிப்பாளுவோ. நமக்கு பேசண்டாமா?"

"எக்கட்டெ பேச இத்தர ஆத்திரமா"

"ஆ ரண்டு நாளா பேசல்லியே. நிஞ்சொ ஏன் வரால்லெ?"

"லஹள நடக்குத நேரத்திலெயா பேச நேரம்."

"நிஞ்சக்கு ஒரு வருக்கச் சக்கெ எடுத்துவச்சேன். கொண்டு போங்கொ"

“எக்கா?”

“இல்லே. எக்கெ சீவனுக்கு”

“நிச்செ தள்ளெ சண்டக்கு வராட்டாளா?”

“தள்ளெ அறியாட்டா.”

லில்லி ஒரு பெரிய பலாப்பழத்தைக் தூக்கி அவன் கையில் கொடுத்தாள்.

“நீ மிடாலத்துக்கு போவாத்தது ஏன்?”

“நிஞ்சொ இஞ்செ இல்லியா இருக்கீரும்.”

“என்னெக்கண்டா போவாத்தது?”

“ஓ.”

“கள்ளம் செல்லாரெ.”

“ஆண்டவராணெ உள்ளது.”

“லில்லி, என்னெ மேகரக்காரனுவோ கொண்ணுபோட்டா?”

லில்லி கோபமாக அவனைப் பார்த்தாள்.

“ஏன் கோவமா பாக்குதா?”

“செல்லார வேளம் செல்லப்பாடாரும். நிஞ்சக்கு அப்படி ஒண்ணும் வராதெ அந்த ஆண்டவரு ரச்சிப்பாரு.”

“மேகாரக்காரனுவோ வந்தா நீ என்ன செய்வா?

“நா ஓடி தப்புடுவேன்.”

“நின்னெ புடிச்சுப் போட்டாலோ?”

“தலயடிச்சுச் சாவேன்.”

குடித்து இலக்குக் கெட்ட தொப்பை ஆடி ஆடி வந்தான். அவனுடைய ஊதிய வயிற்றில் நரம்புகள் புடைத்திருந்தன. நாக்கு குழறியது.

“எல்லாவனையும், கடலிலே வெட்டித்தாப்பேன். டேய் ஊரேறி வாருங்கடா. வாருங்கடா.” தொப்பை மரியந்தோணியின் சொத்தைவேலியில் ஓங்கி இடித்தான்.

தொப்பையைக் கண்டதும் புல்பாஸ் பலாப்பழத்தைத் தூக்கிக்கொண்டு நடந்தான்.

பூஜை முடிவுற்றதும் மெம்பர் எழுந்தார். இரு கைகளையும் வாயில் சேர்த்துவைத்து எல்லோருக்கும் கேட்கும்படி உரக்கச் சொன்னார்,

“மேகரெக்காரனுவோ தோத்தாச்சு. இனி ஊரேற மாட்டானுவோ. எல்லாரும் ஊரு விட்டு போயாச்சு... நம்ம தான் ஜெயிச்சோம்.”

“சேய். சேய்.” கூட்ட ஆர்ப்பரிப்பு. ஆனந்தம்.

“மெம்பருக்கு சே.”

“பைலுமானுக்கு சேய்,” ஒரே ஆரவாரம், மகிழ்ச்சி, கொந்தளிப்பு, கோயில் கல் சுவருக்குள் மோதி எதிரொலித்தன.

சுய உணர்வற்ற நிலையில் ஒவ்வொருவரும் ஆங்காங்கே. சுருண்டனர். இரவு ஜனச் சலனம் நின்றுவிட்டது. மடிக்காரி கடையை மூடினாள். கிணற்றின் கரையிலும் பொதுக் கழிப்பிடத்தின் பக்கமும் மூங்கில் கம்புகளில் தொங்கவிட்டிருந்த பெட்ரோமாக்ஸ் வெளிச்சம் சிந்தியது.

மெம்பரின் வீட்டிற்கு முன்பக்கம் கடற்கரையில் மூங்கில் கம்பில் தொங்கவிட்டிருந்த பெட்ரோமாக்ஸின் மேன்டலில் ஒரு கருப்புப்புள்ளி தெரிந்தது. இடையிடையே வீசிய சிறு காற்றில் தீ வளர்ந்து தாழ்ந்தது. ஒளியும் மங்கியது.

யாரோ சொன்னார், “காத்தடியுங்கோ.”

“போ மடயா. புத்தி இல்லியா? வலையிலெ கரி இரிச்சீது. கண்ணுக்குத் தெரியல்லியா. அந்தக் கரியெ தொடயுமே.” மெம்பர் வீட்டு வாசலில் நின்று உத்தரவு போட்டார்.

சிறுவர்கள் விளக்கிலிருந்து கிளம்பும் “ஸ்ஸ்” ஓசையை அதிசயமாகப் பார்த்து நின்றனர். ஒருவருக்கொருவர் முகத்தைப் பார்த்துப் பல்லிளித்தனர். “கறண்டு வெளக்கு”

விளக்கு கீழே இறக்கப்பட்டது.

“கரி எப்பிடி தொடய்க்க? கைசுடுமே.”

“ஒரு கம்புலெ சீலெ சுத்தி தொடப்பம்” சப்பாணி கரி துடைக்க முன்வந்தான்.

ஒரு கம்பு எடுத்து அதன் முனையில் துணி சுற்றினான். ஒன்றிரண்டு கண்ணாடித் துண்டுகள் கழன்றுபோன இடம். வழி கம்பை உள்ளேவிட்டான், மேன்டிலில் பற்றியிருந்த கரியைத் துடைக்க முயன்றான். மேன்டில் அப்படியே நொறுங்கி விழுந்தது.

இருட்டு.

சிறுவர்கள் கூக்குரல் போட்டனர்.

"பெலே குண்டிஸ்சி மக்களெ, கரி தொடக்க தெரியாட்டா தெரியாரெண்ணு செல்லப்படாதா. பெல்லெ தொடச்சா வெளக்கு பொலியுமா?" மெம்பர் கடிந்துகொண்டார்.

இரவு மணி பன்னிரெண்டு. போலீஸ்காரர்கள் தூங்கவில்லை, ரோந்து சுற்றிவந்தனர். பனி விழும் சாமக்குளிரில் நடுங்கினர். காதைச் சுற்றி மப்ளர் கட்டிச் சூடேற்றினர். சிலர் குடிசைகளுக்குள் நுழைந்தனர். சிறப்பீனாவின் குடிசையின் முன் துப்பாக்கி ஏந்திய ஒரு போலீஸ்காரன் சுற்றித் திரிந்தான். ரோசை அவள் வீட்டின் முன் உடுத்திருந்த சேலையை போர்த்திக்கொண்டு தூங்கினாள். ரோசையின் மகளும் அவள் பக்கத்தில் படுத்திருந்தாள்.

"ஏய் எழும்பு" போலீஸ்காரன் ரோசையைக் காலால் தட்டி உசுப்பினான்.

ரோசை எழும்பினாள். பதறிப் பார்த்தாள்.

போலீஸ்காரன்! சிவந்த தொப்பி! கையில் 'தோக்கு' துப்பாக்கி. பயந்து போனாள்.

"யஸமானே"

"இதாரு?"

"எக்கெ புள்ளெ"

"எழும்ப சொல்லு"

ரோசை மகளை உள் நடுக்கத்துடன் தட்டி எழுப்பினாள். அவள் விழித்தாள். கண்முன் போலீஸ்காரன். கையில் தோக்கு. நடுநடுங்கினாள், சுட்டுப்போடுவாரோ?

"உள்ளே போவச் சொல்லு." போலீஸ்காரனின் கட்டளை.

"நீ அவுத்தெ போய் கெடவுட்டி, நிச்சட்டெ சென்னேனே வெளியிலெ கெடக்காரெண்ணு. கண்டாயா யஸமான் வந்து சென்னது" ரோசை மகளைக் கண்டித்தாள்.

அந்த இளம்பெண் தூக்கச் சடவுடன் குடிலுக்குள் நுழைந்தாள். தரையில் சுருண்டு படுத்தாள். திரி தாழ்த்திவைத்த சிமினி விளக்கிலிருந்து குறாவிய ஒளி சாணி பூசிய தரையில் சிதறிக் கிடந்தது. அந்த மங்கல் ஒளியில் அவளுடைய தடித்த பிட்டத்தையும் கொழுத்த மார்பையும் போலீஸ்காரன் கண்டான்.

பனிபொழியும் சாமக்குளிரின் நடுக்கத்தில். உணர்ச்சி, நரம்புகளில் அரித்து அரித்து தேறியபோது அவனுக்கு நிலைகொள்ளவில்லை.

“நீ இங்கெ படுத்துக்கோ.” ரோசையிடம் முற்றத்தைச் சுட்டிக்காட்டிச் சொன்னான்,

“ஆ” அவள் விறைத்தாள்.

குடிலுக்குள் தலை குனிந்து நுழைந்தான்.

“அம்மா.” செத்தை வாசல் சாத்தப்பட்டபோது அந்த பெண் குரல் கொடுத்தாள்.

“மக்கா யஸமா சத்தம் போடாரெ சுட்டுடுவாரு.” ரோசை பதற்றத்துடன் சொன்னாள், வேறு வழியின்றி. துப்பாக்கியைக் கண்டு பயம்.

புதுக்கடையில் துப்பாக்கிச் சூட்டில் இறந்த உடல்களை போலீஸ் வேனில் ஏற்றிச் சென்றதை சந்தையில் மீன் விற்றுக் கொண்டு திரும்பும் வழியில் கண்ணால் பார்த்தாள். அன்று அவளுக்கு மயக்கம் வந்தது. சுட்டால் கேட்க நாதியில்லை. சுட அதிகாரமுடையவர்கள்.

பாவம் பெண்.

எலும்பு நொறுங்கும் முரட்டுப் பிடிப்பில் கிடந்து துடித்தாள்.

# 21

உறக்கம், போலீஸ்காரர்களின் கண்களைக் கிறுங்க வைத்தது. காதோடு சேர்த்துக் கட்டிய மப்ளரைத் துளைப் போட்டு உள்ளிலிறங்கிய கொடும்பனியில் உடல் நடுங்கியது. கடலிலிருந்து ஈரக்காற்று வீசியது. ரோந்து சுற்றித் திரிந்தவர்களில் சிலர் மேல் அதிகாரிகளின் பார்வையில் படாதபடி கடைத் திண்ணைகளில் படுத்துறங்கினர்.

கொந்தளித்த அரபிக்கடல் அமைதியானது. எங்கும் நிசப்தம். தெருவெல்லாம் வெறிச்சோடிக் காணப்பட்டது. இடையிடையே கல் ரோட்டில் போலீஸ்காரர்களின் பூட்ஸின் லாடம் உராயும் சப்தம். இரவு சுவாசம் விடுவது போல் அரபிக்கடலின் அலை ஓசை கேட்டது.

ஜூம்ஆ பள்ளியின் முன்பக்கமுள்ள விளக்குத் தூணில் எரியும் மின்விளக்கு மட்டும் தரையில் கொஞ்சம் ஒளி துப்பியது. பிற இடங்களையெல்லாம் இருட்டு விழுங்கியது.

நாலு கட்டிற்குள் யாரும் தூங்கவே இல்லை. திட்டங்கள் பல உருவாகிக்கொண்டிருந்தன.

“மணி என்னாச்சு?”

“ஒண்ணரெ ...”

“ரண்டாவட்டு ...”

மணி இரண்டாகட்டும் என்று கேட்டதும் அலி நாலுகட்டின் பின் வாசலை திறந்துகொண்டு வெளியேறினான். குற்று இருட்டு. எதுவும் தெரிய வில்லை. கையை முன்னால் நீட்டி இருளில் தடவி நடந்து, புன்ன மூட்டுக் கடவில் வந்தான். ஆகாசம் நிறைய நட்சத்திரங்கள். அவற்றின் சிமிட்டும் கண்கள் தூவிய வெளிச்சத்தில் கடவை –

படித்துறை கண்டுபிடித்தான். தறி ஊன்றிக் கட்டியிருந்த வள்ளத்தையும் கண்டான். வள்ளத்தின் கட்டை அவிழ்த்தான். வள்ளத்திலேறி காலால் துழாவி அக்கரையை அடைந்தான். அங்கிருந்து இருட்டின் சுரங்கப்பாதை வழி நடந்தான். அந்திக் கடைக்குச் செல்லும் வழியில் படர்ந்து பந்தலித்து நிற்கும் வருக்கப் பலா மரத்தின் பக்கம் நின்றுகொண்டு பஸ் ஸ்டாண்டைப் பார்த்தான்.

ஆள் நடமாட்டம் அறவே இல்லை.

போலீஸ்காரர்களின் பூட்ஸின் சப்தம் விலகி விலகிப் போவதைக் கவனித்தான். அலியின் இதயத்திற்குள் மகிழ்ச்சி நுரைத்தது. இருந்தாலும் ஒரு மூலையில் பீதியின் குமிளிகள். மூன்று ரோடுகள் சேருமிடத்தில் நாட்டப்பட்ட மின்விளக்குத் தூணை குறிவைத்து நடந்தான். நெஞ்சு படபடத்தது. போலீஸ்காரர்கள் கண்டுவிட்டாலோ? அந்தத் தூணில்தான் தெருவிளக்குகளுக்குள்ள ஃபியூஸ் பொருத்தப்பட்டுள்ளது. காக்கி உடையணிந்த லைன்மேன் உருவுவதையும் சொருவுவதையும் பார்த்திருக்கிறான். பார்த்த துணிச்சல்.

“ஆற்றன்கரை உம்மமச்சா... போலீஸ்காரனுவொ வராதெ காப்பாத்தணும் தாயே...” பிரார்த்தனை செய்தான்.

ஃபியூசின் மீது கை வைத்தபோது கை விறைத்தது. ஒரு பெரும் குற்றம் செய்யும் உணர்வு.

ஃபியூஸ் இரண்டையும் உருவினான்.

பதிரிய்யா ஹோட்டல், ஜன்னி நாகூரின் கடை எல்லாம் இருளின் அதலபாதாளத்திற்குச் சுழி போட்டுச் சுழி போட்டு மூழ்கின!

அலி நிற்கவில்லை. ஓரே ஓட்டம். ஆற்றுக் கடவிற்கு வந்தான். ஃபியூஸ் இரண்டையும் ஆற்றில் வீசினான். சளோவென்று ஆற்றின் தொண்டைக்குள் தாழ்ந்தன. அலி வள்ளம் துளாவி ஆற்றைக் கடந்தான்.

“நீ எங்கடா போனா..?” மம்மக்கண்ணு கேட்டான். “பஸ் ஸ்டாண்டுக்கு...”

“அதோ கள்ளடிக்கப் போனியா..? ஊதுடா...” அலி மம்மக்கண்ணின் மூக்கில் ஊதி காட்டினான். “குடிக்கல்லெ...”

“நா பீஸ் உருவப்போனேன்.”

“பீஸா?”

“ஓ ... தெருலைட்டுக்குள்ள பீஸ். தெருவிலெ விளக்கு கெடக்கும்போ எல்லாரும் இறங்கிப்போனா போலீஸ்காரனுக்கு கண்ணில்லியா ...”

“ஓ, அது சரி ...”

ஜூம்ஆ பள்ளியின் முன் எரிந்துகொண்டிருந்த தெரு விளக்கு அணைந்து போயிருந்ததை அப்போதுதான் கவனித்தனர்.

“ரண்டு பத்து ...”

“தய்யாறாவுங்கோ”

அவ்வக்கர் ஒரு வாளும் திராவகம் நிரப்பிய ஒரு பல்பும் கையில் எடுத்தார். தலையில் துணி போட்டுக்கொண்டு ‘பிஸ்மீன்’[1] சொல்லி பர்க்கத்தாட்டு[2] மம்மக்கண்ணின் கையில் கொடுத்தார், ஆயிரம் தலையை அறுக்கவும் ஆயிரம் வீட்டைக் கொளுத்தவும்.

“நம்மொ ... கடைசி ... முயற்சி ...”

“எல்லாத்துக்கும் நம்மளெப் படச்ச ரகுமான் உண்டு ...”

ஒவ்வொருவரும் ஆயுதமேந்தினர். பல்புகளை எடுத்துக் கொண்டனர். சிலர் கையில் பெட்ரோல் நிரப்பிய டப்பாவும் தீப்பெட்டியும்.

ஜூம்ஆ பள்ளியின் முன்நின்று சிப்லாவை[3] நோக்கி துஆ செய்தனர். ஒருவர் துஆ சொல்ல மற்றவர்கள் ‘ஆமீன்’[4] என்று மொழிந்தனர்.

“சர்வ சராசரங்களையும் படச்சு காப்பாத்தும் ரட்சிதாவே! உனக்கெ அடிமகளான எங்களுக்கு வந்த ஆபத்திலிருந்து நீ எங்களெ காப்பாத்தணும்.”

“ஆமீன் ...”

“நீ இல்லாமல் எங்களுக்க ஆராதிக்க யாருமில்லை. உன்னிடமல்லாமல் எங்களுக்குக் காவல் தேட வேறுயாருமில்லை.”

“ஆமீன்.”

“இந்த ஆபத்திலிருந்து நீ எங்களெ காத்தருளணும். அலியார் தங்களுக்கெ கைக்கு நீ குடுத்த பலம் எங்கள் கைகளுக்கும் தந்தருளணுமே ...”

---

1. இறைவனின் திருநாமத்தால்
2. மங்களகரமாக
3. மேற்குத் திசை. மேற்குத் திசையில்தான் மக்கா பள்ளிவாசல் உள்ளது.
4. இறைவா எங்கள் வேண்டுதலை நிறைவேற்றித் தரவும்

“ஆமீன்.”

“எங்களில் ஆராவது இந்த ஜிஹாதில் மௌத்தாகிப் போனால் அவர்களுக்கு நீ ஷுஹீதுக்க கூலி கொடுத்து ஷுஹதாக்களுக்க கூட்டத்திலாக்கணுமே யா ரப்பில் ஆலமீனே ...”

“ஆமீன்”

ஒவ்வொருவரும் மலர்த்திய கைப்படங்களைப் பயபக்தியுடன் முத்தமிட்டு முகத்திலும் உடலெங்கும் அந்தக் கையைத் தடவினர்.

மம்மக்கண்ணு வலது கால் முன்வைத்தான், வீரப்படை நாயனாக. மற்றவர்கள் அவனைப் பின்தொடர்ந்தனர்.

அந்தக் கிராமத்தை மூழ்கடித்த இருளின் குடலைக் குத்திக் கிழித்துக்கொண்டு அந்த அதிரடிப்படை நேராகத் தெற்கு நோக்கி நகர்ந்தது.

நடுநிசியின் வீர வரவேற்புப் போல் அலறி எழும் கடல் திரைகளின் இரைச்சல். வடக்கு நாடார் குடிசைகளிலும் மரத்தடிகளிலும் பசித்து வாடித் தளர்ந்து பனிக்குளிரில் நடுநடுங்கி அழுது புலம்பிக் கிடக்கும் பெண்களுடைய குழந்தைகளுடைய வயோதிகர்களுடைய கண் தடங்களில் ஊற்று வற்றாமல் ஒழுகி இறங்கும் விழி நீரின் ஈரத்தைச் சுமந்து வந்த காற்று முகங்களில் பட்டபோது கொடூர உணர்ச்சியின் உத்வேகத்தில் முன்னேறிச் சென்றனர். பனி பெய்து நனைந்த கடற்கரை மணலில் பலமாக மிதித்துக் கிழக்குத் திசை நோக்கி வீரமாக முன்னேறினர்.

# 22

துறையிலுள்ளவர்கள் ஊரேறி வந்தபோது பயந்து திகைப்படைந்த மக்கள் வீட்டை விட்டு இறங்கி ஓடினர். ஓடும்போது பலர் கால் தட்டித் தரையில் வீழ்ந்தனர். காயங்களேற்பட்டன. தாக்க வந்தவர்கள் சில பெண்களை வழிமறித்தனர். அவர்கள் காதிலும் கழுத்திலும் கிடந்த பொன் நகைகளைப் பறித்தனர். ரப்பு தம்புரானை விளித்துக் கொண்டு சிதறிப் பாய்ந்தனர். இலக்கு இல்லாமல், சுய நினைவில்லாமல்.

அபயக்குரலாலும் அழுகையாலும் சப்தமயமான சூழல். மதமிளகிய காட்டு யானைகளைப் போல் வெறி பிடித்து நிற்கும் மக்கள் ஒரு புறம். அவர்களை எதிர்த்துத் தாக்கச் சீறிப் பாயும் இன்னொரு மக்கள் கூட்டம் மறுபுறம்.

ஆர்ப்பரிப்புகள். அட்டகாசத் தொனிகள்.

காலடிகள் கிளப்பிய பொடி. படலங்களில் எதுவும் தெரியவில்லை. பாதைகளுக்கு நேர், புழுதிகள் கோட்டை மதில்கள் கட்டி உயர்த்தின, பாதைகள் திட்டமில்லை. பருவப் பெண்களின் தாவுதல்; அம்புபோல், வீசி எறியும் கற்சீளுகளைப் போல், அவர்களைத் தாக்குவதற்காகப் பின் தொடர்ந்து விரட்டும் எதிரிகள்.

எங்கு போவது என்று தெரியாமல் பெண்களும் குழந்தைகளும் பாய்ந்தனர். கண்ணில் தென்பட்ட பாதை வழியாகத் தனித்தும் கூட்டமாகவும். யாரும் யாரையும் எதிர்பார்க்கவில்லை. அவரவர்களுக்கு அவரவர்களுடைய உயிர்.

யார் எந்தப் பாதை வழியாகப் போனார்கள் என்று யாருக்கும் திட்டமில்லை. தப்பித்துக் கொண்டார்களா? அல்லது எதிரிகள் கைகளில் மாட்டிக்கொண்டார்களா? ஒரு பிடிப்புமில்லை.

புலையக் குடில்களில், நாடார் வீடுகளில், கடைத் திண்ணைகளில் ஓடித் தஞ்சம் புகுந்தனர். பலர் தளர்ந்து வீழ்ந்தனர். பலர் நினைவிழந்தனர். சிலரது கைகளிலிருந்து பால்குடி மாறாத குழந்தைகள், இரத்தப் பைதல்கள் தெறித்துப் போயினர். அவர்களுடைய பிஞ்சு உடல்களில் இரத்தக் காயங்கள். அவிழ்ந்த துணியை உடுப்பதற்கான பொறுமை இல்லை. அவிழ்ந்துபோன உடுதுணிகளைக் கையில் ஏந்திக்கொண்டு ஓட்டம்.

அவல சப்தங்கள்,

விம்மல்கள். ஏக்கங்கள். நெடிய மூச்சுகள் ...

எதிரிகளின் ஆரவாரம் கேட்டபோது, அவர்கள் நெருங்கியபோது சைனபா இதயம் சிதறும்படி அலறினாள்.

"வாப்பா!"

"உடாதெ புடி வெட்டு. ஓடி வரிங்கெ" ஆரவாரம் நெருங்கியது.

"வாப்பா!" சைனபா அலறினாள்.

வாப்பா வரவில்லை.

"ரகுமானே! இப்பம் எக்கெ மம்மக்கண்ணு மச்சானெ. இஞ்செ கொண்டு தரமாட்டாயா!

அவள் உடுத்திருந்தது பச்சை நிறச் சாரம். சாரத்திற்கு மேல் இடுப்பில் கருப்பு அரைஞாண் கயிறு. அதில் வெள்ளியில் செய்த ஒரு துஆ யந்திரம் தொங்கியது. ஒரு வளையத்தில் இரு சாவிகளும். நகையாக வேறு எதுவுமில்லை. கழுத்தில் கருப்பு நூலில் ஒரு தாயத்து மட்டும். தங்கத் தகட்டிற்குள் மெழுகு நிரப்பிய தாயந்து. சின்ன வயதில் தங்கக் காதணிகள் போடுவதற்காகக் காதில் குத்திய துளைகள். காதிலுள்ள துளைகள் மூடிப் போகாமலிருக்க செம்புக் கம்பி வளையங்கள் மாட்டப்பட்டிருந்தன. சில ஓட்டைகளில் தென்னை ஈர்கில் துண்டுகள்.

ஆர்ப்பரிப்புகள் நெருங்குகின்றன.

வாப்பா இல்லை. அலி இல்லை. துணைக்கு யாருமில்லை. ஒரு பிடிப்பு இல்லை . அவள் பதறினாள். வாசலைத் திறந்தாள். வெளியே குதித்தாள். வேலியிலுள்ள வாசல்கட்டை இழுத்து அறுத்தாள். தெருவில் இறங்கி ஓடினாள். எதிரில் அனல் கக்கும் தீக் கண்கள். புலிகள் குடியிருக்கும் முகங்கள். நடுங்கி விறைத்தாள்.

"அலிச்ச ஊடு." ஒரு குரலைக் கேட்டாள்

ஒருவன் அவளுக்கு நேராக ஓடிவருகிறான். அவள் ஓடினாள். அவன் தாவிப் பிடித்தான். பேய் பிடித்த நாயைப் போல் எட்டிக் கடித்தாள். பிடிப்புத் தளர்ந்தது. மீண்டும் ஓடினாள். மின்னல் வேகத்தில் ஓடினாள். கண்ணுக்குத் தெரிந்த பாதை வழி. பாதைகளெல்லாம் மாறிவிட்டன. பாதைகள் எங்கு செல்கின்றன என்று தெரியாது. பன்னிரண்டு ஆண்டுகளுக்கு முன் கண்ட பாதைகளல்ல. கையாலை வேலிகளைக் காணவில்லை. புதுப்புது வீடுகள். இடுக்கமான வழிகள். என்னவென்ன மாற்றங்கள். பெரிய பெண் ஆவதற்கு முன் கண்ட வழிகளல்ல. வீடடங்கியதினால் மாற்றங்கள் தெரிய முடியவில்லை. வீட்டிற்கு வெளியேயுள்ள உலகம் தனக்கு விலக்கப்பட்டதல்லவா!

ஆட்கள் ஓடிய கால் தடங்கள். அதைப் பார்த்து சைனபாவும் ஓடினாள், கொச்சுப் பள்ளியின் முன் பெருந்திரள். யார்? சிந்தித்து நிற்கவில்லை. இலவன் விளாகம் வழியாக புத்தனாற்றின் கரைக்கு ஓடினாள். முட்டளவு தண்ணீர். இறங்கி அக்கரை கடந்தாள். சாரம் நனைந்தது. செட்டி விளாகத்திற்குச் செல்லும் கல்படிகள் ஏறும்போது ஈரச்சாரம் காலில் ஒட்டிப் பிடித்தது. கால் தடுமாறியது. சறுக்கி வீழ்ந்தாள். படபடவென எழும்பி மீண்டும் ஓட்டம். பாவு ஆற்றுவதற்காக இருபக்கங்களிலும் வரிசையாக நிறுத்தப்பட்ட கல் தூண்களின் இடை வழியாக ஓடினாள். மணலைக் கிளறியெறிந்த காலடிகள் தென்படவில்லை தரையில்! சிந்திய கஞ்சியின் காய்ந்த பொருக்குகள். தென்னை மரங்கள், பலா மரங்கள், கமுகு மரங்கள். எங்கும் மரங்கள். தொலைவில் பாறைக் கூட்டம். ஒரு குளத்தின் கரையில், ஒரு புளிய மரத்தின் பெரிய வேர் தடுக்கிக் கவிழ்ந்து விழுந்தாள்.

வீழ்ந்தபடியே கிடந்தாள்.

○○○

துயரத்தின் துகள் போல் சிதறுண்டு கிடந்த பெண்களின் மடிகளில், தோள்பட்டைகளில், கைகளில் கிடந்து குழந்தைகள் கீறி அழுதன. தூக்கம் குழந்தைகளின் இமைகளை உசிப்பியபோது தொட்டில் கட்ட வழி காணவில்லை. பெண்கள் குழம்பினர். விருட்சக் கிளைகளுக்கிடையிலூடே உச்சி வெயில் தரையில் கோலமிட்டது. குழந்தைகளின் முகத்திலும் உடம்பிலும் வெயிலின் நீண்ட விரல்கள் பரவித் திரிந்தன. உம்மாமார்கள் குழந்தைகளை எடுத்து நிழல் நோக்கி நகர்ந்தனர்.

சிறிது விலகி ஒரு குடிசையின் முன் கால்நீட்டி உட்கார்ந்து, தண்ணீர் இறைக்கும் காக்கோட்டை முடைந்துகொண்டிருந்த கிழவர் பெண்களின் துயர நிலையைப் புரிந்துகொண்டார்.

நீளமான கயிர் கொண்டுவந்து மரத்திற்கு மரம் கயிற்றைக் கட்டிக் கொடுத்தார், "தொட்டில் கெட்டுங்கம்மா."

தொட்டில் கட்டத் துணி? உடம்பை மறைத்திருப்பதல்லாமல் ஒரு நூலிழை கூட இல்லை. ஒரு பெண் மார்பை மறைத்திருந்த கவிணியால் தொட்டில் கட்டினாள். குழந்தையை அதில் போட்டுத் தூங்கவைத்தாள். முன் தள்ளிநின்ற மார்புகளை இருகையால் மறைத்துக் குந்தி உட்கார்ந்தாள், வெட்கத்தால். ஒவ்வொருவரும் அப்படியே தொட்டில் கட்டினர். தலையை நிமிர்த்தாமல் கைகளை நெஞ்சோடு அணைத்துக்கொண்டு குனிந்து உட்கார்ந்துகொண்டனர்.

தாய்மை ஐ௵வாலையின் முன் மானச் சிறகுகள் கருகின. வேறு கதி? மரத்தின் மறைவிடங்கள் அவர்களுடைய மானத்தைச் சிறிது காப்பாற்றின. உடுதுணிகள் கிழிந்துபோன வெட்கம் தாளாமல் ஒருவருக்கொருவர் ஆடைகளாக மாறினர்.

கிழிசல்களைக் கையால் சேர்த்துப் பிடித்துக்கொண்டனர்.

பசித்து அழும் குழந்தைகளுக்குப் பால் கொடுப்பதற்கு உம்மாமார்கள் இல்லை.

உம்மாமார்கள் எங்கே? தெரியாது.

பேய்க்காலி விளையிலுள்ள கைஜாவுடைய குழந்தை தாய்ப்பாலுக்காக அழுதது.

எவ்வளவு முயன்றும் அதன் அழுகையை அடக்க முடியவில்லை. முத்து நாயகத்தின் வீட்டிற்கு முன் தஞ்சம் புகுந்தவர்களுக்கிடையில் தாய்ப்பாலுள்ள பெண்கள் யாருமில்லை. குழந்தையின் அழுகை சற்றுத் தொலைவிலுள்ள ஒரு புலையக் குடிசையில் எதிரொலித்தது. குடிசைக்குள் ஒரு தாய் நெஞ்சம் குறுகுறுத்தது. குடிசைக்குள்ளிருந்து கைக்குழந்தையுடன் தேவி வெளியே கிளம்பினாள். அழுதுகொண்டிருக்கும் குழந்தையின் வாடிய முகத்தைப் பார்த்தாள்.

கைஜா குளிப்பதற்காகத் துணி மாற்றிக்கொண்டு கிணற்றடிக்கு வந்த நேரம், அப்போதுதான் கூக்குரல் கேட்டது... ஹாஜறா தொட்டிலில் தூங்கிக்கொண்டிருந்த குழந்தையைத் தூக்கிக் கொண்டு ஓடினாள். கைஜா ஓடிப்போன இடம் தெரியவில்லை.

"உம்மா. கொச்சம்பறானுக்கு நா பாலு குடுக்கட்டா?" தேவி பணிவுடன் கேட்டாள்,

ஹாஜறா தேவியைப் பார்த்தாள். அருவருப்பான கோலம். எண்ணெய்க் கசிவு இல்லாத பறபறத்த தலைமுடி, அழுக்கான

உடை, அதுவும் வியர்வையில் பொதுமிப்போயிருக்கிறது. அவளுடைய இடுப்பிலிருந்த குழந்தையைக் கண்டபோது ஹாஜறாவுக்கு மனம் குமட்டியது. எலும்பில் கருப்புத் தோல் ஒட்ட வைத்தது போல். அதன் மூக்கிலிருந்து வடியும் சளி மேல் உதட்டைத் தொட்டு நிற்கிறது.

இந்தக் குழந்தை சப்பி உறிஞ்சிய முலைக்கண்ணில் என் தம்பியின் பொண்ணு வாய் படுவதா?

ஒரு பெண் தேவியை நோக்கினாள்.

“பாலுக்கு கரையுது. பாலு குடம்மா.”

“இவிடெ தரீன் நா பாலு கொடுக்காம்.”

தேவி தென்னையில் சாய்ந்து கால் நீட்டி உட்கார்ந்தாள். தன் குழந்தையைத் தரையில் கிடத்தினாள்.

“தரீன்” தேவி ஜம்பரின் கட்டை அவிழ்த்தாள். கையை நீட்டினாள்.

குழந்தை ஹாஜறாவின் இடுப்பில். ஹாஜறாவின் முக பாவனையின் பொருளை பக்கத்தில் நின்றிருந்த பெண்கள் புரிந்துகொண்டனர்.

“மோளெ, எல்லா பாலும் ஒண்ணுதான். பாலுக்கு நிற மாற்றமில்லெ. ஏதோ ஒரு ஹலீமாக்கெ பாலெ குடிச்சில்லியா நபி வளந்தது.”

ஹாஜறாவின் இடுப்பிலிருந்து குழந்தையைப் பறித்து தேவியின் கையில் கொடுத்தாள் இன்னொரு பெண்.

ஹாஜறாவின் இதயத்திற்குள் நிசப்த வேதனையின் அலை மோதல். தேவி தன் கறுத்த மார்பு நுனியை அந்த வெளுத்த குழந்தையின் சிவந்த வாய்க்குள் திணித்தாள். கையால் முலையை அமுக்கிப் பால் சுரத்திக் கொடுத்தாள். குழந்தை ஆவலுடன் தேவியின் பாலை இழுத்துக் குடித்தது. குருத்துக் காலைத் தூக்கித் தேவியின் தொடையில் அடித்தது. குருத்துக் கை நகங்கள் தேவியின் வயிற்றைப் பிறாண்டின. ஏதோ ஒரு ஆத்ம திருப்தியின் பூவனத்தில் பயணம் செய்யும் சுகானுபவத்தால் தேவியின் கறுத்த இதழ்களில் மந்தகாசத்தின் வெண்மை. ஆனால் பாதி முடிய அந்தக் கண்களின் ஓரத்தில் சிறு கசிவு. அங்கு குழுமியுள்ளவர்களின் துக்க முகங்களில் ஊறிப் பெருகியதிலிருந்துள்ள கசிவு.

# 23

கல்லடி விளையில் ஒரு செண்ட் தரை வாங்கிப் புது வீடு கட்டித் தங்கிவந்த லத்தீபின் மனைவியும் வயது வந்த இரு பெண்மகளும் ஆரவாரம் கேட்டபோது வீட்டை விட்டு இறங்கி ஓடினர். உம்மா ஒரு வழி. இளம் பெண்களான சுகறாவும் பாத்தும்மாவும் ஓடி ஓடி ஒரு ஓலைக் குடிசைக்கு முன்வந்து, மூச்சுவாங்கி நின்றனர். திகைப்போடு சுற்றிலும் பார்த்தனர். பக்கத்திலெங்கும் வீடோ கடையோ இல்லை. மக்கள் நடமாட்டமும் இல்லை. குடிசைக்கு முன் தென்னை ஓலையால் சுற்றி மறைத்த ஒரு சிறுகடை. கண்ணாடி அலமாரியில் வேகவைத்த மரச்சீனிக் கிழங்கு, முட்டை, பொரிச்ச இறைச்சி, பருப்பு வடை.

ஓலைக்குடிசைக்கு வடபக்கமுள்ள சாய்பில் ஒரு பெஞ்சு. குடிசைக்கு முன் நின்றிருந்த மீசைக்காரன் அவர்களை உற்று நோக்கினான். மேகரையிலுள்ளவர்கள் என்று தெரிந்துகொண்டான். உயிருக்குப் பயந்து ஓடி வந்ததாகவும் புரிந்து கொண்டான்.

“அகத்தெ ஏறி இரியுங்கோ” சாய்பிற்குள் கிடந்த ஒரு பெஞ்சைச் சுட்டிக் காண்பித்தான்.

பாத்துமாவும் சுகறாவும் நடுநடுங்கி நின்றனர். உள்ளே சென்று உட்காரத் தயங்கினர். நெஞ்சின் கூட்டிற்குள் பயத்தின் சிறகடிப்பு. அவர்களுடைய நெஞ்சிடிப்பு நிமிடத்திற்கு நிமிடம் கூடிக்கொண்டே வந்தது.

“ஏறி இரியுங்கோ.” மீசைக்காரன் மீண்டும் சொன்னான்.

வேறு வழியில்லை. எங்கு செல்ல? இருவரும் ஒருவரையொருவர் பார்த்தனர். எந்தப் பிடிப்பும்

இல்லாத நிலை. சிந்தனை சூடேறியது. ஆவியாக மேல் நோக்கிக் கிளம்பியது. நுரைத்துப் பதையும் உணர்ச்சிகள். என்ன செய்ய வேண்டும்?

மீசைக்காரன் உட்கார இடம் காட்டியது, கரை தெரியாத ஆழ்கடலின் மத்தியில் ஒரு சிறு துருத்தியைக் கண்ட ஆசுவாசம். சுகறாவும் பாத்தும்மாவும் சாய்பிற்குள் நுழைந்து பெஞ்சில் உட்கார்ந்தனர்.

குடிசைக்கு இடையிடையே சிலர் வந்து போவதைக் கவனித்தனர். குடிசைக்குள்ளிருந்து அருவருப்பான எரிவூட்டும் ஒரு வாடை வந்தது. கவிணி முனையால் மூக்கைப் பொத்திக் கொண்டனர். என்ன வாடை? புளித்த வாடை. மனம் குமட்டும் வாடை. தலையைச் சுற்றவைக்கும் வாடை.

குடிசைக்குள் வந்து போகிறவர்கள் தங்களை உற்று நோக்குகின்றனர். அருவருப்பான பார்வை. ஏன் இப்படிப் பார்க்கின்றார்கள்? இரத்தக் கண்களிலிருந்து தெறிக்கும் வெறிப்பார்வைகள். அந்தப் பார்வைகள் அவர்களை முன்னை விட அதிகம் பீதியடையச் செய்தன.

குடிசைக்கு முன் நின்றிருந்த கடைக்காரன் அவர்களை நோக்கி மீசையைத் தடவினான். பீடிக்கறை ஒட்டிய அவனுடைய கறுத்த உதட்டில் அலங்கோலமான புன்னகை. அவர்கள் கேட்கும்படியாகக் காதல் பாட்டு ஒன்றைப் பாடினான். கடைக்கு முன் செம்மண் தரையில் உலவினான். அவனுடைய கண்களில் சிருங்காரத்தின் வெறி கலந்திருந்தது.

பாத்தும்மாவும் சுகமாவும் தலை கவிழ்ந்தனர். உயிருடன் தப்பிய ஆசுவாசத்தில் உம்மாவை நினைத்தனர். உம்மா எங்கே? ஆஸ்துமா நோயாளியான வாப்பா எங்கே?

மரங்களின் மூட்டில் உதிர்ந்து கிடந்த சருகுகளைப் பெருக்கிக் கூட்டி, ஒரு கடவப் பெட்டியில் அள்ளித் தலையில் சுமந்து கொண்டு அது வழி வந்தாள் ஒரு நடுத்தர வயதுப் பெண். இரு இளம் பெண்கள் சாய்பிற்குள் உட்கார்ந்திருப்பதைக் கண்டாள். அவள் கூர்ந்து நோக்கினாள். மேகரையிலுள்ள பெண்கள்.

கடவப் பெட்டியைக் கீழே இறக்கினாள். கையிலிருந்த துடைப்பத்தை கடவட்டியில் ஊன்றினாள். சாய்பை நோக்கி நடந்தாள்.

"ஏய் நாடாத்தி எங்கெ போறா? அங்கோட்டு போவப் படாது."

“அது கொள்ளாமே கூத்து. மானவும் தானவும் உள்ள குடும்பத்திலே உள்ள கொமரி புள்ளியளெ புடிச்சு கள்ளுக் கடையிலெ வச்சிரிக்கீது.”

“நீ சருவு அரிக்க வந்தா, சருவு அரிச்சிட்டு நிக்கெ பாடேணு போ.”

“அதெப்படி போவ, கொமரி புள்ளியோ இல்லியா? வல்ல ஊட்டிலெயும் சொல்லிவிடப்படாதா? இல்லேண்ணா எக்கெ கூடெ வரட்டு.”

“எங்களுக்கு சகோதரியும் அம்மயும் உண்டு. நாங்களும் மனுசன் தான். நீ நிக்கெ பாடெ பாரு.”

“நா. எக்கெப் பாடத்தான் பாக்கப் போறேன். இது நல்லதிக்கில்லெ, மேகரெக்காரங்கொ அறிஞ்சா நிச்செ கொடலெ உருவிப் போடுவுனும்.”

மேலும் எதிர்த்துப் பேச சக்தியில்லாமல் நாடாத்தி கடவப் பெட்டியை தலையில் தூக்கிக்கொண்டு நடந்தாள். நடக்க நடக்கப் புறுபுறுத்தாள், “இந்த கள்ளுக்குடியங்களுகிட்டெ இந்த பஞ்ச பாவங்கோ அகப்பட்டு போச்சுனுமே அம்மாடீ.”

பாத்தும்மா, சுகறா இருவர் நெஞ்சங்களும் பதறின. பதைபதைத்தன. கன்னத் தடங்கள் வழியாக ஒழுகிய கண்ணீர்ச் சால்கள் மார்ப்பிடத்தை நனைத்தன. சட்டியிலிருந்து, எரியும் அடுப்பில் வீழ்ந்து விட்டோமோ? ஏங்கினர். நாடாத்தி சொன்னபோதுதான் அது கள்ளுக்கடை என்பதைப் புரிந்துகொண்டனர். கள்ளின் புளித்த, எரியூட்டும் வாடை மூக்கின் சுவர்களைப் பிளந்துகொண்டு உள்ளே நுழைந்தபோதும் என்னவென்று இனம் தெரியாத அப்பாவிப் பெண்கள். கள்ளுக்கடை என்று எழுதியிருந்த போர்டைக் கூட வாசித்துத் தெரிந்துக்கொள்வதற்கான கல்வி ஞானமற்ற இருட்டறைப் புழுக்கள்.

பாவம். தங்களைப் படுகுழியில் தள்ளிவிட்ட விதியின் கொடூரத்தை நினைத்து நொந்தனர். அந்த நோவில் நீறி நீறிச் செத்தனர்.

படச் சறப்பே, இந்த அவமானத்திலெயிருந்து எங்கெள காப்பாத்த மாட்டாயா! மனம் திறந்து ‘துஆ’ இரந்தனர்.

சிந்தைகள் சிதறித் திரிந்தன. ஏதேதோ வெப்ப மண்டலங்களில் அலைந்து அலைந்து சூடாயின. அந்தச் சூட்டில் மூளை உருகி ஓடுகிறது, கண்கள் வழியாக, மூக்கு வழியாக.

குடிகாரர்களின் கைப்பிடிப்பில். ஜஹன்னம் என்ற நரகத்தின் நடுவில். தீக்கடல் நீந்தி நீந்தித் தாண்டும் சபிக்கப்பட்ட நிமிடங்கள், வினாடிகள். முன்னால் தீக்கனல் கொத்தி விழுங்கும் பாம்புகள். அவற்றின் வால் பகுதிகள் பாதாளத்திலும் தலைகள் ஏழாம் ஆகாசத்திலும் தொட்டு நிற்கின்றன. பேராபத்துகள் பேய் உருவமெடுத்து அட்டகாசிக்கின்றன.

கண்களில் இருட்டு.

நாசமாய் போன சூரியன் மேற்கு வானத்தில் புதர்களுக்குள் நுழையப் போகிறது. அதன் கால்களில் சங்கிலி மாட்டுவதற்காருமில்லையா? நிழல்களுக்கு நீளம் கூடிக் கூடி வருகிறது. இதைப் பிடித்து நிப்பாட்ட யாருமில்லையா?

வெளியே இறங்கி ஓடினாலோ?

எங்கு செல்ல?

எங்கும் வேதாள உருவங்கள்.

அல்லாஹ்! எல்லா பெம்புள்ளியளுக்கும் இந்த விதிதானா?

"எனக்கு ஒரு மாதிரி வருது." சுகறா சொன்னாள்.

பாத்தும்மா சுகராவைத் தன்னுடன் அணைத்துக்கொண்டாள். இருவரும் கட்டிப்பிடித்துத் தேம்பித் தேம்பி அழுதனர். எதிர்காலத்தின் வெண்மையான பகுதிகளெல்லாம் கறுமையாக மாறுகின்றன.

சுகறா நினைவிழந்தாள். பாத்தும்மா அவளுடைய தலையைத் தூக்கித் தன் மடியில் வைத்தாள்.

"சொகறா," பாத்தும்மா வெடுக்கென்று அழுதாள்.

பதில் இல்லை.

"சொகறா . . . சொகறா . . . அல்லா! எக்கெ தங்கச்சி பேசயில்லெ."

அழுகைக் குரல் கேட்டு கள்ளுக் கடைக்காரனும் கிழங்குக் கடைக்காரனும் ஓடிவந்தனர். ஒருத்தி அழுது துடிக்கிறாள். மற்றொருத்தி அவள் மடியில் நினைவிழந்து கிடக்கிறாள். வந்து ஏறியவர்களைக் கண்டதும் பாத்தும்மா தலையிலிருந்து ஊர்ந்து இறங்கிய கவிணியைத் தூக்கித் தலையை மறைத்தாள். விலகிக் கிடந்த சுகறாவில் துணியை நேராக தூக்கிப்போட்டாள்.

"என்ன?"

பாத்தும்மா விம்மினாள்.

கள்ளுக்கடை உரிமையாளன் பின் கையை சுகறாவின் மூக்கின் பக்கம் கொண்டு சென்றான். மூச்சு வருகிறதாவென்று சோதித்தான்.

"போதக்கேடு."

கிழங்குக் கடைக்காரன் தண்ணீர் கொண்டுவந்தான். சுகறாவின் முகத்தில் பலமாக ஓங்கித் தண்ணீர் அடித்தான். அவள் கண்களைப் படபடப்பாகத் திறந்தாள். பகைப்புடன் சுற்றும் பார்த்தாள். விம்மி அழும் தாத்தாவைப் பார்த்தாள். கள்ளுக் கடைக்காரனைப் பார்த்தாள். கிழங்குக் கடைக்காரனையும் பார்த்தாள்.

"சொகறா"

சுகறா, பாத்தும்மாவைப் பார்த்தாள்.

"ஓர்ம உண்டா?"

உண்டும் என்று தலை அசைத்தாள். எழும்ப முயன்றாள்.

"கெடந்தோ சீணம் மாறட்டு."

பெஞ்சின் மீது வைத்திருந்த சோற்றுப் பொதி அப்படியே வைத்திருப்பதைக் கள்ளுக் கடைக்காரன் கண்டான்.

"சோறு உண்ணயில்லியா?" கேட்டான்.

பதில் இல்லை.

"ஏன்..?

பதில் இல்லை.

"பசிச்சிருந்ததினாலத்தான் ஓர்மக்கேடு உண்டாச்சு. எடுத்து தின்னுங்கோ."

"வேண்டாம் நாங்கொ போட்டு" பாத்தும்மா சுகறாவின் தலையைக் தூக்கி உயர்த்தினாள்.

இருவரும் வெளியேற முற்பட்டனர்.

"எங்கே?" அவன் கேட்டான்.

"எங்கேயாவது."

"எங்கேயும் போவப்படாது. தெக்கத்துக்காரனுவொ காணும். போனா கொண்ணுப்போடுவானுவொ. ஷாப்பு அடச் சீட்டு எனக்கெ ஊட்டுக்குக் கூட்டிட்டுப் போறேன்."

"வேண்டாம், நாங்கொ போறோம்."

“போவண்டாம். கொஞ்சம் நேரம் போட்டு ஓங்களென ஓங்கெ சொந்தக்காரங்களுக்கெ கிட்டெ கொண்டு உடுலாம்.”

“நாங்கொ போவோம்.”

குடிசைக்கு வெளியே அந்தி மயங்கி விழுந்தது. மயங்கிய அந்தியின் முகத்தில் இரவு கறுத்த பர்தா அணிவித்தது.

இருவரும் கூப்பாடு போட முயன்றனர்; மீசைக்காரன் அவர்களை வெறித்துப் பார்த்தான். அவனுடைய வெறி பிடித்த முரட்டுப் பார்வை அவர்களைக் கதிகலங்க வைத்தது. வெளியே மக்கள் நடமாட்டம் அறவே இல்லை.

கள்ளு ஷாப்பை அடைத்தான்.

துறையிலிருந்து வருபவர்களை நம்பித்தான் அங்கு அந்த ஷாப்பு. துறையிருந்து யாரும் வடக்கே வராததால் அந்த 23ஆம் நம்பர் ஷாப்பில், பானைகளிலிருந்த கள் புளித்து நுரைத்தது.

பாத்தும்மாவும் சுகறாவும் தப்பித்துக்கொள்ள வழியில்லாமல் தடுமாறினர். மீசைக்காரன் வாசலில் சுவராக நின்றான். அவனுடைய சிவந்த, உக்ரமான கண்களிலிருந்து சீற்றப்புலி எட்டிப் பார்க்கின்றது. அவன் மீசையைத் தடவினான். கொடூரமான பாவனை.

“உள்ளே போய் இரியுங்கொவுட்டீ. வெளியே போவப்படாது,” ஆக்குரோசக் கட்டளை,

குமரிகள் நடுங்கி விறைத்தனர். சப்தம் தொண்டையில் வற்றியது. நாவசைக்க சக்தியில்லை. பீதி நிரம்பித் திணறும் மனம். பதற்றமான பார்வை. வாழ்க்கை, கண் எதிரில் செத்தழுகிக் கிடக்கின்றது. உயிரற்ற இரு உருவங்கள். இழக்கக் கூடாததை இழக்கப் போகும் நரக வேதனையின் சாப நிமிடம். துறையிலுள்ளவர்களின் கையிலகப்பட்டிருந்தால் எவ்வளவோ மேலாகயிருக்கும். கையையும் காலையும் கட்டிக் கடலில் மூழ்கடித்திருப்பார்கள். அது எவ்வளவு சுகம். எவ்வளவு சுகமான மரணம்.

மரணத்தை இனிமையாக்கும் அந்த நிமிடத்தில் ஒரு துளி விஷம் கிடைக்காதா என்று ஏங்கினர். அந்த ஏக்கத்தில் ஒருவரையொருவர் கட்டிப்பிடித்தனர்.

‘யா றப்பில் ஆலமினே’ எங்கள் மரணத்தை எங்கள் மேல் இரக்கம் கொண்டு இங்கே இந்த வினாடியில் தந்துவிடு ரகுமானே.

வெளியே காரிருள்! காரிருளின் தாண்டவ நடனம். அதன் கணுக்காலில் கிடந்து அசையும் தடித்த சலங்கையின் அலறலில் காதுகள் செவிடாயின.

மீசைக்காரனும் கள்ளுக்கடைக்காரனும் குடிசைக்குள் நுழையும்போது கைகளில் சாவு மணி. உயிரைப் பிடிக்கும் இஸ்ராயிலின் மணி. சுகறாவும் பாத்தும்மாவும் பின்வாங்கிச் சென்றனர். செத்தைச் சுவரின் முதுகு தட்டி நின்றனர். "எங்களெ உபத்திரவிக்காதெங்கொ. நாங்கொ. கஞ்சி குடிக்க கெதியில்லாத பாவங்கோ." சுகறா கெஞ்சினாள்.

இருவரும் பெண்களை நெருங்கினர்.

மதுவின் காரமான வாடை. பெண்களின் தலை சுற்றியது. வேண்டாம், வேண்டாம், பெண்கள் விலகி விலகிச் சென்றனர்.

அந்த மிருது மேனிகள் அந்த மூர்க்கப்பிடிப்பில் ஒடுங்கின. "அல்லோ ..." சுகறா கத்தினாள். உடன் மீண்டும் நினைவிழந்து வீழ்ந்தாள்.

இருள் மயம்.

குருத்து எலும்புகள் நொறுங்கும் ஓசையின் மௌனம், அந்தச் சுற்றுச் சூழலில் தங்கி நின்றது.

# 24

சைனபா புளியமரத்தின் வேர் தட்டி வீழ்ந்ததைக் கண்டது குளத்தில் குளித்துக்கொண்டிருந்த செல்லப்பன் கரை ஏறிவந்து அவளைத் தூக்கினார். முகத்தில் தண்ணீர் அடித்தார்.

சைனபாவுக்கு நினைவு திரும்பியது.

பரபரப்புடன் சுற்றும் நோக்கினாள்.

பழக்கமில்லாத முகம். எலும்பு துறுத்திய ஒருவர் ஈரத் துண்டை உடுத்திக்கொண்டு தன்னைப் பார்க்கிறார்.

கொல்ல மாமரம். அதன் நிழல். அவள் எழும்பி உட்கார்ந்தாள். சுற்றும் கறும்பாறைக் கூட்டம். குளம். புளியமரம்.

அவள் செல்லப்பனைக் கூர்ந்து நோக்கினாள். வாப்பாவின் வயதை ஒட்டியவர், அனுதாபம் சுரக்கும் பார்வை.

சோர்ந்த முகத்தில் ஆவலின் எழுத்துக்கள்.

'நா இஞ்செ எப்பிடி வந்தேன்.'

"புள்ளெ அந்த புளியமரத்துக்கெ மூட்டிலெ ஓர்மகெட்டு விழுந்தியோ நான் தூக்கி இஞ்செ கெடத்தினேன்."

அவள் பார்வையில் நன்றி.

"இது எந்த எடம்?"

"தெரியாதா சின்னதிலெ இஞ்செ குளிக்க வந்திட்டில்லியா?"

இல்லையென்று தலையை அசைத்தாள்.

"கொச்சன் குளம்"

"நீங்கொ ஆரு?"

“ஆஸியார் மெதலாளிக்க ஊட்டுலெ பால் கறக்கு தானில்லியா மாடசாமி அவனுக்கெ அப்பன்.”

செல்லப்பன் துணி மாற்றுவதற்காகக் குளக்கடவில் இறங்கினார்.

சைனபா கொல்ல மாமரத்தில் சாய்ந்து உட்கார்ந்தாள். “அல்லா”, கதிர்மணிகள் சூடிய பசுமையான வயற்காடுகள் காய்ந்து வெடிப்பு வீழ்ந்து கிடக்கிறது. மழை நீருக்காகத் தாகம் கொண்டு கிடக்கிறது. மழை பொழியுமா? பொழிய வேண்டும். வாழ்க்கையின் அடி வானத்தில் மம்மக்கண்ணு என்ற மழை மேகம் இழைந்து வருமா? மச்சான் எங்கே? வாப்பா எங்கே? தம்பி எங்கே? பந்தங்களின் சங்கிலித் தொடர் அற்றுத் தெறித்தது. தான் மட்டும் ஒரு தனித்த கண்ணியாக வீசி எறியப்படுவேனோ? பந்தமற்றுப்போன பருவப் பெண்களைத் தழுவிக் கடந்துபோன விதிகள் குறித்த நடுக்கும் கதைகள் ஒன்றல்ல. எத்தனை எத்தனை!

கொத்திப் பொறுக்கியலைந்த சிந்தனைகள், இருதயத்தின் ஆழத்திலிருந்து குமுறி உயரும் விம்மல் ஒலிகள் கண்களில் வேதனை நீராக வடிந்தது.

“புள்ளெ வாருங்கொ”, அன்பான அழைப்பு.

அவள் மூடிய கண்களைத் திறந்தாள். துவைத்து உலரப் போட்ட வேட்டியை மடித்துக்கட்டி, ஈரத்துண்டால் உடலை மூடிக்கொண்டு செல்லப்பன் நிற்பதைக் கண்டதும் அவள் எழும்பி செல்லப்பனின் பின்னால் நடந்தாள்.

“நடக்க முடியுமா?”

“நடக்கலாம்.” வலதுகாலிலுள்ள பெரு விரலைத் தரையில் பதிக்காமல் நடந்தாள். நகம் கழன்று இரத்தம் கசிந்தது. கால் முட்டிலும் கை முட்டிலும் சிறு காயங்கள். பெருவிரலிலிருந்து வலி சிரசில் ஏறியது. இதயத்திற்கேற்ற காயத்தின் வலியுடன் ஒப்பிடும்போது இந்த வலி அணுவின் கோடியில் ஒரு பகுதி.

“புள்ள ஆருக்கெ மொவ?”

அவளுடைய காதில் அது எட்டவில்லை. மனம் அங்கு; நிக்காஹ் செய்து கொடுக்க வேண்டிய வாப்பாமீது. கை பிடித்து கூட்டி செல்ல வேண்டிய மச்சான் மீது. அலி மீது.

“ஏன் முண்டல்லெ[1]”?

“என்ன கேட்டியோ?”

“புள்ள ஆருக்கெ மொவ எண்ணு?”

---

1. பேசவில்லை

“கொளும்பானுக்கெ மொவ.”

“சேமது புள்ளக்கெ மோளா.?”

“ஓ.”

“சின்ன பிராயத்திலெ நானும் புள்ளக்கெ வாப்பாயும் கச்சி[2] வெளயாடி சண்டை போடுவோம். சின்னதிலெ பயங்கரத் துடி[3].”

செல்லப்பனின் வீட்டு முன் நின்றனர்.

இற்றுப்போன பச்சை மண்சுவர். பல இடங்களில் சாந்து கழன்றுபோன அடையாளங்கள். பழுதடைந்த மேல்கூடு. கட்டளையிலும் கதவிலும் ஜன்னலிலும் வெள்ளை தேய்த்து, அது மாய்ந்துபோன தடங்கள். பக்கத்தில் வேறு வீடுகளில்லை. தனித்த வீடு.

வடபக்கம் கொஞ்சம் தொலைவில் ஒரு வீட்டின் ஓலைக் கூரையைப் பிய்த்துக்கொண்டு நீல நிறம் கலந்த புகை மேலே கிளம்பியது. அக்கானி[4] காய்ச்சிக் குறுக்கிக் கருப்புக் கட்டியாக்கும் ருசி மிகுந்த மணம் காற்றில் கலந்து வந்தது. அந்த காற்றைச் சுவாசித்தாள். ஒரு ருசியின்மை. வெறுப்பு.

வாரியில் மூங்கில் துவாரத்தில் கைசெலுத்திச் சாவியை எடுத்தார் செல்லப்பன். சாவி எடுப்பதைக் கண்டதும் சைனபாவுடைய நெஞ்சத்தில் ஓர் இடி வாள் பாய்ந்தது. வீட்டில் பெண்கள் இல்லையா? தனிமையிலா?

“என்னெ பெம்புள்ளியொ உள்ள ஊட்லெ கொண்டு உடுங்கொ” சைனபா வேண்டினாள்.

சைனபா அஞ்சிப் பின்வாங்கி நின்றாள்.

“ஊட்டுலெ வேறெ அருமில்லெ. நானும் எக்கெ மோனும் தான்.”

செல்லப்பனுடைய பற்களில்லாத ஈறில் களங்கமற்ற மந்தகாசம் மலர்ந்தபோது அவருடைய ஒட்டிய கன்ன மடிப்புக்கள் தெளிவாயின.

“எனக்கு புள்ளக்கெ வாப்பாக்கெ பிராயமில்லியா? எனக்கும் ஒரு பெண்ணு இருந்தா. தந்தவன் திருப்பி வாண்டியிட்டான். பேடிக்கண்டாம். க்ஷீணம் மாறிட்டு போலாம். நிங்கொ ஆளுவளுக்கட்டெ கொண்டாக்கலாம். எக்கெ பயன் வரட்டு.”

---

2. கோலி

3. சேட்டை

4. பதநீர்

சைனபா வீட்டிற்குள் நுழைந்தாள். தறிக்குண்டின் பக்கத்திலுள்ள ஜன்னல் திண்டின்மீது உட்கார்ந்தாள்.

செல்லப்பனின் கால்கள் தறிக்குண்டில் இறங்கின. மிதி மீது கால்கள் அசைந்தன. அச்சுப் பெட்டியின் இருப்பக்கமும் சுண்டெலியின் கூரிய முகமுடைய ஓடம் வழிமுட்டி அங்குமிங்கும் ஓடி நடந்தது.

மாடசாமி சீட்டியடித்துக்கொண்டு வீட்டிற்குள் வந்தான். ஜன்னல் திண்டின் மீது உட்கார்த்திருக்கும் பரிச்சயமில்லாத பெண்ணைக் கண்டான். கூர்ந்து நோக்கினான். முதல் பார்வையிலேயே மேகரையில் உள்ளது என்று தெரிந்து கொண்டான்.

"என்னடா நேரமெ வந்துட்டா.?"

"அங்கெ வெட்டும் கொலயும்."

சைனபா திடுக்கிட்டாள்.

"எக்கெ மம்மக்கண்ணு" என்று அலறிக் கூப்பிட நினைத்தாள். சூழ்நிலை உணர்வு உக்ரமாகப் பார்த்தது. பிரமித்துப்போன பார்வையை ஜன்னல் அழிகள் வழியாகத் தெருவில் பாய்ச்சினாள். வருக்கை மாமரத்தின் கிளைகளுக்கிடையில் கரிப்புகை சூழ்ந்த ஆகாயத்துண்டு. வாயுவில் நீந்திச் செல்லும் கறும் புகையின் வீங்கிய வயிறு. எத்தனை எத்தனை ஏழைகளின் பொருட்கள் கறும்புகையாய் வாயுவில் நீந்துகின்றன. உழறித் திரிகின்றன. அது எங்குபோய் அடையும்.

"இதாரு?" மாடசாமி தந்தையிடம் கேட்டான்.

"மேகரையிலெ உள்ளது. பயந்து ஓடினாக்கிலெ கொளத்தங்கரயிலே ஓர்மகெட்டு விழுந்தது. நான் கூட்டிட்டு வந்தேன்."

சைனபா மாடசாமியைப் பார்த்தாள்.

அவனுடையக் குத்தி ஏறும் பார்வை அவளை வெறுப்படையச் செய்தது. அவள் முகத்தை வெட்டித் திருப்பினாள்.

"கொளும்பான் சேமது புள்ளக்கெ மொவொ."

"அந்த அலி புள்ளத்தான் கொளப்பத்துக்கு காரணம்" மாடசாமி சொன்னான்.

"உள்ளதா ?"

"ஓ."

மாடசாமி மீண்டும் அவளைக் கூர்ந்து நோக்கினான். பொல்லாத பார்வை. வெட்கப்படுத்தும் இடங்களில் அவனுடைய பார்வை பரந்து மேய்ந்தபோது அவள் வெட்கித்து முகம் கவிழ்ந்தாள். அவனுடைய முகத்தில் காறி உமிழத் தோன்றியது. நாணம் கெட்ட ஷைத்தான். அவளுடைய முகம் இருண்டது.

"நான் போறேன்", சைனபா ஜன்னல் திண்டிலிருந்து எழும்பினாள்.

"இப்பம் போவாதெங்கொ" செல்லப்பன் தடுத்தார்.

அவள் அப்படியே நின்றாள்.

"தனியெ போவப்படாது. கொண்டு உடலாம்." செல்லப்பன் மகனைப் பார்த்துச் சொன்னார், "சாமி நீ கொஞ்சம் வெளியே எறங்கிட்டு வாடேய். இவங்கொ பெம்புள்ளியோ எங்கெ உண்டுணு பாத்துட்டு வா. இந்த புள்ளயெ அவுங்கொ ஆளுவளுக்கட்டெ ஏப்பிக்கலாம்."

மாடசாமி இறங்கிச் சென்றான்.

செல்லப்பன் ஒரு துப்பட்டி நெய்து முடித்தார்.

வெயில் ஆறிக் குளிர்ந்தது. ஜன்னல் வழியாக வீட்டிற்குள் நீண்டு நிமிர்ந்து கிடக்கும் மஞ்சள் வெயில். மஞ்சள் வெயில் ஊர்ந்து சுவரில் ஏறியது.

செல்லப்பன் துப்பட்டியை மடித்துச் சரிசெய்து கொண்டிருக்கையில் மாடசாமி வந்தான்.

"இத்தர நேரம் எங்கலெ போனா?"

"போன காரியம் அறியாதெ வந்தா. ஊரிலெ ஆருமில்லை, போறவங்களையும் வாறவங்களையும் போலீஸ்காரன் அடிச்சு வெரட்டுதான். பெம்புள்ளியளும் கொழந்தைகளும் வடக்கெ நாடான்மாருக்க ஊட்டிலெயும் பொலக்குடில்லையும் கெடக்குதுவோ."

"சரி. செல்லி நிக்க நேரமில்லை. இருட்டுதுக்கு முன்னெ இந்த புள்ளயெ அவுங்கெ பெம்புள்ளகள் உள்ள எடத்திலெ கொண்டு உட்டிட்டு வாலே." வேண்டாமென்று சொல்ல சைனபா நினைத்தாள், அவனுடைய துளை போடும் பார்வையும் பாவனையும் மனத்திலிருந்து நீங்கவில்லை. "நீங்கொ கூட வாருங்கொ." அவள் செல்லப்பனிடம் வேண்டினாள்.

"எனக்கு ரொம்ப தூரம் நடக்க முடியாது. அந்தியானா கண்ணு தூட்சம் கொறவு."

அவள் எதுவும் பேசவில்லை.

“இவன் ஒரு கொளந்தயெப் போலத்தான். நிங்கொ பேடிக்கண்டாம்” செல்லப்பன் திரும்பி மகனிடம் சொன்னார். “பெலேய் புள்ளயெ பத்திரமா கொண்டு உட்டுட்டு சடாரணு வா. துப்பட்டியெக் கொண்டு சொசைட்டியிலே குடுக்கணும்.”

மாடசாமியின் பின்னால் படி இறங்கும்போது அவள் கால்கள் நடுங்கின. நெஞ்சம் துடித்தது. மனத்தில் தெளிவில்லாத நிறைய சித்திரங்கள்.

மாடசாமி மெதுவாக நடக்கிறான். அவள் மனசில் நிம்மதியின்மை. இடையிடையே அவன் அவளைத் திரும்பிப் பார்க்கிறான். ஒரு விபத்து அச்சத்துடன் அவள் அவனைப் பின்தொடர்ந்தாள். துடிக்கும் மனம். பரிச்சயமில்லாத ஊடு வழிகள். இருபக்கங்களில் சப்பக்கள்ளிச் செடி நட்டு வளர்க்க பட்ட கய்யால வேலிகள். ஒற்றையடிப் பாதைகள். வளைந்து வளைந்து செல்லும் பாதைகள். தென்னை மரங்களுக்கிடையே தலை நிமிர்ந்து நிற்கும் பலாமரங்களும் புளிய மரங்களும். அதன் முகடுகளில் அந்தி விடை வாங்கும் சிந்தூர வெளிச்சம். மரங்களின் மூடுகளில் இரவை வரவேற்க முச்சந்தி இருள்.

“பீமா பள்ளித் தாயே. காப்பாத்துங்கோ.” அவள் மனதிற்குள் துஆ செய்தாள்.

“எடியேய், பவானி ஓடி வாயே.” தொலைவில், ஒரு குடிசை யின் முன் நின்று ஒரு கிழவி கூப்பிடும் சப்தத்தைக் கேட்டாள்.

மாடசாமியின் நடை முன்னைவிட மெதுவானது. திடீரென்று நின்றான். அவளும் தயங்கியபடி நின்றாள்.

காமவெறி இளகிய, வெறித்தப் பார்வை. அவள் நடு நடுங்கினாள். இதயத் துடிப்பு நின்றது, சில கணங்கள்.

“எக்கெ அல்லோ ...” அவள் கூப்பாடு போட்டாள்.

மாடசாமியைத் தள்ளிவிட்டுக்கொண்டு முன்னால் குதித்தாள். அவன் கையால வேலிமீது சாய்ந்தான். சப்பக்கள்ளியின் கூரிய முள் முனை அவன் உடம்பில் அங்குமிங்கும் குத்தி ஏறியது. எழுந்து முள்ளை எடுக்கும் முன் அவள் ஓடித் தப்பித்துக்கொண்டாள்.

சைனபா ஓடி, சப்தம் கொடுத்த கிழவியின் குடிசைக்குள் நுழைந்தாள்.

குடிசைக்குள் நின்று மூச்சு வாங்க இளைத்தாள்.

## 25

பாறையடி நூஹ் ஹாஜியாரையும் கைஜாத்தாவையும் பாத்திமுத்து சொகறாவையும் முதுகிலேற்றிப் பறந்த ஃபியெட் கார், நகரின் முச்சந்திப்பில், அதன் நெற்றிப் பொட்டு போல் முகம் நிமிர்ந்து நின்ற மூன்றடுக்குக் கட்டிடத்தின் முன் தளர்ந்து நின்றது.

அந்த கட்டிடத்தின் முன் எழுதப்பட்ட எழுத்துக்களை காரில் உட்கார்ந்தபடியே ஹாஜியார் வாசித்தார்.

'கங்கா டூரிஸ்டு ஹோம்'

கட்டிடத்தின் பளபளப்பும் மினுமினுப்பும் ஹாஜியாரைப் பிரமிக்க வைத்தது. இப்படி ஒரு கட்டிடம் கட்ட வேண்டும். அதற்குத் தன்னுடைய பெயர் சூட்ட வேண்டும் 'ஹாஜி முகம் மது நூஹு டூரிஸ்டு ஹோம்.' எத்தனை எத்தனை மக்கள் தம்முடைய பெயரை வாசிப்பார்கள். ஆங்கிலேயர். இந்தி பேசும் மார்வாடிகள், தெலுங்கு பேசும் செட்டியார்கள், மராட்டிகள். ஹாஜியார் மிதித்து ஏறிய படிகளில் கயிறு மேட்டிங் விரித்திருந்தது. முதல் நிலையில் காக்கி உடுப்பும் வெள்ளை நிறத் தொப்பியும் அணிந்த பணியாட்களின் மரியாதை அவர் நெஞ்சைக் குளிர வைத்தது.

"யஸ் சார்"

கழுத்தில் டை கட்டிய இளைஞனான மானேஜர் எழும்பி நின்று வரவேற்றது கண்டு பெரும் குஷி.

பணிவான பிள்ளைகள். ஊரில் எவ்வளவோ இளைஞர்கள் உண்டு. இப்படியா? எல்லாம் தலெதெறிச்ச பயலுவொ. ஒரு பயலாவது நாட்கள் இவ்வளவாகியும் இம்மாதிரி மரியாதை

காட்டியதுண்டா? மக்காவுக்குச் சென்று ‘கஅபத்துல்லாவை’[1] தரிசித்தவராக்கும் என்ற எண்ணத்துடனா தம்மிடம் நடந்துகொள்கிறார்கள். முஹல்லாவின் செயலாளர் பதவி ஏற்றது. முதல் தொழுகை ஜும்ஆ பள்ளியில். கையில் தஸ்பீஹைத் தூக்கிக்கொண்டு அசர் தொழுகைக்கு நடந்து செல்லும்போது டெயிலரின் கடை வராண்டாவிலும் பித்னா மடத்திலும் சில இளைஞர்கள் உட்கார்ந்திருப்பதுண்டு. தன்னைப் பார்த்தால் ஒரு ஹாஜியார் வருகிறார் என்ற சங்கைகூட இல்லாமல், பார்க்காதது போல் உட்கார்ந்திருப்பார்கள். எழும்பி நின்று சங்கை செய்வதே இல்லை. மக்கம் சென்று ஹஜ்ஜி செய்தால் அன்றுவரை செய்த எல்லாப் பாவங்களும் கழுவித் துடைத்துவிடப்படும். ஊர் திரும்பும்போது பாபம் ஏதும் செய்யாத பச்சைப் பாலகனாகத் திரும்பி வருவார்கள். இந்தப் பாபம் செய்யாத பச்சைப் பாலகனை யார் சங்கை செய்கின்றனர். அதனாலல்லாவா மழை இல்லை. நஸ்ராணிகள் ஊரேறித் தாக்க வருகிறார்கள். தாக்கட்டும். காபிர்களுடைய கையாலேயே சாவட்டும்.

ஒரு ஹாஜியாரைக் கண்டால் உட்கார்ந்திருப்பவர்கள் எழும்பி நின்று சங்கை செய்ய வேண்டும். ஹாஜியார் பார்வையி லிருந்து மறையும் வரை நின்றுகொண்டேயிருக்க வேண்டும். முன்னோர்களின் தீர்ப்பு. இஸ்லாத்தின் கட்டளை.

கெட்ட காலத்தின் சேட்டைகள். அல்லாமல் என்ன சொல்ல!

என்ன திமிர் பாருங்கள். ஒரு ஞாயிற்றுக்கிழமை. மீன் பாடில்லாத நாள். எண்ணெய் தேய்த்து மூழ்கிக் குளித்துச் சூட்டைத் தணிப்பதற்காகப் பொழிக்குச் சென்றபோது மம்மக்கண்ணு பொழியில் வீச்சு வலை போடுகிறான். அவன் பக்கத்தில் நின்றிருந்த பையனுடைய கையில் நாரில் கோர்த்த மாலா மீன். மாலா மீனைக் கண்டபோது நாக்கில் தண்ணீர் ஊறியது. பொரித்தும், மஞ்ச உள்ளிக் கறி வைத்தும், குசாலாக ஒரு வெட்டு வெட்ட ஆசை.

“இடேய், மம்மக்கண்ணு மூணு ரூவாக்கு மாலா ஊட்டுக்கு குடுத்து உடுடேய்.”

“குடுக்கலாம்,” மம்மக்கண்ணு சொன்னான்.

மதிய உணவிற்கு ‘சுப்றா’வின் முன் சம்மணம் போட்டு உட்கார்ந்தபோது மாலா மீன் பொரித்ததுமில்லை. மஞ்ச உள்ளிக் கறி வைத்ததுமில்லை.

பெரும் ஏமாற்றம்.

---

1. மக்காவிலுள்ள ஆலயம்

அன்று அசருக்குத் தொழச் செல்லும்போது எதிரே வந்தான்.

"ஏண்டா மீன் கொடுத்தனுப்பல்லெ?"

"பணமிருந்தா ஆஜியாருக்கெ பெட்டிலெ இரிக்கும். மீனு வேணுமானா ரூவா தந்து வாண்டிட்டு போவணும். கடம் தந்துட்டு உங்கெ ஊட்டிலெ அம்பது தடவெ தேடி நடக்க முடியாது", முகத்தில் ஓங்கி அறைந்தாற்போல் பதில்.

நாலு பேர் கேட்கும்படி இந்த வடுவப்பயன் இப்படி சொல்லிப் போட்டானே!

அன்று இரவு அறவே தூக்கம் வரவில்லை.

அன்று மனத்தில் குறித்துக்கொண்டது, பார் ஒன்னெ.

இன்று அனுபவிக்கிறான். அனுபவிக்கட்டும். படச்ச தம்புரான் கண்ட காபிரைக் கொண்டே தண்டனை கொடுக்கின்றான். கொம்பால் மோதிச் சாவட்டு. கண் குளிரெப் பாக்கணும்.

"டபிளா. சிங்கிளா?" மானேஜரின் கேள்வி.

ஹாஜியார் அப்போதுதான் தாம் மூன்றுநிலைக் கட்டிடத்தின் முதல் நிலையில் நிற்கிறோம் என்ற சூழலை உணர்ந்தார்.

தலைக்கு மேல் சுழலும் 'பங்கா.' இரண்டு கட்டில். டன்லப் மெத்தை. மேஜை. மேஜைமீது தலைகீழாய் மறியும் முகம் பார்க்கும் கண்ணாடி. கண்ணாடிக் கூஜா. கூஜாவுக்கு ஒரு தொப்பி, கண்ணாடி டம்ளர்.

"பேஷ்" ஹாஜியாருக்குப் பெரும் திருப்தி.

பீங்கான் கக்கூஸ். ஜோர்.

"இதிலெயா தூறுது." கைஜாத்தாவுக்குச் சந்தேகம்.

ஹாஜியார் காலரில்லாத கப்டா சட்டையைக் கழற்றினார். பச்சை நிற கொழும்பு பெல்டை கழற்றினார். அதை நான்காக மடித்து மேஜைமீது வைத்தார்.

"குந்தம் போலெ நிக்கீது என்னத்துக்குட்டீ. இரி," மரியாதையுடன் நின்றுகொண்டிருந்த மனைவியைப் பார்த்துச் சொன்னார்.

கைஜாத்தா கட்டிலில் உட்கார்ந்தாள். இதென்ன மறிமாயம்? 'நைங்கவும் பிதுங்கவும்' செய்யுது. என்னவென்று தெரிய மெத்தையில் கையை அமுக்கிப் பார்த்தாள்.

"இதென்ன மெத்தெ?"

“லப்பர் மெத்தெ.”

ஹாஜியார் கட்டிலில் சுகத்தில் கிடந்து உருண்டுபுரண்டார். டிரைவர் கொடுத்த வண்டிச் சாவியை வாங்கி மேஜையில் போட்டார்.

“வண்டியெ நெணல்லெ உட்டியா?”

“உட்டேன்”

“நீ போயிட்டு ஒரு வாரம் களிஞ் சுவா.”

ஹாஜியார் மீண்டும் கட்டிலின்மீது விழுந்தார். மலைப் பாம்பு போல் கிடந்து புரண்டார்.

“ஊரிலெ தீ வைப்பும் கொள்ளையும் கொலையும் நடக்கும்.” கைஜாத்தா பெண்களுக்குரிய வேதனையுடன் பரிதாபப்பட்டாள்.

“நடக்கட்டு. பாத்தாய, இதுதான் வடுகரு பெருத்து வழி நடயில்லை எண்ணு பண்டு உள்ளவங்கொ சொன்ன சொல்லு.”

“நம்மொ ஊடு?”

“ஓடச்சா ஓடக்கட்டு. ஒரு புது ஊடு வய்க்கலாம். வள்ளக்கார படுவாக்களெ பழிவாங்க இனி ஒரு சந்தர்ப்பம் கெடக்குமோ? செல்லு.”

“ஹொ ... அங்கெ உள்ள பெம்புள்ளயளும் கொழந்தை குட்டிகளும் என்ன ஆச்சுதுவளோ?”

“நிக்கெ தலைக்கு வட்டா? பொலம்பாதெ அடங்கி இரி. அவளுவொ ஏவனுக்கெ தோளிலையும் போய் ஏறிமறியட்டு. நிக்கென்னடீ? சலம்பாதெ இரி.”

“வாப்பா” பாத்திமுத்து சுஹறா கூப்பிட்டாள்.

“என்ன மக்கா?

“கன்னியாகுமாரி.”

“போலாம்.” மனைவியைப் பார்த்துக் கேட்டார், “நீ கன்னியாகுமரி பாத்துட்டுண்டா வுட்டி?”

“எனக்கு ஒரு குமாரியும் பாக்கண்டாம்.”

“அப்பொ இண்ணய்க்கு ஒரு சிலுமா பாப்போம்.”

“சுபுஹானல்லா! சிலுமாயா? ஹராமில்லியா[2]” கைஜாத்தா விற்கு ஹஜ்ஜுக்குச் சென்ற கணவன் சொன்னதை நம்பவே முடியவில்லை.

---

2. விலக்கப்பட்டது

“ஒருக்கா பாத்தா ஒண்ணுமில்லை. ரண்டாம் களிக்கு போவோம். நீ முட்டாக்குப் போடாதே, போட்டா துலுக்கச்சிணு நெனப்பாங்கோ” ஹாஜியாரின் கூரிய புத்தி.

“கொள்ளாம் கூத்து. நாலு பேரு பாத்தா நல்லாத்தானிருக்கும், மக்கத்துக்கு போய் ரவுளா ஷரீபைக்[3] கண்ட ஹாஜியாரும் பெண்டாட்டியும் சிலுமா பாக்க போனாங்கோ எண்ணு ஊரறிஞ்சு சிரிக்கும்.”

“அதுக்கு ஒரு வழி இருக்கு. சிலுமா தொடங்கின பெறவு போவணும். லைட்டிடும்போ வெளியே வரணும். இது தெரியாதா? நீ ஒரு மண்டூஸ்[4]தான்.”

“வேணுமானா வாப்பாயும் மோளும் சேந்து போங்கோ. நா எக்கெ பாடேணு இஞ்செ இருக்கேன். துனியாவிலெ காச்ச கண்டவங்களுக்கு நாளெ ஆகிரத்தில்[5] திருகல்யாண[6] காச்சக் காண முடியாது.”

“இவொ எங்கெ கெடந்த கன்னாலி கூட்டம்.[7] ஒரு சுகம் கொல்லி ஷைத்தான்.” ஹாஜியாருக்கு கோபம்.

துண்டால் உடம்பைப் போர்த்திக்கொண்டு வரவேற்பிடத்திற்குச் சென்றார். பிரம்பு நாற்காலியில் உட்கார்ந்திருப்பவர்களின் மொட்டையடித்த தலைகள் தெரிந்தன.

“ஹாஜியாரா, எப்போ வந்தியோ?” இரண்டாவது நிலையிலிருந்து படி இறங்கி வந்தார் முக்குக் கடை மம்மூனு.

“கொஞ்சம் நேரமாச்சு.”

பிரம்பு நாற்காலியில் உட்கார்ந்திருந்தவர்கள் திரும்பிப் பார்த்தனர். ஹாஜியார்!

ஊரிலுள்ள முக்கியஸ்தர்களில் பலர் அங்கு சங்கமித்திருந்தனர். ஓடிமறையும் பளபளப்பான கார்களையும் கிலுங்கி ஓடும் சைக்கிள்களையும் பார்த்து இரசித்திருப்பது ஒரு சுகம்.

---

3. நபியின் அடக்க இடம்
4. புத்தி இல்லாத
5. மறுமையில்
6. சுவனகன்னிகைளின்
7. கால்நடைக் கூட்டம்

# 26

மீசை மம்மக்கண்ணின் தலைமையில் கடற்கரைக்குச் சென்ற சூறாவளிப் படை நம்பாளி மைதீனுடைய சாம்பலான வீட்டுக்கு முன் வந்தடைந்தது. எல்லோர் தொண்டைகளிலும் சப்தங்கள் மரத்துவிட்டன. ஒரு பட்டாளச் சிட்டம்.

அவ்வக்கரு அவ்வப்போது தேவையான அறிவுரைகள் கொடுத்துக்கொண்டிருந்தார்.

கோயிலின் பின்பகுதியிலும் கக்கூசைச் சுற்றிலும் பிரகாசம் பரந்தொழுகிக் கிடக்கிறது. எப்படி உள்ளே நுழைய முடியும்? துறைக்குள் நிசப்தம் நிலவுகிறது. யார் தலையும் தென்படவில்லை. மக்கள் நடமாட்டம் இல்லவே இல்லை. சாதகமான சூழ்நிலை. விளக்குகளை மட்டும் அணைக்க வேண்டும். விளக்கை அணைக்காமல் உள்ளே நுழைய முடியாது.

எப்படி விளக்கை அணைப்பது?

மம்மக்கண்ணு, அவ்வக்கர் இருவரின் சிந்தனைகள் சூடாயின. சூடாகிப் புகைந்தன.

ஒரு பிடிப்பும் கிடைக்கவில்லை.

"சடாரெணு ஊரேறிப் போனாலோ?" மம்மக்கண்ணு கேட்டான்.

"அவனுவெொ ஒறங்காமெ இருந்தாலோ?"

"ஆபத்துதான்"

"ஒரு காரியம் செய்வோம். நம்மொ ஆளுவளெ நாலாட்டு பிரிக்கணும். சுத்தி வளையணும். ஒரு பக்கத்திலிருந்து தீ கொளுத்தணும்."

"விளக்கு அணைக்காமெ எப்படி தீ கொளுத்த முடியும்?"

“சரிதான்”

“காக்கா” அலி கூப்பிட்டான். “விளக்கு அணைக்கித விசயம் நான் ஏற்றேன். எக்கெ கூடெ ரண்டு பேரே அனுப்புங்கொ...”

அலி விளக்கை அணைக்கும் பொறுப்பை ஏற்றுக்கொண்டான்.

“அனுப்பலாம்.” அவ்வக்கர் தொடர்ந்தார். “அவனுவளுக்கெ கண்ணிலெ அம்புடாதெ.”

“காக்கா பேடிக் கண்டாம். விளக்கை அணைச்சிட்டு வாற காரியம் நா ஏற்றேன்.”

அலி நடந்தான்.

இருவர் அவனைப் பின்தொடர்ந்தனர்.

துறையை நெருங்கினான். தென்னை மரங்களுக்கிடையில் விளக்கொளி தெரிந்தது. தென்னைகளின் மறைவில் பதுங்கிப் பதுங்கி முன்னேறினான்.

கூனன் தோப்பின் வேலியைத் தாண்டினான். தோப்பிற்குள் ஒளி கொட்டிக் கிடக்கிறது. கிணற்றின் பக்கமும் கக்கூசின் பக்கமும் எங்கும் பெட்ரோமாக்ஸ் விளக்கின் ஒளி துப்பும் கண்கள்.

“நிங்கொ தெங்கிலெ ஒளிச்சு நில்லுங்கெடேய்...” அலி உடன் சென்றவர்களிடம் கூறினான்.

இருவரும் நெஞ்சிடிப்புடன் மறைந்து நின்றனர். அலி உட்கார்ந்திருந்தபடி நகர்ந்து முன்னேறினான். கைதைப் படர்ப்பை நெருங்கினான்.

கோயிலின் வடக்குப் பகுதியில் திறந்த வெளியில் பத்துநூறு பேர் உறங்கிக் கிடக்கின்றனர்.

உண்டவிட்டான் பாறையிலிருந்து நரி ஓலமிட்டது. இடையிடையே துறைக் குடில்களுக்கிடையில் மோப்பம் பிடித்து அலையும் ஒல்லி நாய்களின் குரைத்தல். சீவிடின்[1] ரீங்காரம்.

கபுறடி அப்பாவையும் வாலமஸ்தான் சாகிபையும் பீமா தாயையும் மனத்தில் வரவழைத்தான். ‘அல்ஹம்தும்’ ‘குல்ஹுவல்லாயும்’ போன்ற குர்ஆன் வசனங்களை ஓதி நெஞ்சில் ஊதினான்.

படச்ச றப்பின் காவல்.

---

1. சில்வண்டு

ஒரு நாயைப்போல் கைதைப் படர்ப்பினூடே நுழைந்து இழைந்தான். கைதை ஓலையிலுள்ள குறுமுள்ளுகள் சிவந்தமை யால் உடலில் படங்கள் வரைந்தன. படங்களின் அவலட்சணமான கோடுகளிலிருந்து ஊறிய இரத்தம் இருட்டில் தெரியவில்லை. எதையும் அவன் தெரிந்துகொள்ளவில்லை. உடலில் இரும்புக் கவசம் அணிவித்த வீராவேசம்.

அலி தென்னை மூட்டில் குத்தி உட்கார்ந்தான். காலில் முட்டிமோதி ஓடும் சுண்டெலிகள் கடி எறும்புகள் கால்களைப் பொதிந்தன. தாங்க முடியாத வலி. கெட்ட வாடையைச் சுவாசித்தான்.

சுற்றிலும் நோக்கினான். எல்லோரும் ஆழ்ந்த நித்திரையில் மெதுவாக எழும்பினான்.

விளக்கில் காற்றைத் திறந்துவிட கையை நீட்டியபோது கையில் நடுக்கம். நெஞ்சில் பதற்றம். ஒரு சீல்காரத்துடன் விளக்கின் உயிர் பிரிந்தது.

புத்தனாற்றின் கரையில் இருள் தும்பிக்கைகள் உயர்த்தி அமறின.

மீண்டும் கைதைப் படர்ப்பினூடே நுழைந்து கூனன் தோப்பிற்குள் வந்து மூச்சிரைத்தான். கைகால்களைத் தட்டிக் குதறி எறும்புகளைப் போக்கினான். எவராவது விழித்தார்களா என்று கூர்ந்து நோக்கினான். இல்லை. பாக்கியம்.

நேராகத் தெற்கு வேலிப் பக்கம் வந்தான். இளைஞர் நற்பணி மன்றத்தின் முன் ஏராளம் பேர் ஆழ்ந்த தூக்கத்தில்.

இந்த ஒரு விளக்கையும் அணைத்தால் திட்டம் வெற்றி. கூனன் தோப்பின் தெற்கு வேலியை நெருங்கினான். உடலெங்கும் எரிச்சல். தெற்கு வேலியில் நீண்ட முட்களுள்ள கள்ளிச் செடி. வேலியையொட்டி ஒரு பனை மரம். பனை மரத்தின் நிழல் கூனன் தோப்பிற்குள் நீண்டு கிடக்கிறது.

கிணற்றின் அருகிலுள்ள விளக்கையும் அணைக்க வேண்டும். அப்படியானால்தான் ஊருக்குள் ஏற முடியும்.

கிணற்றின் வடப்பக்கம் கட்டிக் கிடக்கும் இருட்டை நோக்கி அலி நகர்ந்தான். கிணற்றிலிருந்து ஓடிக் கட்டிய கெட்ட நீரில் துர்வாடை. அலி நரங்கி முன்னேறினான்.

அங்கு தொங்கவிடப்பட்ட விளக்கிலும் காற்றைத் திறந்து விட்டான்.

“ஸ்... ஸ்... ஸ்... அதன் உயிரும் பிரிந்தது.

சுற்றிலும் கொடும் இருள். துதிக்கைகள் தூக்கி நிற்கும் மதயானைக் கூட்டம்.

நித்திரையின் மாமிசச் செழிப்பான மடித்தலத்தில் லயித்துறங்கிய துறை மக்கள் ஏதும் அறியவில்லை.

சேனா பிள்ளையின் வீட்டிற்குள்ளிலிருந்து ஒரு குழந்தையின் அழுகை. ஒரு பெண்ணின் முனகிய தாலாட்டு. அலை ஓசை.

வீசியடித்த தெக்கன் காற்றில் தென்னை ஓலைகளில் பற்றி நின்றிருந்த பனிச் சொட்டுக்கள் மழைத் துளிகளாகத் தரையில் விழுந்தன.

கோயில் இருளில் ஆழ்ந்துவிட்டதைத் தொலைவில் நின்றிருந்த மேகரையிலுள்ளவர்கள் கவனித்தனர். பொறுமை இழந்தனர். அலியும் உடன் சென்றவர்களும் இருட்டைத் தடவி ஓடித் தப்பினார்கள்.

மேகரையிலுள்ளவர்கள் நாலு பிரிவாயினர். மம்மக்கண்ணின் தலைமையில் ஒரு குழு கூனன் தோப்புக் கடந்து, புத்தனாறு கடந்து, கல்படிகள் ஏறிப் பதுங்கி நின்றது. குருசடியில் வலை காயப்போடும் பரந்த மணல் வெட்ட வெளியில் ஏராளம் பேர் தூங்குகின்றனர். அங்கு தொங்கவிட்டிருந்த விளக்கு எண்ணெயில்லாமல் இரத்தக் கண்ணை துறுத்தி நின்றது. அதன் காலடியில் மங்கிய ஒளி.

ஒவ்வொருவரும் பெட்ரோலும் திராவகம் நிரப்பிய பல்பும் தீப்பெட்டியும் தயாராக வைத்திருந்தனர்.

அலியின் தலைமையில் ஒரு பிரிவு புத்தனாற்றில் தயாராக நின்றது.

முதலில் கிழக்குப் பகுதியில் தீ கொளுத்த வேண்டும். மக்கள் கிழக்குப் பகுதிக்கு அலறிப் பாயும்போது மேற்கிலிருந்து தீ வைக்க வேண்டும். இப்படித் தெற்கிலிருந்தும் வடப்பக்கமிருந்தும். பெண்களானாலும் குழந்தைகளானாலும் வெட்டி வீழ்த்த வேண்டும். இரக்கமற்ற முடிவு.

மம்மக்கண்ணின் தலைமையில் வந்த குழு கிழக்குப் பகுதியிலுள்ள குடிசைமீது பெட்ரோல் ஊற்றி நாசச்செயலைத் துவக்கி வைத்தது. தீக்குச்சி பற்றவைத்துக் கூரைமீது வீசியது. குடிசைகள் பற்றியெரிந்தன. அக்னியின் சிவந்த நீண்ட நாவுகள். தீப்பொறிகள் காற்றில் பறந்து, பக்கத்துக் குடிசைகள்மீது வீழ்ந்தன. அந்தக் குடிசைகளும் பற்றி எரிந்தன.

"தீயோ ... தீயோ ..." கூட்ட முறை விளி. கூப்பாடு.

குடிசைக்குள் தூங்கிக் கிடந்த வயோதிகர்களும் பெண்களும் குழந்தைகளும் தீக்காயங்களுடன் வெளியே குதித்தனர். பரபரப்பில் வெளியே குதித்தவர்களில் சிலர் தொட்டிலில் கிடந்த குழந்தைகளைத் தூக்க மறந்துவிட்டனர். உள்ளே சென்று தூக்கமுடியாமல் துடிதுடித்தனர். வானளாவிய நெருப்புக் கோட்டைக்குள் கடக்க முடியாமல் நெஞ்சு வெடிக்க அலறினர். குடிசைக்குள்ளேயும் வெளியேயிருந்தும் ஒலித்த அவலக்குரல்கள், மூங்கில் கம்புகள் ஓடுகள் பொட்டிச் சிதறிய ஓசைகளை மிஞ்சின.

பெண்கள், குழந்தைகள் எல்லோரும் நாலா பக்கமாகச் சிதறி ஓடினர். காடு பற்றி எரியும்போது காட்டு ஜீவிகள் ஓடுவது போல். "கெணற்றிலெ கைதயெ வெட்டிப்போடு ...' தண்ணி குடிக்காமெ ஆக்கணும் ..." யாரோ கூப்பிட்டுச் சொல்வது கேட்டது.

கொஞ்சம் பேர் கைதைச் செடிகளை வெட்டிப் போட்டுக் கிணற்றை நிரப்பினர்.

தெற்கிலிருந்தும் வடக்கிலிருந்தும் தாக்கி முன்னேறினர். கண்ணில் பட்டவர்களை வெட்டினர். திராவகத்தை முகத்தில் வீசினர்.

எதிர்பராத தாக்குதல். அட்டூழியம்.

துறையிலுள்ளவர்கள் திணறினர்.

உக்ரமான மோதல். அலறல்கள். வேதனையால் நெளியும் இறுதி முனகல்கள்.

புகை சூழ்ந்த சூழல். மலைகள் சாம இரவில் கூனன் தோப்பின் மேல் பறக்கின்றன.

சிலர் கடலில் குதித்துத் தப்பித்துக்கொண்டனர்.

"லில்லி ..."

முதுகில் வெட்டுப்பட்டுத் தொப்பை அப்படியே சுருண்டு விழும்போது கூப்பிட்டான். கடைசி அபயக்குரல்.

"அப்பா ..." லில்லி உரக்க அழுதாள்

மேகரையிலுள்ள ஒருவன் லில்லியைக் கவ்வித் தூக்கினான். பின்னால் உயர்ந்த ஒரு இரும்புக் கம்பி அவன் தலையில் ஓங்கி விழுந்தது. அவனுடைய பிடிப்பிலிருந்து அவள் விடுப்பட்டாள். புல்பாஸ் அவள் கையைப் பிடித்து இழுத்துக்கொண்டு ஓடினான்.

பக்கத்துத் துறையிலுள்ளவர்கள் அலைபோல் திரண்டு வந்தனர். கையில் கிடைத்தவர்களை வெட்டினர். கொஞ்சம் பேரை விரட்டிப் பிடித்தனர்.

மேகரைக்காரர்கள் பின்வாங்கி ஓடினர். நாலா பக்கமாகச் சிதறினர். விரட்டிப் பிடிபட்டவர்களின் கையும் காலையும் கட்டினர். வாய்க்குள் துணியைக் குத்தித் திணித்தனர். ஒரு கட்டு வள்ளத்தில் அவர்களைத் தூக்கி எறிந்தனர். வள்ளத்தைக் கடலில் இறக்கினார்கள். வள்ளம் திரை வாயைக் கடந்தது. தண்டையும் துழாவியையும் இழுத்தனர். நட்டப் பாதி ராவில் அலைகளைப் பிளந்துகொண்டு வள்ளம் முன்னோக்கிச் சென்றது.

ஆழக்கடலின் கறுத்த பரப்பு. மரணத்தின் நீட்டிய கைகளில் கூரிய நகங்கள். முட்டம் கலங்கரை விளக்கத்திலிருந்து சுழன்று வீசும் கொலைவாள்.

மேகரையிலுள்ளவர்களுக்கு மூச்சுத் திணறியது. கண்கள் வெளியே துறுத்தின. கை கால்களை அசைக்க முடியவில்லை.

“அல்லா, ஷஹீதீன் கூலி எங்களுக்கு வேண்டாம். உயிரைத் தந்தால் மட்டும் போதும்.” ஜுஂம்ஆ பள்ளி நடையில் வைத்துக் கேட்ட துஆ வலிமையற்றதாக மாறிவிட்டது. திடமான நெஞ்சங்கள் கோழைத்தனமாக உருகி ஓடுகின்றன.

உப்புக் காற்றின் பயங்கரச் சீற்றம். அதில் மரண வாடை.

சீனாடி வாத்தியை விழுங்கிய, மம்மானிபாவை விழுங்கிய, அப்படிப் பலரை விழுங்கிய கடலின் அன்னநாளம் வழியாக அவர்கள் செங்குத்தாக கீழே இறங்கினர். அவர்களுடைய கடைசி மூச்சுக்கள் படைத்த நீர் வளையங்களைக் கடலலைகள் விழுங்கின.

கடலைத் தெரியாமல், கடல் அலைகளைத் தெரியாமல், ஆகாய விதானத்தில் வட்டமிட்டுப் பறந்து திரிந்துகொண்டிருந்த இஸ்ராயில்[2] என்ற மலக்கு[3] கடலுக்குள் மூழ்கினார். இருகைகளைக் கொண்டு தடவித் தேடினார். உரிமைப்பட்ட உயிர்களை வாத்தைத் தூக்குவது போல் இருகைகளிலும் தூக்கிக்கொண்டு அரபிக் கடலின் மேல் பரப்பிற்கு உயர்ந்தார். கூனன் தோப்பைத் தாண்டி, உண்டவிட்டான் பாறையைத் தாண்டி, சேண்ட பள்ளியைத் தாண்டி. மலைகளையும் ஏழு கடல்களையும் கடந்து ஆகாய மண்டலங்களையும் நீந்திக் கடந்து எல்லாம் வல்ல ரகுமானின் திருச் சன்னிதானத்தில் சென்றார். கையில்

---

2. யமன்
3. வானவர்

தூக்கிவந்த இருபத்தி மூன்று உயிர்களையும் அவனுடைய திருவடிகளில் வைத்துவிட்டுக் கையும் கட்டி வாயும் பொத்திப் பின்வாங்கி நின்றார்.

"இது ஏது?" இறைவன் புருவம் உயர்த்திக் கேட்டான்.

"நீ படைத்து ஆறு அறிவு கொடுத்த ஆதமின் மக்கள் துனியாவில் காட்டு எருமைகளைப் போல் ஒருவருக்கொருவர் மோதிக்கொண்டார்கள். அரபிக் கடலின் ஆழத்தில் கிடந்த இந்த உயிர்களை மூழ்கித் தேடி எடுத்து வருகிறேன். நீ உயிர் ஜாலங்களுக்குக் கொடுத்த உயிர்களை உன்னிடம் ஒப்படைக்க வேண்டியது என் கடமை அல்லவா" இஸ்ராயில் என்ற மலக்கு பணிவுடன் சொன்னார்.

அந்த இருபத்திமூன்று உயிர்களில் ஒன்று மம்மக் கண்ணின் தம்பி பீருக்கண்ணுடையது.

# 27

சுகறாவும் பாத்துமாவும் ஏங்கி ஏங்கி அழுதனர். இனி இழப்பதற்கு அவர்களிடம் வேறு எதுவும் இல்லை. பாதுகாத்துவந்த தூய்மை சாக்கடை நீர் போல் ஒழுகிப் போய்விட்ட பிரமிப்பு. சாக்கடையில் வீசி எறியப்பட்ட புழுக்களாகி விட்டோமே என்ற துடிதுடிப்பு. காட்டாளக் கரவலயத்திற்குள் நெரிந்து பொடிந்த எலும்புகளில் வேதனை. தசைகளில் வேதனை. எழும்பி நிற்கக்கூட வலுவில்லை.

ஏகாந்த இரவுகளில் தனிமை தந்த இன்ப நிமிடங்களில், புனைந்து உருவாக்கிய கனவு மாளிகைகளெல்லாம் கண்முன் சுக்குநூறாக நொறுங்கிக் கிடக்கின்றன. கனவுகள்கூட மறுக்கப் பட்ட, அசையும் இரு சடலங்களாக மாற நேர்ந்த துர்விதியை நினைத்து நினைத்து உருகினர்.

ஒரு இராட்சசப் பிடிப்பில் கிடந்து துடிக்க நேர்ந்த சபிக்கப்பட்ட நிமிடம். அந்த மிருகத்தனமான நிமிடம். இதயத்தை வெட்டிப் பிளக்கும் வேதனை முனகலாக ஒலித்தபோது அந்த அவலத்தைக் கேட்டது நான்கு செத்தைச் சுவர்கள் மட்டும்.

ஏழைங்களுக்காகவா அல்லாஹு இப்படி ஒரு விதியை இறக்கினான்?

அந்த விதியை இறக்கிய அல்லாஹு?

அந்த ஏழைக் குமரிகள் உடைந்து அழுதனர்.

எந்த உணர்வுமின்றி இரு மிருகங்களும் இறங்கி வெளியே சென்றன. இருவருடைய கால்கள் தரையைத் தொடவில்லை. ஆடி ஆடி நடந்தார்கள்.

“இனி நீங்கொ எங்கயாவது போங்கவுட்டி”, போவுகையில் உளறினார்கள்.

சுகறாவும் பாத்தும்மாவும் குடிசைக்கு வெளியே இறங்கினர், நிதானமாக, வழியெங்கும் உறைந்து கட்டிப்பிடித்துக் கிடக்கும் இருட்டு. எதுவும் காணவில்லை. முகத்துக்கு முகம் தெரியவில்லை. இருவரும் கைகளைக் கோர்த்துக்கொண்டார்கள்.

எந்த இலக்குமில்லாமல் இடறி இடறி நடந்தார்கள்.

"எங்கெ போவெ ..?"

"எங்கெயாவது"

"தாத்தா"

"உம்"

"இனி என்ன செய்ய ..?"

"ஜீவிக்கணும் ..."

"நம்மளெ இனி ஆரு கையேக்குவா ..."

"ஆண்டவன்கூட கைவிட்ட நம்மளெ இனி ஆரும் கையேக்கண்டாம்."

"தாத்தா ?"

"ஏன் கரையா ... இனி கரையப்படாது. நம்மொ கரச்சிலெக்கூடெ படச்சவன் கேக்கல்லெ ... இனி என்ன கரச்சில் ... சிரியுட்டி ... சிரி ..."

"நம்மொ இனி ஜீவிக்கணுமா தாத்தா ?"

"தீர்ச்சயாயிட்டும் ஜீவிக்கணும்."

"இனி ஜீவிச்சிருந்து என்ன பலன் ..? நாலு மனுசனுக்கெ மொகத்தெ எப்படி பாக்க முடியும் ..?"

"தூ ..." பாத்தும்மா இருளில் தெரிந்த ஓட்டை வழியாக மனித சமுதாயத்தின் முகத்தில் காறித் துப்பினாள், "ஆரு மனுஷன் ? இப்போ எறங்கிப்போன இந்த நாய்களா மனுஷன் ? ஊரேறி மாறி மாறி வெட்டும் கொலையும் நடத்தி பெம்புள்ளியளையும் கொழந்தைகளையும் தெருவும் திண்ணையுமாக்கினவனுவளா மனுஷன், இந்த துனியாவிலெ மனுஷனே இல்லெ, மனிஷத்துவமே இல்லெ ..."

அவர்கள் இருவரும் பிறகு எதுவும் பேசவில்லை. இருட்டைக் குத்திக் கிழித்துக்கொண்டு நடந்தனர். தென்னைகளுக்கிடையே குறுக்காகத் தடம் பிடித்த வரம்புகளில் கால் தடுக்கி வீழ்ந்தனர். சடபடாவென்று எழுந்து மீண்டும் முன்நோக்கி நடந்தனர்.

வலிய வாய்க்காலின் கரையை அடைந்தனர். காற்றில் சருகுகள் முனகியபோது பயந்தனர். வாய்க்காலின் இரு கரைகளிலும் அடர்த்தியாக வளர்ந்து நிற்கும் கைதைகள். கைதைப் படர்ப்புக்குள்ளிலிருந்து தொண்டை கீறிக் கூப்பிடும் நரிச்சலக்களின் சப்தங்கள். ஊரினங்களின் நெஞ்சின் ஸ்பரிசத்தில் சலசலா அரவம் எழுப்பும் காய்ந்த கைதை ஓலைகள், பலா இலைகள். வாய்க்காலின் அப்புறம் காற்றூதும் பரந்து விரிந்த ஏலா, வயற்காடு.

வாய்க்காலைக் கடக்க வேண்டும். கடந்தால் ஏலா கரையில் செல்லலாம். அங்கிருந்து கிழக்காகச் சென்றால் வலிய பாலம். வலிய பாலத்திலிருந்து துவங்குகிறது அரசகுளம் ஏலா. அரசகுளம் ஏலா கரையில் பொன்னய்யன் மேஸ்திரியின் வீடு இருக்கிறது. சிறுபருவத்தில் பல தடவை வாப்பாவுடன் அங்கு சென்ற நினைவு. நொங்கும் அக்கானியும் குடித்த நினைவு. கடந்த நோம்புப் பெருநாளுக்குக்கூட மேஸ்திரியைக் கூப்பிட்டு வாப்பா விருந்து கொடுத்ததுண்டு. காதில் கடுக்கன் போட்ட, கொஞ்சம் கூனுள்ள, வெற்றிலை போட்டுச் சிவந்த உதடுகளுள்ள பொன்னய்யன் மேஸ்திரி.

வாய்க்காலின் விலா எலும்புகளை நெருக்கிக்கொண்டு 'குளும்' ஓசையுடன் சீறி ஒழுகும் வெள்ளம். வலிய பாலத்தின் கால் இடுக்கு வழியாகக் குனிந்து ஓடி சாஸ்தா கோவிலின் முன்னுள்ள கலுங்கில் தலை குத்திச் சாடுகிறது. அங்கிருந்து கையாறு வழி அனந்த விக்டோரியா மார்த்தாண்டம் கனாலுடன் கட்டிப் புரளுகிறது. பிறகு குணுங்கிக் குழைந்து அரபிக்கடலின் பரந்த மார்பில் அடைக்கலமாகிறது.

ஏலாக் கரையில், பனை மரங்களின் மண்டைகளில் காய்ந்த ஓலைகள் ஓசையிட்டன. அந்திப் பனை பிந்தி ஏறும் ஓசை. கலயத்தில் சுண்ணாம்பு தேய்த்தபின் கலக்க மட்டையைப் பனை ஓலை மட்டையில் தட்டும் சப்தம். பனை ஏறிகளின் களைப்பு மாற்றும் தாளம் தப்பிய பழங்காலப் பாட்டு.

**அப்பன் அம்மயெ கட்ட வரும்பம்**
**சங்கூத்துண்டோ குழலூத்துண்டோ.**

மணியாரம் குன்றின் மீதுள்ள கிறிஸ்தவக் கோவிலிலிருந்து முழங்கிய மணியோசை இரவுக் காற்றின் தோளில் சவாரி புறப்பட்டது.

தொலைவில் யாரோ, பற்றிய சூட்டுக்கட்டு வீசி வருவது தெரிந்தது. கொள்ளியாப்பயா? அல்லது சாஸ்தா கோவில் கலுங்கில் நீராடச் செல்லும் வாதைகளா?

என்னதுமாகட்டும்.

வாழ்க்கை அஸ்தமித்த சந்திப்பில் கொள்ளிப்பயானால் என்ன? வாதையானால் என்ன? மனிதர்கள் என்று சொல்லப்படும் மிருகங்கள் மட்டும் வராமலிருந்தால் போதும். அதுமட்டும் போதும்.

சூட்டு வெளிச்சம் கண்டபோது அவர்கள் தங்ஙள்மார்களையும் அவுலியாக்களையும் பாதுகாப்புக்கு அழைக்கவில்லை. அழைக்க விரும்பவுமில்லை. அழைத்துத்தான் என்ன பயன்? நெஞ்சுருகி அழைத்தபோது காப்பாற்ற வராமல், மிருகங்களின் காமவெறிக்கு முன் தங்களைத் துடிக்கவைத்தவர்கள் தானே?

சூட்டு வெளிச்சம் நெருங்கியபோது இருவரும் கைதையில் மறைந்துகொண்டனர்.

நடுத் தலைகளுக்கு நீர் இறைத்துவிட்டுக் காக்கோட்டையைத் தோளில் தொங்கவிட்டுக்கொண்டு சூட்டுவீசி ஒருவர் கடந்து சென்றார். அந்தச் சூட்டு வெளிச்சத்தில் வாய்க்காலில் சுருண்டு மடங்கி ஓடும் கலங்கல் நீரைக் கண்டார்கள்.

“இடுப்பளவு தான்”

“எறங்குவோமா .. ?”

“எறங்குவோம் ...”

“எறங்கி எங்க போவெ .. ?”

“பொன்னய்யன் மேஸ்திரிக்கெ ஊட்டுக்கு.”

விலகி விலகிச் செல்லும் சூட்டு ஒளி. வாய்க்காலின் கரைக்குச் சென்றார்கள். தண்ணீர், கரையில் மோதி ஓடும் இரைச்சலைக் கேட்டனர். இருவரும் கைகளைக் கோர்த்துக்கொண்டனர். பாத்தும்மா முதலில் காலை எடுத்துவைத்தாள். ஒரு கையால் சுகறாவைப் பிடித்துக்கொண்டாள்.

பாத்தும்மாவின் கால் வழுக்கியது. பொத்தென்று நீரில் விழுந்தாள், உடன் சுகறாவும்.

கணிப்புத் தவறியது.

இருவருக்கும் தண்ணீரில் நிலை எட்டவில்லை, பயங்கரத் தாவு, ஆழம். பயங்கர ஒழுக்கு ... பிடிப்புகள் வேறுபட்டன. எங்கும் பிடிப்புக் கிடைக்கவில்லை. நீர் ஓட்டத்தின் வேகம் அவர்களை முன்னோக்கித் தள்ளியது. எதையும் எட்டிப் பிடிக்க முடியவில்லை. கரிமுடி பிரித்துப் பேயாட்டமாடும் காரிருள்.

ஒருவரைவிட்டு ஒருவர் அகன்றனர். “தாத்தா ...” அலறி எழுந்த குரல் கண்டநாளத்தில் முட்டி மோதி நின்றது.

“தங்கச்சி” அலறல் தொண்டைக்குழியிலேயே அமுங்கி விட்டது.

எதுவும் தெரியாத அந்த அப்பாவிக் குமரிகளைக் காப்பாற்ற அங்கு யாரும் வரவில்லை. தங்ஙள் வரவில்லை, அவுலியாக்களும் வரவில்லை,

மூழ்கினர்.

மேலே உயர்ந்தனர்.

கைகால்களிட்டடித்தனர்.

மலைவெள்ளப் பாய்ச்சல் அவர்களைச் சுருட்டி எடுத்தது.

அது பாய்ந்த வழியினூடே அவர்களையும் இழுத்துச் சென்றது.

கூனன் தோப்பின் கீழ்ப் பகுதியிலுள்ள பாறைக் கூட்டங் களுக்கு பின்னாலுள்ள வானச் சரிவிலிருந்த தரையில் விழுந்த புலர் ஒளி நீர்வற்றிய வலிய வாய்க்காலிலும் விழுந்தது. வாய்க்காலிலுள்ள ஈரச் சரல் கற்கள் புலரொளியில் மினுமினுத்தன.

# 28

மேல் அதிகாரியின் பார்வையில் படாதபடி ஆங்காங்கே மறைவான இடங்களில் சுருண்டு உறங்கிய போலீஸ்காரர்கள் ஆர்ப்பரிப்புக் கேட்டுத் துறைக்குள் ஓடினார்கள்.

பக்கத்துத் துறையிலுள்ளவர்களும் அங்கு திரண்டனர். ஜனப்பிரளயம். கொந்தளிப்பு. கொதித்து நுரையும் உணர்ச்சிகள். அடக்கமுடியாத ஆவேசம். ஒன்றுதிரண்டு மேகரைக்குள் புகுந்து தாக்குவதற்கான எத்தனித்தல்.

போலீஸ்காரர்கள் ஒரு கோடு கிழித்தனர். யாரும் இந்தக் கோட்டைத் தாண்டக்கூடாது. தாண்டினால் சுடுவோம். துப்பாக்கியை உயர்த்திக் காண்பித்து அச்சுறுத்தினர்.

துறை மக்கள் அதைப் பொருட்படுத்தவில்லை. முன்னேறத்தான் முடிவு. துப்பாக்கிகள் நெஞ்சுக்கு நேர் நீண்டபோது சற்றுத் தயங்கினர். மீண்டும் முன்னேறிச் செல்ல முற்பட்டனர்.

கொம்பு குத்தி மறியும் உணர்ச்சிப் பிரவாகம்.

"எல்லா ஊட்டையும் தீ வப்போம் . . . எல்லா குண்டிஸ்சி மக்களெயும் வெட்டி கடல்லெ தாப்போம்..." மக்கள் விளித்துக் கூவினர்.

"போலீஸ் எங்களுக்கு புல்லாக்கும்."

"வெடி வச்சட்டு. சாவத் தயார்தான்."

ஜனக்கூட்டம் கோட்டை நெருங்கியது.

ஒரு மூலையில் துப்பாக்கி வெடிக்கும் சப்தம்.

'அம்மோவ்' ஒரு அலறல்

சிலர் ஒன்றுசேர்ந்து ஒரு போலீஸ்காரனைத் தாக்கிவிட்டு அவனைத் தூக்கி கடலில் மூழ்கடிக்க

முற்படும்போது சற்றுத் தொலைவில் இதைப் பார்த்து நின்ற வேறு ஒரு போலீஸ்காரன் துப்பாக்கியால் சுட்டான்.

நேரம் பரபரா வெளுத்தபோது மேலும் பல போலீஸ் வேன்கள் கூனன் தோப்பை வலம் வந்தன. வலுவான போலீஸ் பாதுகாப்பு. எங்கும் யாருக்கும் நகர முடியாது. தெருவில், கடற்கரையில், கண்ணில் கண்டவர்களையெல்லாம் துரத்தி அடித்தனர். கையில் பிடி கிடைத்தவர்களை வேனுக்குள் தூக்கி எறிந்தனர்.

எங்கும் காக்கி உடைகள். சிவப்புத் தொப்பிகள்; இரும்புத் தொப்பிகள். நீண்டு நிற்கும் துப்பாக்கி முனைகள். தடித்த பூட்ஸ்கள் கல்ரோட்டில் ஊராயும் சப்தம். பூட்ஸின் கனமான தோல் கரகரக்கும் சப்தம். போலீஸ்காரர்களைத் தவிர தெருக்கள் சூனியம். உயர் போலீஸ் அதிகாரிகளும் மாவட்ட கலெக்டரும் அங்கு முகாமிட்டனர். இரண்டு வாரங்களுக்குத் தடை உத்தரவு, 144.

அக்னி மென்று தின்று சாம்பலாகக் கக்கிய துறைக் குடிசைகள். அங்கிங்காக சில பகுதிகளில் மட்டும் பற்றி எரிந்த வீடுகளிலிருந்து புகை உயர்ந்துகொண்டேயிருந்தது.

தீக்காயங்களேற்று உயிர் துறந்த உடல்களை ஓலைக் கீற்றுகளில் வரிசையாகக் கிடத்தினர். பெண்கள், பிஞ்சுக் குழந்தைகள், வெட்டுக்காயங்களுடன் மாண்டவர்கள், அங்க பங்கமேற்பட்டவர்கள் அதிகம். இறப்போடு மல்லிடும் அபாக்கிய ஹீனர்களைக் கோயிலுக்குள் கிடத்தி முதலுதவி செய்தனர். முகம் வெந்து போனவர்களின் அவலக்குரல்.

மனிதர்கள் புழுக்களாய் மாறினர். துடிக்கின்றனர். மனிதர்கள் காட்டு விறகுகள் போல் பற்றி எரிந்து கரிக்கட்டைகளாக உருமாறுகின்றனர்.

விதியின் விபரீதங்கள். கொடூரத்தின் விளையாட்டுகள். தோல்களிலும் சிறு நரம்புகளிலும் தொங்கும் உடல் பகுதிகள். சுற்றிலும் தளம் கட்டிக் கிடக்கும் கட்டி இரத்தம். மானிட இரத்தம்.

இதயமுருகும் சோகக்காட்சி. இதயம் தகரும் துக்க முகங்கள், தொண்டை நாளங்களிலிருந்து கடைசியாகப் புறப்படும் முனகல்கள். அந்தியப் பார்வைகள். அந்தியத் துடிதுடிப்புகள்.

நீர் சொட்டும் நயனங்களுடன் கோயில் தந்தை ஒவ்வொருவருக்கும் அந்திம கூதாசை[1] கொடுத்தார். அவருடைய கரகரத்த தொண்டை இடறியது. உதடுகள் விம்மி விறைத்தன.

---

1. மரண வேளையில் சொல்லிக் கொடுக்கப்படும் சொற்கள்

சடலங்களைச் சுற்றிப் பெண்கள் மணலில் புரண்டு நெஞ்சிலடித்து அழுது புலம்பினர். வாய்விட்டு அழும் குழந்தைகளின், இளம் பெண்களின் பேய்க் கோலங்கள். உற்றவர்கள் வேர்படும் துயரச் சுமை தாளாமல் நினைவிழந்து வீழ்ந்தனர்.

கோயில் தந்தை அந்த சடலங்களை ஒரு நடமாடும் சடலமாக நோக்கினார். அவருடைய விழிகளிலிருந்து ஊறிய நீர், தடித்த கண்ணாடி பிரேமின் இடைவழியாக ஊர்ந்திறங்கியது. 'லோஹா[2]' ஜேப்பிலிருந்து கைக்குட்டையை எடுத்துக் கண்ணாடியை அகற்றிவிட்டு யாருக்கும் தெரியாமல் கண்களை ஒப்பினார்.

"நான் ஊரில் இல்லை. நேற்றுத்தான் வந்தேன். இந்தக் கலவரத்தை தவிர்க்க வந்ததும் முயற்சித்தேன். ஆனால் ஊரிலுள்ள முக்கியஸ்தர்கள் யாரும் இங்கு இல்லை. எல்லோரும் போய்விட்டார்கள். எஞ்சியது கொஞ்சம் பிசாசுக்களும் கொஞ்சம் பாவங்களும். இதோ கிடப்பவர்களெல்லாம் எதுவும் தெரியாத பாவங்கள் சார்..." தந்தை கலெக்டரிடம் தொண்டை இடறிச் சொன்னார்.

ஆங்காங்கு கூடி நின்றவர்களை போலீஸ்காரர்கள் கம்பு சுழற்றி விரட்டினார்கள். குருசடியில் பலத்த போலீஸ் காவல் போடப்பட்டிருந்தது. வெளியூர்காரர்கள் யாரையும் துறைக்குள் நுழையவிடவில்லை.

நெருப்பு துவம்சம் செய்திருந்த பகுதிகளை கலெக்டர் சுற்றிப் பார்த்தார். பங்குத் தந்தை அவரைப் பின்தொடர்ந்தார்.

உமலில் சுருட்டிக் கட்டிவைத்திருந்த பட்டு வலைகள், கரமடி, பெருவலை, தட்டுமடி எல்லாம் கருகின. கருங்கல்லால் கட்டிய சில வீடுகளுக்கு மட்டும் அதிக சேதமேற்படவில்லை, லில்லியின் கடையிலும் வீட்டிலும் பெரும் பகுதி எரிந்துபோயிருந்தது.

எரிந்து சாம்பலான ஒரு வீட்டின் இடிபாடுகளுக்கிடையில் ஒரு கறுப்புக் கால் தெரிந்தது. ஒரு போலீஸ்காரன் கம்பால் சாம்பலைக் கிளறினான். சாம்பல் பறந்தது. சூடு அடங்காத சாம்பல். சாம்பலுக்கடியில் கருகிப்போன ஒரு உடல். தலை ஓடு வெடித்துப் போயிருந்தது. மூளை உருகி ஓடியிருந்தது.

பத்திரிகை நிருபர்கள் அதைப் படம் பிடித்தனர்.

போலீஸ்காரன் கம்பால் அந்த உடலைக் கிண்டி விலக்கினான்.

---

2. அங்கி

"ஆணா, பெண்ணா"

"ஆண்."

"யார் தெரியுதா?"

தந்தை சந்தேகத்துடன் நின்றார். சேதமடையாத ஒரு வீட்டைக் குறிவைத்து ஊகமாகச் சொன்னார், "ஒரு முதியவர் இந்த குடிசையில் தங்கிவந்தார். அவராகத் தானிருக்கும்..."

கலெக்டர் தலைகுனிந்து நின்றார்.

"பூமியில் பிறந்த மனிதர்களெல்லாம் சொர்க்க ராஜ்யத்திற்கு செல்ல வேண்டுமென்று ஆசைப்படுகிறார்கள். சொர்க்க ராஜ்யத்திற்குச் செல்ல பல வழிகளைத் தேடுகிறார்கள், அதில் இதுவும் ஒரு வழி... ஆனால் மனிதர்கள் தேடும் இந்த வழியால் சொர்க்க ராஜ்யம் செல்ல முடியாது. நாளை காலியான சொர்க்க ராஜ்யம் நல்ல மனிதர்களைத் தேடி நடக்கும். பாவம் செய்யாத மனிதர்கள் கிடைக்காமல் சொர்க்க ராஜ்யம் வெட்கப்பட்டு நிராசையுடன் திரும்பிப் போகும்..." தந்தை சேர்ந்துபோய்க் கிடக்கும் கடலைப் பார்த்தார்.

கலெக்டர் தந்தையைப் பரிதாபத்துடன் பார்த்தார்.

கலெக்டரின் ஜீப்பு கடற்கரை வழியாக மேற்கு நோக்கிச் சென்றது. சுல்தான் பிள்ளையின் மீன்தொட்டியின் பக்கம் வேறு ஒரு சடலம் கிடப்பது கலெக்டரின் பார்வையில் பட்டது.

ஜீப்பு நின்றது. கலெக்டர் இறங்கினார், போலீஸ் அதிகாரிகளும்.

பதினான்கு வயதுடைய ஒரு பெண்ணின் சடலம். முழு நிர்வாணமாக மல்லாந்து கிடக்கிறது. மேல் நோக்கி நிற்கும் சிறு குசங்களில் பற்கள் பதிந்த வடுக்கள். இழுத்துக் கிழித்த ஐம்பர், பாடி இருபக்கமாக விரிந்த கைகள், தொடையில் காய்ந்து ஒட்டிய இரத்தம்.

யார்?

மௌனம்.

எப்படி அடையாளம் சொல்ல முடியும்? எதை அடையாளம் கண்டு சொல்ல முடியும்?

துறையில் உள்ளதா? மேகரையில் உள்ளதா?

எல்லோரும் குழம்பினர்.

தந்தையைக் கூட்டி வந்தனர்.

அவர் உற்றுப் பார்த்தார்.

"துறையில் உள்ளதல்ல..."

"திட்டமா தெரியுமா?"

"தெரியும்." தந்தை இதயத்திற்குள் அலை எழுப்பிய வேதனையை அணைகட்டி நிறுத்திவிட்டு அந்தப் பெண்ணின் உடலை நோக்கி மனித நேயத்தோடு ஒரு கல்சிலைப்போல் சற்று நேரம் மௌனமானார். மௌன ஜெபம் செய்தார், அவள் ஆத்மாவின் நித்திய சாந்திக்காக.

மேகரையிலிருந்து சிலர் வரவழைக்கப்பட்டனர்.

யார் தெரியுதா?

உற்று நோக்கினர்.

"தெரியுது"

"யார்?"

"நூஹு அஜியாருக்கெ ஊட்டுலெ வேல செய்த பெண்ணு?"

"பேரு"

"பாத்தெ."

"மகா பாவி ஊட்டுலெ வேல செய்த யத்தீமான[3] பெண்ணெ அதற பதற உட்டுட்டா நீ காறேறிப் போனா?" மய்யித்தை பாயில் சுருட்டிச் சுமந்த மக்கள் பற்களை நெரித்தனர்.

கலெக்டரின் ஜீப்பு மேலும் மேற்கு நோக்கி ஓடியது. வடக்காகத் திரும்பியது. இபுறாஹீம் பிள்ளையின் கயிற்றாப்பீஸுக்கு முன் உள்ள ரோடு வழியாக பஸ் ஸ்டாண்டை அடைந்தது. அங்கிருந்து ஜீப்பு மேலும் வடபக்கமாக ஓடி வலிய பாலம் கடந்தது. ரோடு ஓரங்களிலுள்ள கடைத் திண்ணைகளிலும் செத்தை குடிசைகள் முன்னாலும் வாழைத் தோப்பிலும் மற்றும் நிழல் கண்ட இடமெல்லாம் அகதிகள். கலெக்டர் எல்லோரையும் சந்தித்தார். ஆவலாதிகள் கேட்டார்.

கண்ணீரின் ஊற்று வற்றிப்போய் உள்ளே இடிந்துவிழுந்த கண்களில் துக்க பிரபஞ்சத்தை அந்த மாவட்ட ஆட்சியாளர் கண்டார். தீவிர வேதனையின் அடிநீர்ப் பிரவாகத்தில் கதுப்பு உக்கி வாடிய கன்னங்களின் மௌன மொழி அவரைத் திடுக்கிடச் செய்தது.

---

3. ஆதரவற்ற

அண்டியாப்பீசின் பின்புறம் தென்னைமர நிழலில் தஞ்சம் புகுந்தவர்களைச் சென்று பார்த்தார். அவர்களுடைய நெஞ்சுருக்கும் கதைகளைக் கேட்டு உருகி நின்றார். ஒரு தென்னை மரத்தில் சாய்ந்து நின்றிருந்த முதியவர் ஒருவரை அருகே அழைத்தார்.

முதியவர் பணிவுடன் அவர் அருகே சென்றார்.

"பேரென்ன?

"முகம்மது காசிம்"

"சாப்பிட்டீங்களா பெரியவரே."

"சாப்பிட்டோம்?"

"என்ன சாப்பாடு"

"காத்தும் வெள்ளவும்"

சற்று மௌனத்திற்குப் பின் முதியவர் தொடர்ந்தார்.

"இந்தப் பொலயரும் பறயரும் நாடாமாரும் எரக்கப்பட்டு தந்த உணக்க கெளங்கும் அக்கானியும்தான் ஆஹாரம். அவுங்கெ தந்த பானயிலே போட்டு வேவிச்சு தின்னு, சாவாதெ கெடக்குதோம். யாமானே. ஒரு கொடுங்காற்றோ பெரு வெள்ளமோ வந்து சத்திருந்தோமெங்கி எத்திர மேலாயிருக்கும். இந்த கஷ்டம் வேண்டாமெ."

"இந்த சண்டைக்கு என்னய்யா காரணம்?" கலக்டர் விசாரித்தார்.

"வெட்டும் கொலைக்கும் ஒரு காரணம் வேணுமா..? யாமானே, ஒரு கழிசற செறுக்கன் போய் என்னவோ வேண்டாத்தனம் காட்டினான். அத்திரதான். பின்னெ தொடங்கியாச்சி வெட்டும் குத்தும், தீ வெப்பும்... எறங்கி ஓடுதுவரெ என்னனே தெரியாது யாமானே... ஊருல உள்ள மொதலாளிமாரு நெனச்சிருந்தா அப்பளே இந்த சண்டையைத் தீத்திருக்கலாம்."

"அப்படியா?"

"ஓ, இஞ்செ உள்ள மொதாளிமாரு, அங்கெ உள்ள ஊர் காரணவன் மாரிட்டயோ சாமீட்டயோ போய் சொன்னா அவுங்கெ கேப்பாங்கொ... அவுங்கொ எங்க விரோதிகளல்லெ. நாங்கோ தாயும் புள்ளயும் போலெ கழிஞ்சோம். இந்த படுபாவி பயலுவபோய் இந்த பார எளவெ வருத்தி வச்சானுவோ... மோலாளிமாரு ஒதுங்கிட்டானுவோ... வேணுமெண்ணே

ஒதுங்கிட்டானுவோ. போன ஓட்டிலெ ஒரு கம்மூணிட்டுகாரன் ஜெயிச்சிட்டானாம். பாவப்பட்ட வள்ளக்காரனுவொ ஓட்டு போட்டாக்கும் சுவப்பன் ஜெயிச்சாணு செல்லி நடந்தானுவொ... அண்ணு மொதலே எங்களுக்கு கெட கெடப்பில்லையாமானே. எங்களை பழி வாங்கினவங்கொ கூட்டத்திலெ ஹஜ்ஜிக்கு போனவங்கொ உண்டு. போவப் போறவுங்கொ உண்டு. அஞ்சு நேரம் தொழுக உள்ளவங்கொ உண்டு. இதை நெனக்கும்பம்தான் மனசிலே தீ பத்தி எரியுது. இந்த படுபாவிகளுக்கொ ஹஜ்ஜீம் தொழுவையும். போவச் செல்லுங்கொ யாமானே, இந்த பயலுவளுக்கெ பக்தியெ. பொன்னு யாமான் பேப்பறு பாக்குத ஆளுதானே? காணல்லியா... தலயெ வெட்டினான். கொடலெ குத்திச் சொரிச்சாண்ணெல்லாம் பேப்பர் தாளுல வருதெ. இந்த மோலாளிமாருக்கெ நீச செயலு தாங்காதெ பொகலு முட்டித்தான் அப்படி எல்லாம் செய்யானுவோ. அப்பிடி செய்வோங்களெ குத்தம் செல்லபடாதுணு எக்கெ இப்பம்தான் மனஸிலாவுது. அனுபவிப்பான்... இவனெல்லாம் அனுபவிப்பான். படச்சவன் எண்ணு ஒருத்தன் தலைக்கு உயரெ உண்டானா அவன் இதுக்கு சிச்சை குடுப்பான் யாமானே...

"பொன்னு யாமானே. அன்னா பாருங்கொ அந்த மாமூட்டிலெ கெடக்கீது எக்கெ மோளாக்கும். பத்து வரிஸமாட்டு மக்களில்லாத தவிச்சா. கண்ட பள்ளிக்கெல்லாம் உள்ள நேச்சயான நேச்ச எல்லாம் நேந்தா. அவஸானம் அவளுக்கு ஒரு கொளந்தை உண்டாச்சு. பிரசவிச்சுட்டு இண்ணு பத்து நாளாச்சு. தொறயக்காரனுவோ உரேறி வாறானுவொ எண்ணு கேட்ட ஒடனெ நாங்கொ பதறி அடிச்சு ஓடினோம். கொளந்தெ பெண்ணுக்கெ கையிலெ யாக்கும் இருந்தது. பெத்த ஒடம்பில்லியா... அவளுக்கெ கை காலெல்லாம் தளந்துபோச்சு. கொளந்தெ கையிலெயிருந்து விளுந்துட்டு. பெறமே ஓடிவந்த ஒருத்தி சவுட்டி அந்த பச்சப் பாலகன் துடிதுடிச்சு மரிச்சது எங்கெ கண்ணாலெ கண்டோம், பொன்னுயாமனே. இந்த அண்டியாப்பீஸிக்கெ பெறமே அன்னா காணுதே புது மணலு, அங்கெதான் அந்த செல்ல புள்ள ஒறங்குது..." முதயவரின் கண் குழிகளில் நீர் நிரம்பியது. சுருக்கம் வீழ்ந்த கன்னம் வழியாக நீர் வடிந்திறங்கியது.

விம்மல் தொண்டையில் வழி முட்டி நின்றது.

கலெக்டர் ஜீப்பில் ஏறி உட்கார்ந்தார். சக்கரங்கள் உருண்டன. செம்மண் மூடிய கல் ரோட்டில் புழுதிப் படலம் உயர்ந்தது.

# 29

“அவுத்தே ஏறுங்கொ, பெம்புள்ளியொ உள்ள ஊடுதான்” அந்த குடிசையின் முன் உட்கார்ந்திருந்த கிழவி சொன்னாள்.

குடிசையின் தனிமையைக் கண்டபோது சைனபாவிற்கு அச்சமாகயிருந்தது. இருந்தாலும் தயங்கியபடி உள்ளே நுழைந்தாள். ஓடிய இளைப்பு நீங்கவில்லை.

“காத்துக்கு வேண்டி வெளியே இரிக்கியேன். புள்ளெ என் கெதக்கிதியோ?”

“ஓடுனதினாலெ.”

“ஏன் ஓடுனியோ?”

“ஊரெல்லாம் தீ வய்க்காங்கோ. பகல் அங்கெ ஒரு ஊட்டிலெ இருந்தேன். அங்கெ ஒரு அப்பனும் மோனும்தான் உண்டு. அந்தி தாந்து எங்கெ ஆளுவொ உள்ள எடத்திலெ கொண்டு உடுலாமெண்ணு சென்னாரு. அவருக்கெ மொவன் வந்தாக்கிலெ அவனுக்கெ கூடெ அனுப்பினாரு. வளியிலெ வச்சு அவன் வேண்டாத்தனம் செய்ய போனா. நான் பேடிச்சு ஓடிட்டேன்.”

“இப்பளத்தெ புள்ளியளெ பிஸ்வஸிக்கப் பாடில்லெ. நிங்கொ ஆருக்கெ மொவொ.”

“கொளும்பாண்ணு சொல்லுத ஆளெ தெரியுமா?”

“தெரியுமாண்ணா? அவருக்கெ வாப்பா சாலி மோலாளிக்கு பண்டு நாந்தான் ஓலெ மொடஞ் சிட்டிருந்தேன். அப்பம் சேமது புள்ளெ சின்ன புள்ளெ. அப்பளே பயங்கர குஸ்றுதி. சேமது புள்ளெக்கெ மோளா? என்னெ அறிய பாடில்வியா?”

இல்லை என்று தலையசைத்தாள்.

“கள்ளுமண்டி பணிக்கரு எண்ணு கேட்டிட்டுண்டா? அவருக்கெ பெண்டாட்டிதான் நான்.”

கள்ளுமண்டி பணிக்கரு என்று கேள்விப்பட்டதுண்டு. தண்டியான, உயரம் குறைவான ஒரு கறுப்பு நிறமானவர். கண்கள் எப்போதும் சிவந்திருக்குமாம், கள்ளுக் குடித்த மாதிரி. கள்ளும் குடிப்பாராம். தென்னை மரத்தில் ஏறுவதற்கான கால் தழப்பை தலையில் வட்டமாக வைத்துக்கொண்டு கையில் பெரிய வெட்டுக் கத்தியுடன் வீடு வீடாகச் சென்று, ‘தெங்நூகேறணுமா?’ என்று கேட்பாராம், பார்த்தால் பயமாக இருக்குமாம். பணிக்கரெ பார்த்தால் சின்ன குழந்தைகளெல்லாம் பயந்து வீட்டுக்குள் ஓடிவிடுவார்களாம். தூங்காத குழந்தைகளை தூங்கவைக்க இன்னா கள்ளு மண்டி பணிக்கரு வாறாரு என்று சொன்னாலே தூங்கிவிடுவார்களாம். அழும் குழந்தைகள் அழுகையை நிறுத்திவிடுவார்களாம். அவ்வளவு பயங்கரமான தோற்றம்.

“கேட்டுட்டுண்டு” சைனபா சொன்னாள்.

“அதியான் மரிச்சு முப்பது வரிசமாச்சு. தெங்கிலெ இருந்து வீணு மரிச்சு போச்சு. எக்கு ஒரே மொவன் இருந்தா ... அவனும் சத்து பதினஞ்சு வரிசமாச்சு ... அவனுக்கு ரண்டு பெண்ணுவோ உண்டு. நாந்தான் கட்டபட்டு வளத்தினேன் ... ஒரு பெண்ணு போனா ...”

“எங்கே .. ?”

“ஒரு சூத்திரன் கெட்டி, அவனுக்கெ கூடெ போனா ... நல்லாயிருக்குதுவோ ... நல்லா இருக்கட்டு ... ஈஸ்வரா! ... எளய பெண்ணு எக்கெ கூடத்தான் ...” கிழவி உரக்கக் கூப்பிட்டாள். “எடியேய் ... பவானி”

முற்றத்தில் இரவின் காலோசை. தென்னை மரங்களின் மண்டைகள் காற்றில் குசுகுசுத்தன. குடிசைக்குள் அத்துமீறிக் கடந்த காற்று விளக்கை ஊதி அணைக்க முயன்றது. கிழவி விளக்கை எடுத்துச் செத்தை வாசலின் பின்பக்கம் மறைவாக வைத்தாள். கறுத்த இரவின் பயங்கர முகத்தை நோக்கியபடி கிழவி தானாகப் புலம்பிக்கொண்டிருந்தாள்.

சைனபாவின் தொண்டையில் வறட்சி. ஒரு கடல் அளவு நீரைக் குடித்தால்கூட அடங்காத தாகம்.

“கொஞ்சம் தண்ணி.” சைனபா கேட்டாள்.

“தராம்.” பணிக்கத்தி உட்கார்ந்தபடி இருகைகளையும் தரையிலூன்றி எழும்பினாள். “பகவானே!”

சிரட்டை கொண்டு மூடிய ஒரு மண்குடத்திலிருந்து தண்ணீர் எடுத்தாள்.

தனித்த அந்தக் குடிசையின் ஏகாந்தத்தன்மை, அதன் மௌனச் சூழ்நிலை. இதில் ஒரு முதுகிழவி. ஒரு பருவப் பெண், பல சந்தேகங்கள் மனக் கிளையில் வௌவால் போல் தொங்கி நின்றன.

பித்தளைச் செம்பில் தண்ணீரை எடுத்துவந்து நீட்டும் கிழவியின் முகத்தை சைனபா ஏறிட்டுப் பார்த்தாள்.

"ஏன் இப்பிடி நோக்குணது?" பணிக்கத்தி கேட்டாள். சைனபா ஏதும் பேசவில்லை.

தலை முடியை அள்ளிக் கட்டிக்கொண்டு வந்த பவானி சைனபாவைக் கண்டதும் புன்னகைத்தாள்.

சைனபா அவளை அடிமுடி பார்த்தாள்.

"ஏன் ஒரு மாதிரி பாக்கியோ?"

சைனபா பேசவில்லை.

காரிருள் சூழ்ந்த பெரும் வனமொன்றில் வழி தவறி அகப்பட்டுக்கொண்ட மனோநிலை சைனபாவிற்கு. கருணையின், ஆதரவின், சூரிய ஒளி நுழையாத கொடும் வனத்திடையே கோரப்பற்கள் காட்டிச் சீறிப்பாயும் ஈனமிருங்கள். பச்சை மாமிசம் பிச்சுத் தின்னக் குதித்தோடி வரும் இராட்சசக் கட்டங்கள்.

"நா போறேன்…" சைனபா போக முயன்றாள்.

"இப்பளா..?"

"ஓ…"

"இந்த இருட்டுலெ எவிடெ போணது? இஞ்செ உள்ள நாங்கொ மனுஷருதான்."

சைனபா பவானியை உற்று நோக்கினாள். அவளுடைய பருவத்தை, அவளுடைய கன்னத்தின் செழிப்பை, அவளது நிரம்பிய மார்பை… அவளது வடிவமைந்த உடலை…

"இப்பம் புள்ளெ எறங்கி போவாதெங்கொ… வழி நீளெ கள்ளுகுடியனுவோ காணும். இஞ்செ கெடந்திட்டு காலத்தெ போலாம்…"

"அந்த புள்ளை சந்தேகமாக பாக்குது அம்மச்சி. போணெங்கி போட்டு…" சைனபாவின் பார்வையின் உட்பொருளை புரிந்து கொண்டாள் பவானி.

“நீ போடி நிக்கெ பாட்டுக்கு ...” கிழவி பவானியைக் கோபப் பட்டாள். சைனபாவிடம் திரும்பிச் சொன்னாள், “இந்த இருட்டுல எங் நூரம் போகண்டா. தா ... தண்ணீர் குடியுங்கோ.” கிழவி மீண்டும் தண்ணீர்ச் செம்பை நீட்டினாள்.

“எக்கு தாகமில்லை ...”

பணிக்கத்தி குடிசையின் முன் உட்கார்ந்திருந்தாள்.

“எடீ ... நீ ஆ... மரச்சீனியெ வெட்டி அடுப்பிலெ இடு ... புள்ளெ பய்ச்சி வந்திருக்குது ...” பணிக்கத்தி சொன்னாள்.

“எனக்கு பசி இல்லெ ...” சைனபா.

“எங்களுக்கு பசி உண்டு.” பவானி வெறுப்புடன் தலையைச் சிலுப்பியவாறு திரும்பினாள். மாலையில் அந்திச் சடையிலிருந்து வாங்கிவந்த மரச்சீனிக் கிழங்கை எடுத்துத் தோல் களைய ஆரம்பித்தாள்.

“புள்ளெ எங்களுக்கு ஜோலி செய்து கொண்டுதர ஆருண்டு..? இந்த ஓணம் கேறாத மூலையிலெ ஒற்ற குடிலிலெ நானும் இவளும் தனிச்சு ஜீவிக்கியோம். எனக்கு ஒண்ணும் செய்யெ வய்யா. இந்த பெண்ணு போய் ஓலெ மொடஞ்சு ஒண்ணோ ரண்டோ ரூவா கொண்டு வருவா ... அது கொண்டு ரண்டு வயிறையும் கழுவுதோம்... பணிக்கரு உள்ள காலத்திலெ என்னெ தாழையும் தரையிலையும் வய்க்க மாட்டாரு ... எல்லாரும் எங்களை தனிச்சு உட்டுட்டு அவங்கொ பாடேணு போயி ... எங்க விதி எங்களெ இப்படி ஆக்கி போட்டுது.”

சந்தேகம் சைனபாவின் மனத்தை அரித்துக்கொண்டே யிருந்தது. எப்படியாவது அங்கிருந்து தப்பித்துக் கொள்ள வேண்டும். வெளியே தலைகுத்தி மறியும் இருட்டு. உயரமான கய்யாலைச் சுவர்கள். அதில் வளர்ந்து நிற்கும் கள்ளிச்செடிகள். அதன் கூரிய முட்கள். நெருங்கித் திணறி நிற்கும் மரங்கள். இதில் எப்படி போவது? எங்கு போவது? எங்கு போய் அடைக்கலம் கேட்பது? இறங்கி ஓடினாலோ? இந்த நரகத்திலிருந்து விடுதலையடையலாம். பாதையில் விஷப்பாம்புகள் கொத்தி, இரத்தம் நீல நிறமாக மாறி உறைந்து போய் இறந்தாலும் பரவாயில்லை. ஓடும்போது மரத்தடியில் தலைமோதி, தலைபிளந்து இரத்தம் பீறிட்டொழுகி, தலை சிதைந்து துடியா துடிச்சு இறந்தாலும் பரவாயில்லை. அது சுகமாக மரணம். மானமான மௌத்து.

“பணிக்கத்தி. நா போறேன்” சைனபா இறங்கி ஓட அவ சரப்பட்டாள்.

“எங்கெ?”

“எங்கெயாவது?”

“இப்பம் எங்கையும் போவப்படாது. பிராயமான பெண் கொச்சுங்கொ ராத்திரி ஒற்றக்குப் போனா வல்ல பேயோ பிஸாஸோ வந்தாலோ?”, பணிக்கத்தியின் உறுதியான நிலை.

பேய் பிசாசுக்கள் என்று கேட்ட நிமிடம் சைனபா திடப்படுத்திய மனத்தின் கட்டுகள் இளகின. வாழ வேண்டுமென்ற சிறு ஆசை இதயத்தின் ஏதோ ஒரு கோணத்தில் மின் வெட்டாம் பூச்சி போல் ஒளி சிதறிக் கடந்தபோது மம்மக்கண்ணை நினைத்தாள். மச்சானை ஒரு கண் பார்க்க வேண்டும், வாழ்க்கையின் கடைசி ஆசையாக அது எஞ்சியபோது பின் வாங்கி நின்றாள். தனக்காக எதுவும் செய்யத் துணியும், தன் எதிர்கால வாக்குறுதியை நிராகரித்துக்கொண்டு இறப்பதா? தன்னுடைய இறப்பு அவருடைய இதயத்தை வெடிக்கச் செய்யாதா? அப்படி இதயம் வெடித்து என் இதய நாயகன் மௌத்தானால் அந்த உயிர் இணையைத் தேடி அலையாதா? கடல்களில், வனங்களில், பாலைகளில், விண்வெளிகளில், அணைவதற்குக் கூடு இல்லாமல் கூடு தேடி அலையாதா?

மரணம் பீஹர[1] உருவமெடுத்தது. அதன் அம்மைத் தழும்புகள் நிறைந்த முகம். உக்ரமான இரத்தக் கண்கள்.

மரணத்தை எண்ணி அவள் பயந்தாள். நடுநடுங்கினாள். நெஞ்சுலர்ந்தாள். சைனபா செத்தைச் சுவரில் சாரி நின்றாள்.

முன்சிறை ஆங்கிலப் பள்ளியின் முன்நிற்கும் சைரன் கொலை விளியாக அலறியது.

“மணி ஒன்பதாயி.” பணிக்கத்தி கைகளூன்றி எழுந்தாள்.

செத்தை வாசலை அடைத்து சங்கிலியால் பூட்டினாள். சூடான மரச்சீனிக் கிழங்கு விளம்பினாள்.

“வரணும்.” பணிக்கத்தி சைனபாவின் கையைப் பிடித்து அழைத்தாள்.

“எனக்கு பைக்கல்லெ.”

“இல்லெங்கி போட்டு ஒரு துண்டு தின்னுங்கொ.” பணிக்கத்தி நிர்ப்பந்தித்தாள்.

சைனபா பணிந்தாள்.

---

1. விகாரம்

ஆவி பொங்கும் மரச்சீனிக் கிழங்கின் முன் உட்கார்ந்தாள். மரச்சீனி கிழங்கிலிருந்து உயர்ந்த ஆவியில் பல வண்ண சித்திரங்களைக் கண்டாள். வாடிய வதனங்கள், நீர் ஒழுகும் நயனங்கள். வரண்ட உதடுகள். கீறி அழும் பிஞ்சு முகங்கள். ஒட்டிய வயிறுகள்.

“ஏன் பாத்திட்டு இருக்கியோ.? பவானி கேட்டாள்.

சைனபா விம்மினாள். முகம் குனிந்தாள்.

“ஏன் கரையியோர்.”

சைனபா பதில் ஏதும் சொல்லவில்லை.

அன்று இரவு தூக்கமே வரவில்லை. செங்குத்தான மலையின் உச்சிக்கு ஒரு இராட்சச உருளைக் கல்லை உருட்டி ஏற்றும் சாகச நிமிடங்கள். உயர்வான ஒரு மலை உச்சியிலிருந்து அவளை யாரோ தூக்கி மலையின் அடிவாரத்திற்கு வீசி எறிகின்றார். மூளை சிதறித் தெறிக்கிறது. சிதறல்கள் வாயுவில் பஞ்சுபோல் பறந்து திரிகின்றன. ஏதேதோ பாதாளங்களில், கடல்களில் சென்று வீழ்கின்றன. மாய்கின்றன.

மம்மக்கண்ணின் விரிந்த உரோமம் மூடிய மார்பில் பயங்கரமாக ஒரு வெட்டு வீழ்கிறது. அவன் தரையில் கிடந்து துடிக்கிறான். உயிர் பிரியும் நேரம் கூப்பிடுகிறான். “சைனா, சைனா ...”

“அல்லோ!” ஒரு அவலக் குரல். குடிசையின் மேற்கூரைப் பிளந்து பறந்ததா?

பணிக்கத்தியும் பவானியும் நடுங்கி விழித்தனர்.

“என்னெ?”

“ஒண்ணுமில்லை.” சைனபா முகத்தைப் பொத்தித் திரும்பிப் படுத்துக்கொண்டாள்.

வினாடிகள் நிமிடங்களிலும் நிமிடங்கள் மணிகளிலும் கரைந்துபோயின.

செத்தை வாசலில் ஏதோ சலசலப்பு.

வாசலைத் திறக்க யாரோ முயற்சிப்பது போல்.

“பணிக்கத்தி. பணிக்கத்தி.” சைனபா பயந்து கூப்பிட்டாள்,

பணிக்கத்தி முனகினாள்.

வாசலைத் திறந்துகொண்டு ஒருவன் உள்ளே நுழைவதைக் கண்டாள்.

"பணிக்கத்தீ." சைனபா நடுங்கி எழும்பினாள்.

பணிக்கத்தியும் பவானியும் விழித்தனர்.

நுழைந்தவன் விளக்குத் திரியை உயர்த்தினான்.

சைனபா விறைத்தாள். பிரமித்துப் போனாள்.

மாடசாமி.

சைனபாவின் நாக்கு இளகவில்லை. தொண்டைக்குள் தாழ்ந்தது. இரத்த ஓட்டம் நின்றுவிட்டது. தலை சுற்றியது.

"எறங்கடா நாயே," பணிக்கத்தி ஒரு இராட்சசியை போல் கர்ஜித்தாள்.

செத்தைச் சுவரில் தொங்கவிட்டிருந்த வெட்டுக்கத்தியைத் தூக்கினாள்.

மாடசாமி அசையவில்லை.

"எறங்கடா வெளியே." பணிக்கத்தியிடமிருந்து பவானி வெட்டுக்கத்தியைப் பிடுங்கினாள்.

வெட்டுக்கத்தியை ஓங்கிக்கொண்டு முன்னால் குதித்தாள், வெறிப் புலியைப் போல்.

மாடசாமி இறங்கி ஓடினான்.

"நாங்கொ பாவங்கதான். பசிச்சாலும் மானத்தெ வெல பேசமாட்டோம், புள்ளே," பவானி சொன்னாள்.

# 30

பாறையடி நூஹு ஹாஜியாரையும் கைஜாத்தாவையும் ஃபீயெட் கார் சுமந்து சென்றதும் சுலைமான் ஓடிச்சென்று அவனுடைய வீட்டுச் சாமான்களை ஒதுக்கினான். மனைவியையும் குழந்தை குட்டிகளையும் அழைத்து பஸ்நிலையம் வரும்போது பஸ் புறப்பட்டு நிற்கின்றது. ஓடி ஏறினான். பின் இருக்கையில் உட்கார்ந்திருந்தான். பின் பகுதியிலுள்ள தடித்த கண்ணாடி வழியாகத் திரும்பிப் பார்த்தான்.

மக்கள் வெருண்டு ஓடுகின்றனர். அலறி அடித்து ஓடுகின்றனர்.

“ஓடணும் ஊரைவிட்டே ஓடணும். தறவாட்டுக்காரர்களான மானாபிமானிகளை மதிக்காத ‘கீச்சாதி’ படுவாக்களுக்கு இதுவும் வேணும். இதற்கப்புறமும் வேணும்.”

“ரண்டு அர டிக்கட், ரண்டு முழு டிக்கட்” கேட்டு வாங்கினான். மரங்களும் வீடுகளும் ஓடுவதைப் பார்த்துப் பல்லிளித்தான். காளைச் சந்தைக்கு முன்னால் பஸ்ஸை விட்டு இறங்கிச் சோம்பல் முறித்தான். ஒரு சொக்கலால் பீடி பற்றவைத்துக்கொண்டு மனைவியின் வீட்டை நோக்கி நடந்தான்.

எதிர்பாராமல் மகளும் குழந்தைகளும் மருமகனும் உடுதுணியுடன் வருவதைக் கண்டபோது சம்சும்மா திடுக்கிட்டாள். மகளுடைய முகத்தில் சோகமும் பயமும் பிணைந்து கிடப்பதைக் கண்டபோது அவளுடைய கல்பு துடித்தது. பஹயன் தலாக் சொல்லக் கூட்டி வந்திருக்கானோ? மூன்று நான்கு தடவை தலாக் சொல்ல முயன்றவன். அவ்வப்போது கேட்டதைக் கொடுத்து மீண்டும் நூலால் அந்த மணபந்தம் தொடுக்கப்பட்டது.

கணவன் மனைவி பந்தம் ஆத்மீகமானதல்லவோ?

ஒரு சமரச பந்தம் தானோ? ஒரு நூலில் தொங்கும் பந்தம் தானோ?

"ஏங்குட்டீ..?" சம்சும்மா பதறிப்போய்க் கேட்டாள்.

"ஒண்ணும் தெரியாதா..?"

"இல்லெ" அடக்க முடியாத உணர்ச்சியின் உந்துதலால் ஆவலுடன் நின்றாள். மகளை உற்று நோக்கினாள்.

"அங்கெ தீ வெப்பும் கொள்ளையும் கொலையும்."

"ஆண்டவனே..!" சம்சும்மா ஆறுதலடைந்தாள். கொந்தளித்த கடல் அமைதியானது. நிதானமானது.

"தொறயக்காரனுவொ ஊரேறியிட்டானுவொ..."

"போட்டு போட்டு அதுதானா சங்கதி..." சம்சும்மா சற்று நிம்மதியடைந்தாள். நெஞ்சைத் தடவிக்கொண்டாள்.

சுலைமான் வெளித்திண்ணையில் பெஞ்சின்மீது கால் மேல் காலைத் தூக்கிப் போட்டு இராஜகம்பீரத்துடன் உட்கார்ந்தான். நாகர்கோவிலுக்குப் போன ஹாஜியாரு காக்காவைப் போய்ப் பார்த்தால் நல்லது. இந்த வறுமை பிடித்த மரச்சீனிக் கிழங்கும் கஞ்சியும் குடித்து இங்கு இவர்களுடன் நிற்க முடியாது. அங்கு சென்றால் ஹாஜியாரு காக்காவிற்குத் தெரியாமல் ரண்டுமூணு 'சிலுமா' பார்க்கலாம்.

ஜாக்பட் ஜங்கோ. நல்ல படமென்று யாரோ சொன்னதாக நினைவு...

தோளில் தொங்கிய சுட்டிக் கரைத் துண்டால் மொட்டைத் தலையில் துளிர்த்த வியர்வுத் துளிகளைத் துடைத்தான்.

"குட்டியேய்..." மனைவியைக் கூப்பிட்டான்.

"நா..." மனைவி குரல் கொடுத்தாள்.

"நா, நாரோலுவ்ரெ போயிட்டு வரியேன்..."

"வல்லதும் தின்னுட்டு போங்கோ..."

"வேண்டாம்..." மறுக்கும்போது வயிற்றில் கடும் பசி. இருந்தாலும் வேண்டாம். மாமியின் முகத்தில் விழிக்கமாட்டேன் என்று ஒரு தடவை சபதம் செய்த நினைவு. குளிப்பதற்கு வென்னி போட்டு தரவில்லையென்ற குற்றத்திற்காக ஒரு தடாவ மனைவியைத் தலாக் செய்யப் போனபோது மாமி சொன்னதை

இன்னும் மறக்கவில்லை, "கண்ட ஊட்டுலெ வேல செய்து சட்டி நக்கி நடக்குத பயலுக்கு பெண்ணு கெட்டிக் குடுத்தா ஊரு நாறாதா?" மறக்கவே இல்லை. எப்படி இச்சொல்லை மறக்க முடியும்? அன்று செய்த சபதம், "இனி நிக்கெ உம்மாக்கெ மோறயிலெ முளிக்கமாட்டேன் குட்டி..." இதுவரை மாமியின் முகத்தைப் பார்த்ததில்லை. இனி பார்க்கப் போறதுமில்லை. நான் ஒரேயொரு வாப்பாவுக்கு பிறந்தவன்.

சுலைமான் படியிறங்கினான்.

தேவி டாக்கீஸின் முன் அங்ஙத்தையின் சாயாக்கடை. கண்ணாடிப் பெட்டிக்குள் பொரித்த மோதகம், கோட்டயம் சர்க்கரையும், சிறுபயறும் விரவி பச்சரிசி மாவில் முக்கிப் பொரித்த மோதகம். நல்ல ருசி. ஏழு நாக்கு வேண்டும்.

அங்ஙத்தையின் கடைக்குள் நுழைந்தான். கறுத்த கொல்லி பெஞ்சில் கால்மேல் கால்போட்டு உட்கார்ந்திருந்தான்.

"தின்னெ..?" வாழை இலைத் துண்டை, கரிபடிந்த வேட்டி மீது அழுந்தத் துடைத்தார் அங்ஙத்தை.

"மோதவம்"

வாழை இலைத் துண்டில் கொண்டுவைத்த மோதகம் சுலைமானின் உணவுக் குழாய் வழியாகக் கொதித்துக்கொண்டிருந்த வயிற்றுக் கிடங்கில் விழுந்தது.

"கடுப்பம் கூட்டி ஒரு சாயா."

சூடு சாயாவை ஊதி ஊறிஞ்சிக் குடிக்கும் சுகத்தில் கண்களை மூடித் திறந்தான்.

தொலைவில் ஐம்பத்தி ஒண்ணின் இரைச்சல் கேட்டது. சுலைமான் கம்பி அழிகள் வழியாகப் பார்த்தான்.

தமிழக அரசு போக்குவரத்து, நம்பர் ஐம்பத்தி ஒண்ணு.

நீளமான கையை நீட்டினான். பஸ் நின்றது. ஏறினான். பஸ் புகை உமிழ்ந்து சீறி ஓடியது. சாமியார் மடம் ஆலமரம் கடந்து, தக்கலை மேடு ஏறியிறங்கி, சுங்கான் கடை வயல்க்காற்றை வாங்கி ஓடியது.

நாலு ரோடுகள் ஒன்று கூடுமிடத்தில் நடுவில் கோபுரம். அதன் நாலு பக்கங்களிலும் கடிகாரங்கள். இதென்ன அதிசயம். எங்கு பார்த்தாலும் கடைகள். ரோடுகள், புற்புற் என்று கார்கள். கிணிகிணி என்று சைக்கிள்கள். இதென்னடா உலகம். ஒரு குடையின் கீழ் நின்று ஒரு போலீஸ்காரன் அங்குமிங்கும் கைகாட்டுகிறான். யாரைப் பார்த்து?

“இந்த எளவுடுப்பானுக்கெ கை களைக்காதா ..? டிராபிக் கான்ஸ்டபிளைப் பார்த்தான்.

ஹாஜியார் காக்கா எங்கே? சந்தேகம். நாலா பக்கமும் பார்த்தான். ஒரு ஆங்கிலோ இந்தியன் பூங்கொடி உயரமான ஷுஸின் மீது குணுங்கி நடப்பதைக் கண்டான். அவனுடைய கண்கள் அவளைத் தடவி நடந்தன. அவளுடைய குத்தவரும் முலைகளில், சாயம் தேய்த்த மலர்ந்த உதடுகளில், கொழுத்து உருண்டு திரண்ட தொடையில், வெட்டி ஒதுக்கிய கூந்தலில்.

இப்படியுமுண்டோ பெம்புள்ளியோ? சுலைமானுக்குச் சந்தேகம். மீண்டும் அவளைத் தடவ முயன்றபோது றபீஉல் அவ்வல் இரவு ஒன்றில் கொல்லம் முஸலியார் ‘வஅஸில்’[1] சொன்னது நினைவில் நிழலாடியது. பெண்களின் ‘அவுறத்தை[2]’ கண்ணால் பார்ப்பதும் சினா[3]வாகும்.

பெண்களின் நிர்வாணத்தைப் பார்ப்பதுகூட விபச்சாரமாகும் என்ற எண்ணம் மனத்தில் கிளர்ந்தபோது ஜஹன்னமென்ற நரகத்தை நினைத்தான். நரகத்தில் வளரும் அக்னிக் குண்டம். அக்னி தின்னும் பாம்புகள், தேள்கள். சுலைமான் கண்களை இறுக்க மூடினான். உதட்டில் தௌபா[4] ‘படச்சவனே கண்ணால் செய்த பாவத்தை பொறுத்துக்கொ’ செய்த பாவத்தைக் கழுவிக் களைந்தான்.

“ஹயா[5] கெட்ட பாறுகாலி...” மனம் அவளை முனிந்தது. ‘கங்கா பயணிகள் விடுதி’ ஆங்கில எழுத்தின் கீழ் தமிழில் எழுதிய எழுத்துக்களைக் கண்ணால் பொறுக்கினான். எழுத்துக்களைச் சேர்த்து வாசித்தான். ‘புடி கிட்டிச்சு.’

போய்ப் பாப்போம்.

உன்னதமான கட்டிடம். ஒண்ணுக்கெ மேலெ ஒண்ணு. அதுக்கெ மேலே இன்னொண்ணு. சுபஹானல்லாஹ்! இவ்வளவு உயரமான கட்டிடமுண்டா? ஒடுக்கம் நாள் ‘கியாமத்தின் அடையாளம். கட்டிடங்கள் ஆகாசத்தைத் தொடும். வடுவப்பயலுவொ தறவாட்டுக்காரங்களை மதிக்க மாட்டான். ராஜபரணம் மாறும். பெண்களிடமிருந்து ஹயா – வெட்கம். விலகிப் போகும். உண்மைதான் எல்லாம் இந்த இரு ‘திருட்டியாலையும்’ பார்த்தாச்சு.

---

1. சொற்பொழிவு
2. நிர்வாணம்
3. விபசாரம்
4. பாவமன்னிப்பு
5. வெட்கம்

சுலைமான் கீழே நின்றபடி கங்கா பயணிகள் விடுதியின் மேல் நிலையைப் பார்த்தான். பிடரிக்கு மேல் தலைப்பகுதியிலுள்ள தோலில் சுருக்கங்கள் விழுந்த மொட்டைத் தலையைத் தேடினான்.

அண்ணாந்து பார்த்து பிடரி வலி எடுத்தபோது விடுதியின் வலதுபக்கமுள்ள படிக்கட்டின் பக்கம் வந்தான்.

ஏறிக் கேட்டுப் பார்ப்போம். ஏறினான். கயிற்றுப் பாய்க்கு வலிக்காமல் அடி எடுத்துவைத்து நடந்தான்.

முதல் மாடியை அடைந்தபோது பெரும் அற்புதம். மொட்டைத் தலைகள். குடவண்டிகள். கலகலவென்ற சிரிப்பொலிகள்.

பிரம்பு நாற்காலிகளில் வாப்புக்கண்ணு காக்கா, முக்குக் கட மம்மூனு, கல்லு வீட்டு பிருகாக்கா, தலையன் ஹாஜியார், இப்படிப் பலர்.

"காக்கா ..." தேடிய கொடி காலில் சுற்றியது.

"இடேய் செலயான், நியா ..? வா ... வா ... எப்பம் டேய் வந்தா ..?"

"இப்பம் தான்."

சுலைமான் அவர்களை நோக்கிப் புன்னகைத்தான்.

"ஊருக்கெ நெலமெ என்ன?"

"நெலமை என்னெ ..? அல்லா வச்ச நெலமெதான். வள்ளக்காரனுவளுக்கெ ஊடெல்லாம் ஹலாக் என்ன அவிலும் கஞ்சியும்."

"உள்ளதா?" வாப்புக்கண்ணு சிரித்தார்.

"கம்பிலிட் சாம்பல் ..."

"நம்மொ ஊடுகளோ ..?"

"மட்டுப்பாவு கெட்டிடமில்லியா எளுப்பம் ஓடயுமா ..?"

"ஆளபாயம் உண்டா ..?"

"காணும். சாவட்டு. இதெல்லாம் ஆரு பாத்தா? நம்மொ ஆஜியாரு காக்காயெ கண்டீளா?"

"இஞ்செ உண்டு ... பதிமூணுலெ ..."

"ஹாஜியாரே ..?" சுலைமான் பதிமூன்றாம் நம்பர் அறை வாசலைத் தட்டினான்.

சுழலும் பங்காவின் கீழ் கட்டிலில் மல்லாந்து படுத்திருந்த ஹாஜியார் மெல்ல எழுந்து வாசலைத் திறந்தார்.

பாத்திமுத்து சுஹறாவின் தங்கக் கம்பி போன்ற விரல் நுனிகள் உம்மாவின் தலையில் முடிகளுக்கிடையே பரவி நடந்தன. கறுத்த பேன்கள் அவளுடைய வெள்ளை நகங்களுக்கிடையில் சதைப்பட்டு இறந்தன.

“ஒனக்கெ பெண்டாட்டியும் புள்ளியளும் எங்கேடா . . ?”

“அவளுக்கெ உம்மாக்கெ ஊட்டுல கொண்டு தன்ளினேன்.”

“ஊரிலெ ?”

“அஞ்சாறு பெறக்கி பயலுவொ உண்டு.”

“விதச்சவன் கொய்யுவான்[6] . . .”

“டேய் செலயான் நம்மொ ஊட்டுக்கெ நெலமெ என்னடா ?”

கைஜாத்தாவின் சுட்டி அலுக்கத்துகள் குலுங்கின.

“மட்டுப்பாவு கட்டிடம் தானே பேடிக்கெ என்ன இரிக்கி...” சுலைமான் ஆறுதல்படுத்தினான்.

“டேய் செலயான் நீ வல்லதும் தின்னியா ?” ஹாஜியார் கேட்டார்.

தலையை அசைத்தான். ‘இல்லை.’

“நீ வல்ல ஒஜீபனவும்[7] தின்னிட்டு வாடா . . .” ஐந்து ரூபாய் நோட்டை நீட்டினார்.

பெரிய போர்டு தெரிந்த ஒரு ஓட்டலுக்குள் நுழைந்தான். முக்குக்கடைக்காரன் மம்மூனு வாப்புக்கண்ணு எல்லோரும் ஒரு மேஜையைச் சுற்றி. அவர்களுடைய பற்களுக்கிடையில் பொரித்த கோழிக்கால் எலும்பு பொடியும் சப்தம்.

“சார்.” தொப்பியும் வெள்ளைச் சட்டையும் காலுசுறாவும் போட்ட பணியாள் சுலைமானின் முன் பவியமாக நின்றான். வணங்கியபடி நின்றான்.

சுலைமான் கோடீசுவரனாக நெளிந்தான். தோளில் தொங்கவிட்டிருந்த சுட்டிக் கரைத் துண்டை எடுத்துக் கழுத்தைச் சுற்றிப் போட்டான். கால் மீது காலைப் போட்டான். நாற்காலியில் சாய்ந்து உட்கார்ந்தான்.

“கொண்டா ஒரு விரியானி.” இராஜகீயமான கட்டளை.

---

6. விதை போட்டவன் அறுவடை செய்வான்

7. உணவு

# 31

துறையில் பலர் கைதுசெய்யப்பட்ட செய்தி மேகரையிலுள்ளவர்களுக்குத் தெரிந்தது. மேகரையில் யாரும் கைது செய்யப்படவில்லை. போலீஸ்காரர்களுக்குப் பிடிகொடுக்காமல் ஒளிந்து கொண்டனர். போலீஸ்காரர்கள் எலும்பை எண்ணி விடுவார்கள் என்ற பயம்.

“இண்ணுராவே எல்லாரும் எடம் உடணும்” அவ்வக்கர் எச்சரித்தார்.

“எல்லாரும் போனா?” மம்மக்கண்ணு கேட்டான்.

“போவாதெ? ஆஜியாருக்கெ உட்டுலெ வேலைக்கு நிண்ண பெண்ணை ஆரோ மானபங்கம் செய்து போட்டானுவொ . . . பெண்ணு அந்த எடத்திலெ மரிச்சு போனா... ஆரு செய்தெண்ணே தெரியாது. நம்மொ பயலுவளா? அவனுவளா? ஆருக்குத் தெரியும்..? போலீஸ்காரனுவொ வெறி புடிச்சு நடக்குதானுவொ. கையிலெ கெடச்சா எலும்பெ உருவிப்போடுவானுவோ ...”

“உருவட்டு நா போவமாட்டேன்”, மம்மக்கண்ணு உறுதியாக நின்றான்.

“சொன்னாக் கேக்கணும். மடத்தனம் காட்டப்படாது” அவ்வக்கர் கொஞ்சம் காட்டமாகச் சொன்னார்.

“எனக்கெ மனசு சரியில்லை. எனக்கு பைத்தியம் புடிக்கும்.”

அலி அங்கு வந்தவுடன் தொடராமல் நிறுத்தி விட்டான் மம்மக்கண்ணு.

மம்மக்கண்ணின் கண்ணில் நீர் நிரம்பியது.

“செ! நீ இவ்வளவு கோளையா?”

"கோளையாப் போனேன். எனக்கெ சக்தியும் ஆவேசமும் ஒழுகிப் போயிட்டுது. நா இப்பம் கரையக்கூடிய ஒரு கோளை", மம்மக்கண்ணு மௌனமானான். சற்றுநேர மௌனத்திற்குப் பின் அலியை ஏறிட்டுப் பார்த்தான்.

"அலி ..." கூப்பிட்டான்.

"என்ன .. ?"

"சைனவா எங்கே?" அவனுடைய தொண்டை இடறியது.

அலி தலைகுனிந்தான்.

மம்மக்கண்ணு அலியின் முகத்தை நோக்கினான், பதிலுக்காக.

"பீருக்கண்ணு எங்கே..?" சிறிது நேர மௌன நிமிடங்களின் இழையை அலி வெட்டி அறுத்தான்.

"அவனெ கடலிலெ தாத்திருப்பானுவோ."

"அந்த கடல் எக்கெ தாத்தாயையும் விழுங்கியிருக்கும்."

"அலி ..." மம்மக்கண்ணு கூப்பிட்டான்.

அலி மம்மக்கண்ணின் கண்களைப் பார்த்தான்.

மம்மக்கண்ணின் பார்வை அலிமீது ஊன்றியது.

விழி நீர் வலை பின்னிய கண்கள். அந்தப் பார்வையில் சோகம் கலந்த ஒரு இதிகாச காப்பியத்தின் பக்கங்கள் திரும்பின. அதிலுள்ள வரிகளை வாசிப்பதற்கான உள்பார்வை அலிக்கு இல்லை.

மம்மக்கண்ணின் ஒரு போதும் ஈரமாகாத கண்களில் ஈரத்தைக் கண்டபோது அலி மம்மக்கண்ணின் கவனத்தைத் திசை திருப்பினான்.

"அவ்வக்கரு காக்கா சென்னது போலெநம்மொ ஊரெவிட்டு போய் ஒளிப்போம். இல்லேண்ணா அரஸ்டு செய்வானுவொ ..."

அலி சொன்னதற்கு மம்மக்கண்ணு பதில் ஏதும் சொல்ல வில்லை.

அந்தி மாலை நாலுகட்டின் வெளியில் நேர்த்தியான உடை அணிவித்தது.

அலி, மம்மக்கண்ணை நெருங்கினான்.

"நமக்கு வந்த அவமானத்திலெ இஞ்செ உள்ள முதலாளிமாருக்கு பங்கில்லியா .. ?"

“அவமானம் தாங்கி நடக்கெ இஞ்ச உள்ள பாவப்பட்ட வள்ளக்காரனுவோ இல்லியாடா?”

அலி நகம் கடித்துத் துப்பினான்.

ஒரு குற்ற உணர்வு அலியின் இதயத்தில் மின்னல் போல் பாய்ந்தபோது அவனுடைய மனம் சஞ்சலமானது. தான் செய்த ஒரு சிறு தவறு காரணம் எவ்வளவு உயிர்ச் சேதம். எவ்வளவு பொருட்சேதம். ஏழை எளியோருக்கு எவ்வளவு துயரங்கள். நஷ்டங்கள். கஷ்டங்கள். எதற்காகத் திருடினேன்? பசியை அடக்கவா? இல்லை. நரம்பு மண்டலங்களில் மூக்குளியிட்டு இறங்கும் லகிரியின் சில மணி நேர சுகத்திற்காக. பச்சை மாமிசங்கள் தரும் அற்ப இன்ப லகிரிக்காக. வேசிகளின் மூச்சின் வெப்பம் நரம்புகளிலூட்டும் சில வினாடி சொர்க்க இன்ப மயக்கத்திற்காக.

ஒரு மாபெரும் அபராதத்தின் அழுக்கு மூட்டையைச் சுமக்கிறேன்.

அலி திடீர் என்று எழும்பினான். நாலுகட்டின் பின் பகுதியில் உள்ள கைவரிச் சுவரின் மீது மூட்டூன்றிக் கிடந்தான்.

புன்னைமூட்டுக் கடவின் கரையில் அடர்த்தியாக வளர்ந்து நிற்கும் தென்னை மரத்தின் தலைகளில் முச்சந்தியின் கறுப்பு முகம். புன்னைமூட்டுக் கடவின் உயிர் மூச்சான பெண்களின் கலகலாரவம் அப்படியே ஓய்ந்துவிட்டது. சுவாசிக்க உயிர் மூச்சு கிடைக்காமல் கடவு, படித்துறை நிர்ஜீவமாகிப் போய் விட்டது.

“கோளீ வா... வா...” கொத்திப் பொறுக்கிக்கொண்டிருக்கும் கோழிகளைக் கருக்கல் நேரங்களில் வீட்டின் பின்வாசலில் நின்று கூப்பிடும் பெண்களின் நேர்த்தியான குரல் எங்குமே கேட்கவில்லை. குனித்து நின்று மேற்குத் திசையை நோக்கி தொழுகைக்காக ‘ஒளூ’ செய்யும் பெண்களில்லாமல் கடவு வெறிச்சோடிக் கிடக்கிறது. பெண்கள் விலகி நிற்கக் கழைகளை வள்ளத்தின் பக்கவாட்டில் தட்டி எழுப்பும் ஒலிகள் அறவே நின்றுவிட்டன. வள்ளத்தின் புணர்ச்சிக்காக, கழையின் ஊக்கமான வீழ்ச்சிக்காக ஏங்கிக் கிடக்கும் கையாறும் சிற்றலைகளும், அதன் தாகமிகுந்த பார்வையும்.

“மியாவூ... மியாவூ...” நெத்தலித் தலையும் மீன்குடலும் கிடைக்காமல் மதில்மீது மதில் கற்களாக ஒட்டிக்கிடந்த பூனைகளின் பசிக் கூப்பாடு. அதன் சோக மௌனப் பார்வை. கொத்திப் பொறுக்க எதுவும் கிடைக்காமல் கொல்லைப் புறங்களை கிண்டிக் கிளறி நடக்கும் கோழிகள். அதன் பசிக் கெக்கரிப்புகள்.

பகலின் கடைசி மூச்சு போல் விருட்சத் தலைகளின் முகடுகளில் எஞ்சிநின்ற மஞ்சள் வெயில் தேய்ந்து மறைந்து நேரம் சற்றுக் கழிந்துவிட்டது. இருந்தும், நினைவு வந்த நாள் முதல் பாங்கு ஒலி முடங்காத ஜும்ஆ பள்ளியின் மினாரா உச்சியிலிருந்து பாங்கு ஒலிக்காத துக்கச் சிந்தனை.

அலி உயர்ந்து நிற்கும் மினாரா உச்சியைப் பார்த்தான். இதயத்தில் ஏதோ அறியப்படாத ஒரு மூலையில் ஒரு பாவ உணர்வு முளைவிட்டபோது எழும்பினான்.

வெட்டுக் கத்தி ஒன்றைக் கையில் எடுத்தான். இடுப்பில் மாட்டினான். பின்வாசல் வழியாக ஆற்றுக் கடவை அடைந்தான்.

சாஸ்தா கோவிலின் முன் பகுதியில் தொங்கவிட்டிருந்த ராந்தல் விளக்கின் சிவந்த ஒளியை இராட்டுப் புரைகளுக்கிடையினூடே கண்டான். நீண்ட தாடி வளர்த்திய காவி உடையணிந்த பூஜாரி ஊதும் சங்கு ஒலியைக் கேட்டான். கண்டான்.

ஆற்றின் விளிம்பில் இறங்கிநின்று கீழ்த்திசையை நோக்கினான். சிறிய பாலத்தின் அரை மதில் சுவரை ஒட்டி நிற்கும் விளக்குத் தூணில் நாண்டு கிடக்கும் பல்பின் ஒளி ஆற்று நீரில் படர்ந்து கிடப்பதைக் கண்டான். மதீனா ஹோட்டலின் முன் பகுதியில் தொங்கிக் கிடக்கும் சதுரப் பெட்டியிலிருந்து சிலோன் வானொலியின் ஏழரைக்கான நேயர் விருப்பம் கேட்கவில்லை. பாலத்தின் மதில்மீது உட்கார்ந்து தாளம் போடும் சுமட்டுக்காரர்களின் வட்டமான தலைப்பாகைகளைக் காணவில்லை. பாலத்தின் அடிப்பகுதியிலுள்ள குளிக்கடவில் மூழ்கிக் குளிப்பவர்களின் சலம்பல் கேட்கவில்லை. கரையில் தலை மோதிச் சிதறும் தண்ணீரின் குளுகுளும் சப்தமுமில்லை.

எங்கும் சவப் பறம்பின், மயானத்தின் மூகம், மௌனம்.

அலி வேட்டியை மடித்துக் கட்டினான். தலைப்பாகையை அவிழ்த்தான். ஆற்றை நோக்கி வளைந்து நின்ற தைத் தென்னையில் நெஞ்சு கொடுத்து ஏறினான். ஐந்து இளனியைத் திருகிப் பறித்தான். இரண்டை நெட்டில் கடித்துப் பிடித்தான். மீதியைக் கையில் பிடித்துக்கொண்டு இறங்கினான்.

சாஸ்தா கோவிலில் பெண்களின் தொண்டைகளிலிருந்து சந்தியா கீர்த்தனம் உயர்ந்தது. மூக்கு முனை முதல் தலை வகிடு வரை நேர் கோடாகத் திருநீறு போட்ட பெண்கள். கூட்டத்தில் முத்தய்யனுடைய மகள் பொன்னம்மாவும் இருக்கலாம். ஒரு தடவை வேகவைத்த மரச்சீனிகிழங்கும் மீனும் சாப்பிட்ட காசு அவளுக்குக் கொடுக்கவே இல்லை. அவள் கண்பார்வையில் படாதபடி கடத்திவிட்ட சில வாரங்கள். பார்த்துவிட்டால்

தானகேடுதான் "பெலேய் – நிச்செ – கொம்மக்கெ தாலியை அறுத்தா கெளங்கு வாண்டெ. கொண்டாலெ கெளங்கு தின்ன காயெ." அவள் நாக்கைக் கடிப்பாள்.

இளனியின் முகட்டைச் செதுக்கினான். வெட்டிப் பிளந்து நகத்தால் மிருதுவான கருக்கைச் சுரண்டிச் சாப்பிட்டான். ஒரு உஷார்; உற்சாகம். ஏப்பம் விட்டபோது யாரோ தூக்கி நிப்பாட்டியதுபோல. பசி அடங்கியபோது நாலுகட்டை நோக்கினான். தெரியவில்லை. பள்ளி மினாராவை நோக்கினான். தெரியவில்லை.

வேட்டியை இறுக்கிக் கட்டினான். தலைப்பாகையை வட்டமாகக் கட்டினான். இருட்டின் முகத்தை வெறித்து நோக்கினான். பல்லை நெரித்தான், 'நீ சொகுசா அங்கெ இரிக்கியா இல்லியா?'

ஆற்றுக் கடவில் இறங்கினான் அலி. இருளின் உக்ர முகம். வள்ளத்தின் கட்டை அவிழ்த்து அக்கரைக்குச் சென்றான். குறவன் தோப்பிலுள்ள முள் வேலி சாடிக் கடந்தான். சிவானந்தனின் வீட்டு முற்றம் வழியாக ரோட்டுக்குச் செல்லும்போது நாய் குரைத்தது. கொஞ்சம் தொலைவில் பஸ் நிலையம். பார்த்தால் தெரியும். டியூப் லைட் ஒளியில் போலீஸ்காரர்களின் சிவந்த தொப்பிகள். காக்கி உடைகள். பூட்சின் அமறல்.

ரோட்டைக் கடந்தான். வேலிகள், வாழைத் தோட்டங்கள், மரச்சீனிக் குழிகள், எல்லாம் எல்லாம் குதித்துச் சாடிக் கடந்தான். குரைத்துக் குரைத்து நாய்கள் அவனைத் துரத்தின. இருட்டில் நாய்களின் கண்களுக்கு மினுக்கம். அலி இருட்டில் மூழ்கினான். அலி சலிக்கும் இருட்டானான். நாய்கள் குரைத்துக் குரைத்து ஓடித் திரிந்தன.

சிவன் கோவிலின் முன் நிற்கும் ஆலமரத்தின் தடியுடன் தடியாக இணங்கினான் அலி. அதன் அருகாமையில்தான் பஸ் நிறுத்துமிடம். ஒன்பதிற்குள்ள சைரன் குலவை போடுவதைக் கேட்கக் காதைக் கூர்மையாக்கினான். மனித பாதங்களின் ஓங்கிய மிதிபட்டுத் தளர்ந்து கிடக்கும் ரோடு. கடைசி பஸ்ஸையும் நெஞ்சில் ஏற்றி இறக்கிவிட்டுச் சற்றுக் கட்டையைச் சாய்க்கக் காத்துக் கிடக்கும் பாவம் ரோடு.

ஒரு நடுநிசியின் முகத் தோற்றம்.

கொடும் இருளின் மூடுபடம். ஏகாந்தச் சூழல். வீசாத காற்றை ஏசும் மரக்கிளைகள். ஆலிலைகள்.

குரோதமும் வஞ்சகமும் நிறைந்து புறண்டொழுகும் இரத்த நாளங்களில் ஒழுக்கின் சக்தி சிறிது அடங்கியபோது மிருதுவான உணர்ச்சிகளின் புல்லரிப்புகள்.

கொஞ்சம் நடந்தால் கோங்கண்ணியின் வீடு. அவள் தூங்கியிருக்கவே மாட்டாள். எப்படி அவளால் தூங்க முடியும்? அவளை யார் தூங்கவிடுவது? எந்த நடுநிசியிலும் அந்த வாசலைத் தட்டி உள்ளே நுழையலாம். கடைசி பஸ் அமறி அமறிச் செந்திட்டை ஏற்றம் ஏறி இறங்கவேண்டிய சுணக்கம். சில முக்கியஸ்தர்கள் தலையில் முக்காடு போட்டுக் கொண்டு தஞ்சம் புகும் ஆலமர நிழல் தரையல்லவா அவள் வீடு. மானத்தின் வெளுப்புப் போர்வைக்குள் முகத்தைப் புகுத்தி வீச்சமடிக்கும் கெட்ட புண்களைக் கழுவிக் கட்டுப் போடும் அபயகேந்திரம் அது. ஒருபோதும் குணமடையாத நாள்பட்ட புண்களைச் சுமந்துதிரியும் வெளுப்பு மனிதர்களின் வேர்வை மொச்சை கட்டி நிற்குமிடமது. அந்தக் குடிசையின் நான்கு சுவருக்கும் வேலிக்கும் அதன் முன் நிற்கும் மரங்களுக்கும் முற்றத்திற்கும் நா இருக்குமேயானால் அந்த நாக்குகளில் ஓசை சொற்களாக உருவெடுக்குமேயானால் மானிகள், பிரமாணிகள், யோக்கியர்கள் அத்தனை பேர்களுடைய இழி வரலாற்றை யுக யுகங்களில் சொல்லித் தீர்க்க முடியாது, அவற்றால். அவ்வளவு இரகசியங்கள் தங்கித் திரியும் அவள் மனம் ஒரு கடலேதான்.

முக்குக் கடை மம்மூனு பல தடவை கோங்கண்ணியின் வீட்டில் காற்று வாங்கிக்கொண்டு இறங்கிவருவதைப் பார்த்ததுண்டு. நான்கு பெண் குழந்தைகளைத் திருமணம் செய்து கொடுத்த வாப்பா. ஒரு மகன் திருமணமானவன். தலையும் நரைத்துப் போனது. மனாபிமானி. தனவான். தலையில் முக்காடு போட்டுக்கொண்டு அவள் வீட்டிலிருந்து இறங்கி வருகிறார். பார்த்ததும் வெளிறிப்போனார். மடிக்குள் திணித்த கையை வெளியே எடுக்கும்போது விரல் இடுக்கில் பத்து ரூபாய் நோட்டு.

“எடேய் மக்கா. ஆருட்டெயும் செல்லீடாதேடேய். எக்கெ மானம் கப்பலேறிப்போவும்.”

இந்த மானக்கேடை யாரிடமும் சொல்லவே இல்லை, இன்றளவும். அதற்கு பின்பும், இடைக்கும் முறைக்கும் அங்கு ஏறி இறங்குவதைக் காண்பது உண்டு. கடையில் கல்லாவில் உட்கார்ந்திருக்கும்போது சற்று விலகி நின்று புன்முறுவலுடன் தலை சொறிந்தால் போதும் இரண்டு ஐந்தும் சிலவேளை பத்தும் தருவார்.

கோங்கண்ணியின் தலை முடியிலிருந்து கிளம்பும் குமிஞ்சான் போட்டுக் காய்ச்சிய தேங்காய் எண்ணெயின் வாசம். அவளுடைய

கழுத்தில், அக்குளிலுள்ள வியர்வையின் லகிரியூட்டும் கந்தம் அந்தச் சூழலில், அங்கு வீசிய காற்றில் நிரம்பி நின்றபோது மனசுக்குப் பின்னால் கால்களும் கோங்கண்ணியைத் தேடிச் செல்ல முன்னேறின. அப்போதுதான் அவ்வக்கர் காக்காவிடமிருந்து வாங்கிய தொகையின் எண்ணிக்கையைப் பற்றி நினைத்தான்.

ரண்டு ரூவா.

போதாது.

இந்தத் தொகை கைமாறினால் இலக்குத் தவறிவிடும். அலியின் மனம் ஒரு அமர்க்களமானது. இலட்சிய உணர்வுக்கும் கோங்கண்ணிக்குமிடையே நடக்கும் உக்ரமான போர். எப்போதும் வெற்றி வாகை சூடும் கோங்கண்ணியின் சரிந்த பார்வையின் மலர் அம்பு முனை ஒடிந்து திசைமாறி வீழ்ந்தது.

பஸ் புறப்படத் தயாராகிறது. ஹாரன் சப்தம் தொலைவில் அலி பஸ் நிறுத்துமிடத்திற்கு வந்தான். மர உச்சிகளில் ஹெட்லைட் ஒளி தெரிந்தது.

விறைத்து விறைத்து நின்ற பஸ்ஸில் ஏறினான். துண்டால் உடம்பை மூடிக்கொண்டு பஸ்ஸின் பின் சீட்டில் உட்கார்ந்தான்.

# 32

மக்காவிலிருந்து கடத்திவந்த கைக்கடிகாரத்தை எடுத்து நேரம் நகர்ந்து சென்றதைப் பார்த்தார் பாறையடி நூஹு ஹாஜியார். மணி பத்து. சுலைமான் மெல்ல, ஓசை கேட்காதவாறு கதவைத் திறந்தான். வரவேற்பறைக்கு வந்தான். அங்கு பரபரப்பு ஓய்ந்துவிட்டது. முணுமுணுத்து எரியும் பூஜியம் வால்டு பல்பு மட்டும் அனாதையாகத் தொங்கியது. அதன் வடிகட்டிய கஞ்சத்தனமான ஒளி. பெஞ்சில் உட்கார்ந்து தூங்கும் பையனின் கடை வாயிலிருந்து சளுவா நூல் போல் வடிந்து தோள் எலும்பில் தொட்டு நின்றது:

“காக்கா வெளியிலெ ஆருமில்லெ, சடாரெணு போவோம்.” சுலைமான் ஆத்திரமூட்டினான்.

மனமில்லா மனத்தோடு கைஜாத்தா தயாரானாள். நரகத்தின் நேராகக் கால் நீட்டி வைக்கும் அங்கலாய்ப்பு அவள் முகத்தில். ஹாஜியார் வாயில் சால்வை எடுத்துத் தலையில் கட்டினார்.

“முட்டாக்கு போடண்டாம். துலுக்கச்சீணு செல்லுவாங்கோ,” வாப்பா மகளை விலக்கினார்.

முன்னும் பின்னும் பார்க்காமல் ஒரே நடை.

தியேட்டரில் பாட்டுக் கேட்கவில்லை. வெளியே ஆள் அரவமில்லை. நாலைந்து கார்களும் ஒரு கூட்டம் சைக்கிளும். வாசல் இடுக்கு வழியாகத் திரையில் அசையும் படத்தைக் கண்டார்.

“தொடங்கியாச்சு.”

தியேட்டருக்குள் நுழைந்தார்.

திரையில் மோதிச் சிதறிய ஒளி. காலியான இருக்கைகளைக் காண முடியவில்லை. வாசலில் நின்றிருந்தவர் டார்ச்சு ஒளி காண்பித்தார். ஹாஜீயாரின் கள்ளக் கண்கள் சுற்றிலும் சுழன்றன,

யாராவது தன்னை கவனிக்கின்றனரா? யாரும் கவனிக்கவில்லை என்று புரிந்துகொண்டார்.

குஷன் இருக்கையில் அமர்ந்தபோதுதான் கைஜாத்தாவிற்கு மன நிம்மதி. செய்யும் பாவத்திலிருந்து விடுதல்பெற, எல்லாம் மன்னித்து அருள்புரியும் ஏக நாயகனிடம் ஒவ்வொரு நிமிடமும் மன்னிப்புக் கேட்டுக்கொண்டேயிருந்தாள். திரையைப் பார்க்கவே இல்லை. பார்வையைக் கீழே செலுத்தினாள். தன்னையறியாமல் இயல்பாகத் தலையில் முக்காடு போட்டாள்.

“நிக்கு பிராந்தா வுட்டீ” ஹாஜியார் மனைவியின் தலையிலிருந்து ஜரிகைத் தட்டத்தை கீழே இழுத்துப்போட்டார்.

“இந்த நரகத்திலெ என்னெ என்னத்துக்கு கூட்டீட்டு வந்தியோ?” கைஜாத்தாவின் அங்கலாய்ப்பு.

“இந்த உம்மாக்கு என்னயாம், ஒரே புறுபுறுப்பு” பாத்திமுத்து சுஹறாவிற்கு வெறுப்புத் தட்டியது.

“சீ. போடீ மூதேவி.” மகளுடைய தொடையில் உம்மா இறுக்கக் கிள்ளினாள்.

“கெடந்து பொலம்பாதெ அடங்கி இரியுட்டீ. பைத்தியாறியெ கெட்டி இளுத்துட்டு வந்திரீக்கீணு மத்தவிங்கெ நெனப்பாங்கொ.” ஹாஜியார் பற்களை நெரித்தார்.

“ஓ. எனக்கு பைத்தியம்தான்.”

“தாத்தா ஒண்ணும் சொல்லாதீங்கொ.” சுலைமான் சொன்னான்.

“சீ, போடா”

“இது நூஸ் றீல். படம் தொடங்கல்லெ.”

“றாஸோ லூஸோ. படச்சவனே! எனக்கு பொறுத்துத்தா, தம்புரானே.” கைஜாத்தாவின் தொண்டை கரகரத்தது.

“இந்த உம்மாயெ என்னத்துக்கு வாப்பா இஞ்செ விளிச்சிட்டு வந்தியோ?” பாத்திமுத்து சுஹறாவும் பொறுமையிழந்தாள்.

“நீ எங்கெ அறயிலெ வா. நிக்கு நல்ல சாப்பாடு தருயேன்.” கைஜாத்தா மகளை எச்சரித்தாள்.

“நீ அவளெ நொட்டுவா ...” ஹாஜியாருக்குக் கோபம் வந்துவிட்டது.

முன் வரிசையில் உட்கார்ந்திருந்த ஒருவர் திரும்பிப் பார்த்தார் “கொஞ்சம் பேசாமெ இருங்கொ.”

ஹாஜியார் பெரும் சங்கடத்திற்கு ஆளானார். அவமானம் தலை மீது மழையாகச் சொரிகிறது, பொறுமை இழந்தார்.

"சீ. லச்சணம் கெட்டவளே. அடிச்சு நிக்கெ பல்லெ ஒடப்பேன். முண்டாதெ இரி. செல்லிப்போட்டேன்."

கைஜாத்தா கண்களைக் கையால் பொத்திக்கொண்டு அழுதாள்.

வங்காள தேசத்திலிருந்து அகதிகள் இந்திய எல்லைக்குள் உயிருக்காக ஓடி வருகின்றனர். குழந்தைகளைத் தூக்கிக்கொண்டு பாய்கின்றனர். அந்தப் பாய்தலில் கால்தட்டி வீழ்பவர்கள், நினைவிழந்து வீழ்கின்றவர்கள், வயோதிகர்களை முதுகில் ஏற்றிக் கொண்டு ஓடுபவர்கள்; கழுதைகள் மீதும், எருமைகள் மீதும் எல்லாப் பொருட்களையும் விட்டெறிந்துவிட்டுக் குடும்பத்துடன் மாட்டு வண்டியில் ஏறிப் பிறந்த மண்ணோடு அந்திய விடை பெற்று வர நேர்ந்த தீவிர துக்கம் கூடு கட்டிய முகங்களுடன் பயணம் தொடரும் அகதிகள். துப்பாக்கிக் குண்டுகள் வெடித்துப் பாயும்போது சுருண்டு விழும் மக்களின் பிடைத்தல். தலையில், குரல் வளையில், நெஞ்சில், துளையிட்டேறிப் பாயும் குண்டுகள் இரத்தத்தில் கை கால் போட்டுத் துடித்தடங்கும் மனித ஜன்மங்கள்.

"காக்கா இப்பிடித்தான் நம்மொ ஊரும்" சுலைமான் திரையைச் சுட்டிக் காண்பித்தான்.

"அனுபவிக்கட்டு" ஹாஜியார் நெஞ்சில் ஈரப்பசையில்லாமல் ஆறுதலடைந்தார்.

சிந்து பில்ம்ஸ் அளிக்கும் 'ஆத்ம பலி'. எழுத்துக்கள் வெள்ளித் திரையில் தோன்றியபோது ஹாஜியாருக்கு ஏமாற்றம். கண்ணும் கல்பும் குளிர்ந்தது போதாது. வங்காளதேசத்தில் தெருக்களில் நாய்களைப் போல், பூனைகளைப் போல் மடிந்து கிடக்கும் மனிதச் சடலங்களில் மிதித்து உயிருக்காகப் பல பக்கமாகப் பாயும் மனித ஜீவிகளின் முகங்களில் சொந்த ஊரிலுள்ள ஏழை மக்களைப் பார்த்து நெஞ்சம் குளிர்ந்தது போதாது. இன்னும் குளிர வேண்டும். அந்த குளிர்ச்சியில் இதயம் பொதும வேண்டும். அந்தப் பொதுமலில் பல கனவுகள் நெய்தெடுக்க வேண்டும்.

படம் துவங்கியபோது ஏதோ கைவிட்டுப் போனது போன்ற நிராசை. ஊரில் இல்லாவிட்டாலும் எல்லாம் கண்டாகிவிட்டது. அந்த ஆத்ம திருப்தியில் தலை துவர்த்தினார். தீர்க்கமாக மூச்சுவிட்டார். அந்த மூச்சு படைத்தவனை வாழ்த்தியது. றப்பு தம்புரான் நீதியுள்ளவன், நேர்மையானவன்.

வெள்ளித் திரையில் தேசியக் கொடி பறந்தது. தேசிய கீதமும் – ஜனகணமன. புண்ணிய மண்ணிலிருந்து கடத்தி வந்த

கைக் கடிகாரத்தைப் பார்த்தார். மணி ஒன்று. நேரம் எப்படிப் போனது? படம் முடியும் முன் வெளியே கிளம்பத்தான் எண்ணம். தன்னை மறந்து, துனியாவை மறந்து, மனத்தில் தெளிவான சித்திரத்தில் லயித்துப் போனதால் நேரத்தை மறக்க நேர்ந்தது.

மக்கள் திரள் வெளியே செல்லும் வாசலுக்குத் தள்ளி நெரித்து ஏறினர். நெரிசல் அடங்கியபோது கடைசியாக நடந்தார். கங்கா டூரிஸ்டு ஹோமை நெருங்க நெருங்க அதன் முன்னால் திரண்டு நிற்கும் மக்களைக் கண்டார். டூரிஸ்டு ஹோமும் அதன் சுற்று வட்டாரங்களும் பிரகாசத்தில் மூழ்கி நிற்பதைக் கண்டார்.

தொலைவிலிருந்து வரும் ஹாஜியாரை லாட்ஜ் பாய் சுட்டிக் காண்பிப்பதை ஹாஜியார் கவனித்தார்.

என்ன?

ஒன்றும் புரியவில்லை. ஒரே குழப்பம். விறுவிறென்று நடந்தார். தொந்தி குலுங்க.

வாப்புக் கண்ணும் குடும்பவும் சினிமா பார்த்துவிட்டு வருகின்றார்கள்: ஹாஜியாரைக் கண்டதும் மறைய முற்பட்டனர். லாட்ஜின் முன் கூடிநிற்கும் மக்கள் கூட்டத்தைக் கண்டபோது அவர்களும் பரபரப்படைந்தனர். விறுவிறென்று நடந்தனர்.

"சார். உங்கெ காரை யாரோ தீ வச்சுப் போட்டாங்கொ," லாட்ஜ் மனேஜர் சொன்னார்"

ஹாஜியார் கேட்டதும் அதிர்ந்து நின்றார்.

"றகுமானே. காருக்கு தீ வெச்சானுவளா," கைஜாத்தா நெஞ்சில் கைவைத்து நின்றாள்.

ஹாஜியார் தூக்கி நிப்பாட்டிய ஒரு சடலத்தை போல் நின்றார்.

ooo

அரசியல்வாதிகள் அரங்கில் குதித்தனர். தோள்களில் பல வண்ணக் கொடிகள். கைகளில் கட்சிச் சின்னம் பொறித்த உண்டியல்கள். குலுக்கிக் குலுக்கித் தெருத் தெருவாய் திரிந்தனர். 'அகதிகள் மறுவாழ்வு நிதி.'

மாவட்ட கலெக்டரின் முன்னிலையில் சமரசப் பேச்சு இருதரப்பினரும் கலந்துகொண்டனர்; பல அரசியல் தலைவர்களும்.

நடந்தவற்றை மறக்க, மேல் எதுவும் நடக்காமலிருக்கப் பகை எண்ணங்களைக் களைய ஒரு தாய் மக்களாக நடந்துக்கொள்ள முடிவு செய்தனர்.

சமரசப் பேச்சில் கலந்துகொண்டவர்கள் மேகரையில் வந்திறங்கும்போது வெயிலின் சூடு ஆறியது. கடற்கரை ரோடு வழியாக நடந்து இபுறாஹிம் பிள்ளையுடைய கயிற்றாப்பீஸின் முன் வந்தனர். வீசிய காற்றில் புகை வாடை. பிண வாடை. கண்ணீரின் ஈரம். இரு தரப்பினரும் துறையை அடையும்போது மேற்கு வானத்தின் விலாவிலிருந்து சிவந்த சூரியன் நகம் கடித்தது.

துறையில் எஞ்சியவர்கள் கோவிலுக்கு முன் திரண்டனர். நெருப்பு துப்பிவைத்த எச்சிலை ஒவ்வொருவரும் பார்க்கும் போதும் மனத்திற்குள் வேதனையின் நீர்ச்சுழிகள். துக்கம் கடித்துத் தொங்கி நிற்கும் மீனவத் தொழிலாளர்களின் முகங்கள், அங்கு வந்த தலைவர்களின் இதயத் தந்திகளில் சோக கானம் இசைத்தன.

தலைவர்கள் திரும்பி நடந்தனர்.

சூரியன் தாழவில்லை. சூட்டுப்பந்தம் வீசி இரவை வர விடாமல் தடுத்துக்கொண்டிருந்தது.

அண்டி ஆபீஸின் பின்பகுதியில் தஞ்சம் புகுந்து கிடக்கும் அகதிகளை ஆறுதல் படுத்த தலைவர்கள் அங்கு சென்றனர்:

கிழவர் காறித் துப்பினார்.

“பா. இவனுவளுக்கொ ஒரு ஆறுதலும் மைரும். பேப்பரிலெ பேரு போடூக்கும் போட்டா வரூக்கும் வேண்டி எறங்கி புறப்பட்டிரிக்கியானுவொ. அஞ்சாறு நாளாட்டு மனுசன் கெடந்து பைய்ச்சி சத்தப்பம் திரும்பி பார்க்க ஒரு நாயுமில்லெ. பெறக்கி நாய்ப் பயலுவோ. எல்லாம் சத்து ஒளிஞ்சப்போ பாக்க வந்திருக்கியானுவோ. வல்ல பொடி மிச்சம் கெடக்குதாணு பாக்க.”

கிழவர் வந்தவர்களை மதிக்காமல் தெற்கு நோக்கி நடந்தார். அவர்கள் திரும்பிச் செல்லும்வரை குட்டியலைகள் எழுப்பி கிடக்கும் வலியாற்றில் துள்ளி விளையாடும் பிராச்சி மீன்களை நோக்கிக்கொண்டே நின்றார்.

சூரியன் அடிவானக் கோட்டில் சூட்டுப் பந்தத்தைக் குத்தி அணைத்தபோது திரும்பி வந்தார். “பெறக்கி பயலுவோ போயாச்சா?” அங்கு நின்றவர்களிடம் கேட்டார்.

அன்று இரவோடு இரவாக எல்லோரும் அவர் அவர்களுடைய வீடுகள் இருந்திருந்த இடங்களை அடையாளம் கண்டனர்; எரிந்து நீறாய்ப் போன வீடுகளை.

# 33

சித்திரை பிறக்க இன்னும் ஒரு சில மாதங்கள். சித்திரையில் நல்ல மீன்பாடு இருக்கும். அதற்கான எல்லா அறிகுறிகளும் தென்படுகின்றன. அமைதியான கடல். அடி ஒழுக்கு இல்லை. அலைகள் குறைவு. கடல் காகங்கள் தாழ்வாக வட்டமிடுகின்றன. அது ஒரு நல்ல 'சேலு', அறிகுறி இடிகரை வைக்கவில்லை. எல்லா இலட்சணங்களும் ஒன்று கூடியிருக்கின்றன. பத்தாண்டுகளுக்குப் பின் கடலில் இப்படி ஒரு சேலு கண்டதில்லை.

கடலில் இப்படி ஒரு சேலு கண்டால் துறையில் மகிழ்ச்சியின் பட்டாசுகள் வெடிக்கும். எல்லா முகங்களிலும் புன்சிரிப்பின் மத்தாப்புப் பொறிகள். ஆனால் இன்று துறையில் பட்டாசுகள் வெடிக்க வில்லை, மத்தாப்புப் பொறிகள் சொரியவில்லை. சோர்வுகள், மௌனங்கள்.

துறையின் முகமே கறுத்துப் போய்விட்டது.

ஈரம் உலராத விழித்தடங்கள். விம்மல்கள் அடங்காத இதயங்கள்.

பசித்துத் தளர்ந்து ஆங்காங்கெ சுருண்டுறங்கும் பிஞ்சுச் செல்லங்களுடைய ஒட்டிய வயிறுகள். எழில் கெட்டடங்கிய முகங்கள். கண்ணின் குழிகளில் குவிந்த பீந்தையை வட்டமிடும் கொதிபிடித்த ஈக்கள்.

சற்றுத் தொலைவில் மாணிக்கக்கற்கள், கை எட்டும் தொலைவில். கை நீட்டுவதற்கான வலிமை? எலும்புகள் நொறுங்கிபோன கைகள்.

சித்திரை மாதம்.

செழுப்பின் சலங்கை குலுங்கும் பொன்னான மாதம்.

மீன்பாடில்லாத 'சாம' காலங்களில் ஏற்படும் கடன்களைத் திருப்பி அடைப்பது சித்திரை பிறந்தால்தான். பதினொரு மாதங்களாக மனதிற்குள் உருவெடுக்கும் அபிலாசைகளையும் மோகங்களையும் நிறைவேற்றுவது சித்திரையின் பாதலைசை கேட்ட பிறகுதான். புதுப்புது வீடுகள் உயருவதும் கோடித் துணிமணிகள் அணிவதும் சித்திரையின் பாதலைசை கேட்ட பிறகுதான். கோட்டார் சவேரியார் கோவிலில் திருநாள் கொண்டாடச் செல்லும் நவ தம்பதியினர், சித்திரை மாதத்தின் உஷ்ண இரவுகளில் தாய் தந்தையர்களின் மனங்களில் உயிர்த்தொழுகின்றனர். இளம் இதயங்களின் அந்தரங்கங்களிலுள்ள உரோமாஞ்சக் கனவுகளை மெய்ப்பிக்கும் திங்களாகும் பொன் சித்திரை.

கடல் அலைகளில் சித்திரையின் பூஞ்சிரிப்பு.

கரையிலோ, ஏமாந்த இதயங்களிலிருந்து பொங்கியெழும் அழுகைகள். "ஆண்டவரே! ஒரு வளி காட்டித்தர மாட்டீருமா... என் தாயே . . . கண்ணு தொறந்து இந்த மொகங்களெ பாக்காட்டீருமா ..."

அரபிக் கடலின் சாந்த பாவனையைக் கண்டபோது ஒவ்வொரு கரங்களும் நெஞ்சில் சிலுவை அடையாளம் போட்டன, பிதா, சுதன், பரிசுத்த ஆவி.

பற்றி எரிந்து சாம்பலாகக் குறுவிக் கிடக்கும் வீடுகளிலிருந்து தரையில் கண்ணீர் துளிகள் அடர்ந்து விழுந்தபோது சாம்பல் பறந்தது.

லில்லி கடற்கரையில் இறங்கி நின்றாள். கடலைப் பார்த்தாள். அங்கு தொலைவில் ஆகாயத்தின் அஸ்திவாரத்தை உராவி பீடிப்புகை துப்பிக்கொண்டு ஒரு கப்பல் கிழக்குத் திசையை நோக்கி நகர்கிறது. உலராத கண்களில் வீழ்ந்த வலையிலிருந்து அந்தக் கப்பலின் உருவம் மறைகிறது. வெட்டுகொண்டு இரத்தம் கொப்பளித்துத் துடித்துத் துடித்து உயிர் துறந்த அப்பனின் உருவம் முன்னில். மாலை நேரங்களில் மேகரையில் போய் சாயா குடித்துவிட்டு கையில் வாழை இலை மடக்கில் மோதகம் கொண்டுவரும் அப்பன். 'மக்கா' என்று அன்புடன் அழைத்து கை நீட்டும் பிரியமுள்ள அப்பன்.

அவள் தேம்பினாள்.

உடலைப் போர்த்தியிருந்த மூட்டிய கைலியைக் கொண்டு கண்களைத் துடைத்தாள்.

“ஏய். கேட்டீரூமா. பெண்ணு புத்தி எறிஞ்சு[1] மூணு நாலு வருசமாச்சி இல்லியா அவளெ கெட்டிக்குடுக்கண்டாமா?” அப்பனிடத்தில் கேட்டாள் தள்ளை.

“ஆ”

“எப்பம்.”

“இந்த சித்திரப்பாடு பாப்போம்.”

அந்த சித்திரை மாதத்திற்கு இன்னும் ஓரிரு மாதங்கள் ஆனால் அப்பன் மட்டும் இல்லை. அப்பனின் பின்னால் வலைகளும் போய்விட்டன. அப்பனைக் கடல் தாயின் விரிமார்பிற்குக் கொண்டு செல்லும் வள்ளமும் நாசமாய்விட்டது. வீடுமில்லை. இவற்றையெல்லாம் தேடித்தந்த கடையும் பற்றி எரிந்து ஒருபிடிச் சாம்பலானது.

“லில்லி.”

அவள் திரும்பிப் பார்த்தாள்.

புல்பாஸ்.

சிரிப்பு மலராத முகத்தைத் துக்கம் பிறாண்டியது. துந்திரி[2] துடி கொட்டிய கண்களில் அதன் சடலம்.

அவன் அவளைப் பார்த்தான். அவள் கடலை.

“நீ கரையாரெ லில்லி.”

“கரையாரே என்ன செய்யெ? இனி எண்ணக்கும் கரச்சிலுதானே?”

“நீ அப்படி செல்லாரெ, எக்கெ இருதயம் பிளருது”

“எக்கெ அப்பன் எங்களெ உட்டு போயாச்சு. எங்க யாத்தனமும் போயாச்சு. எக்கெ தள்ளெ சேத்துவச்ச மொதலும் போயாச்சு. நானும் தள்ளயும்தான் மிஞ்சினோம். அந்த நாசமா போன வாருவணி எங்களையும் கொண்ணு போடாட்டானுவளா?”

“செல்லாத வேளம் செல்லாரெ லில்லி. நடந்தது நடந்தாச்சு, உடு. இனியத்தெ சங்கதியெ பாப்போம். நீ கரையாரெ”

சில குடிசைகளிலிருந்து மாலை ஸ்தோத்திரம் சொல்வது கேட்கிறது. மெதுவாக எழும் அலைகளில் அது எதிரொலித்தது.

---

1. பருவமடைதல்
2. உடுக்கை போன்ற ஒன்று.

“நீ ஜபம் செல்லலியா?”

அவள் அதைக் கேட்கவில்லை.

“நிச்சொ தள்ளெ எங்கெ?”

“ஊட்டுலெ கெடக்கா.”

“வள்ளம் பணி செய்யண்டாமா?”

“காய்? வள்ளம் மட்டும் பணி செய்தா மதியா? யாத்தனம்?”

“ஆத்தியம் வள்ளம் பணி செய்வோம்.”

“அதுக்கு காய் வேண்டாமா?”

“காய் உண்டாக்கலாம்.”

“எங்கெ இருந்து?”

“அது நீ ஏன் கேக்குதா நிச்சு பணம் தானே வேணும்.”

லில்லியின் தள்ளை நீட்டிக் கூப்பிட்டாள், “லில்லி.”

லில்லி ஓசையெழுப்பாமல் வீட்டை நோக்கி நடந்தாள். அவள் எதிரில் மடிக்காரி குலைந்த தலைமுடியைக் காற்றில் பறக்கவிட்டு பேய் பிடித்தவளைப் போல் மிரண்டு வந்தாள்.

தள்ளையின் கோபத்தையும் சீறும் முகத்தையும் கண்டபோது லில்லி நடுங்கி நின்றாள்.

மடிக்காரி மகளை நெருங்கினாள். எதுவும் பேசவில்லை. கைப்படம் உயர்ந்தது. லில்லியின் கன்னத்தை நோக்கி வீழ்ந்தது. ஒரு மரம் பெயர்ந்து வீழ்வதுபோல். இடது கையால் லில்லியின் முடியைச் சுற்றிப்பிடித்து இழுத்தாள். லில்லி தரையில் கவிழ்ந்து வீழ்ந்தாள். மடிக்காரியின் கால் உயர்ந்தது. ஓங்கி வீழ்ந்தது. உயர்ந்தது. வீழ்ந்தது.

வலி தாங்காமல் லில்லி நெளிந்தாள்.

“அம்மா.” அவலக்குரல்.

“அந்த துலுக்கனுக்கு பெறந்த நாய்க்கட்டெ நிச்சு என்னடி பேச்சு. செல்லு செல்லு . . . செல்லாட்டீ சவுட்டீ கொண்ணு கடல்லெ எறிஞ்சுடுவேன். நானும் சாவேன். எல்லாம் போயாச்சு. இனி என்ன சீவிதம்.”

“அம்மா . . .”

மடிக்காரி மகளின் கையைப் பிடித்துத் தூக்கி நிற்பாட்டினாள். லில்லி நிற்க முடியாமல் குழைந்து வீழ்ந்தாள்.

“துலுக்கனுக்கு பெறந்த நாய்க்கட்டெ நிச்சு என்ன பேச்சு...”

புல்பாஸின் இதயத்திற்குள் அச்சொல் பீரங்கியாய் முழங்கியது. பலூன் போல் இதயம் வெடித்துச் சிதறியது. மண்டையோடு கழன்று தெறித்தது. மூளையில் ஒழுகிய எரிமலைக் குழம்பின் கடும் வெப்பத்தால் கண்களில் இருட்டு. சுற்றிலும் இருட்டு. துலுக்கனுக்குப் பிறந்த நாயிடம் பேசியதால்தான் அவளுக்கு உதையும் மிதியும்.

எல்லாவற்றிற்கும் நான்தான் காரணம். இந்த உயிர் சேதங்களுக்கு, உடைமைச் சேதங்களுக்கு.

புல்பாஸ் நடந்தான். கனல் மிச்சம் போட்ட ஈர்க்கில் துண்டு களும் மூங்கில் துண்டுகளும் துருப்பபடித்த ஆணிகளும் காலில் குத்தியேறின. எதையும் அவன் பொருட்படுத்தவில்லை. பீரங்கி உமிழ்ந்த புகை மனம் நிறைய திணறி நிற்கின்றது. அதன் அனல் தாக்கத்தால் சிதறிய இதயத்தின் துகள்கள் வெந்துருகி ஓடின.

வெண்ணீறான குடிசையின் முன் சிறப்பீனா நாடிக்குக் கை கொடுத்து ஒரு தென்னையில் சாய்ந்து நிற்பதைக் கண்டான். அவன் தள்ளையைக் கொடூரமாகப் பார்த்தான். அவனுடைய கண்கள் இரு அக்னிக் கோளங்களாயின.

சிறப்பீனா நடுங்கி விறைத்தாள்.

“ஏன்பிலே என்னெ இப்பிடி பாக்கியா?”

“என்னெ நீ ஏன் பெத்தா?”

பதிலுரைக்க முடியாத கேள்வி. சிறப்பீனா திணறிப் போனாள். மகனைப் பதைப்புடன் பார்த்தாள்.

ஒரு பேய்க் காற்று சுழன்றடித்தது. சாம்பல் காற்றில் இளகிப் பறந்தது. பிணவாடையும். அந்தச் சுற்றுச்சூழல் சாம்பலால் நிரம்பியது. எங்கும் சாம்பல் மயம், இருள் மயம்.

புல்பாஸ் பற்களை உறுமிக் கையை முறுக்கி வாயுவில் இடித்தான். குரோதம் ஊதிப் பெருத்த அந்த முகத்தையும் வாயுவில் ஓங்கி இடித்ததையும் சிறப்பீனா காணவில்லை.

“நான் நாய்தான். இந்த கலவரத்திற்குக் காரணமான நான் நாயேதான். எனக்கு இதுவும் வேணும் இதுக்கு மேலும் வேணும்.”

புல்பாஸ் திரும்பி நடந்தான்.

# 34

நாகர்கோவிலிலிருந்து திருவனந்தபுரத்திற்குப் புறப்பட்ட முதல் பஸ்ஸில் அலி ஏறினான். களியக்காவிளையில் இறங்கும்போது நேரம் பரபரவென்று புலர்ந்தது. தெற்கு செல்லும் செம்மண் ரோடு வழியாக நடந்தான். நடக்காவு வழி காஞ்ஞான்புரத்தை அடைந்தான். பசியும் சோர்வும். கையில் காசு இல்லை. பரிச்சயமான முகங்கள் எதுவுமில்லை. மீண்டும் நடந்தான். ஏழு தேசப்பற்று உயர்நிலைப் பள்ளியின் முன்னால் செல்லும் பஞ்சாயத்து ரோடு வழியாக நடந்தான், எதிரில் ஒரு பனையேறி குடுவையில் அக்கானி சுமந்து வருவதைக் கண்டான்.

அக்கானியின் ருசி மிகுந்த மணம் அலியின் மூக்கிற்குள் குதித்தேறியபோது வயிற்றிற்குள் பூனை நகம் கொண்டு பிறாண்டியது.

"ஏய் நாடாரெ, பசியா இருக்கு, கொஞ்சம் குடிக்க அக்கானி தருமா?" அலி வயிற்றைப் பிடித்துக் கொண்டு கேட்டான்.

நாடார் அக்கானிக் குடுவையை கீழே இறக்கி வைத்தார்.

"வவுறு முட்டெ குடியும் புள்ளே." நாடார் வடலிப் பனை ஓலையில் பட்டை கோட்டினார்.

"தர காயில்லை."

"ஒம்மட்டெ காய் ஆரு கேட்டா. வவுறு நெறயெ குடியும். பனக்கெ மூட்டுலெ வச்சு பவுச்சியவளுக்கு பனைக்க பாலு குடுத்துட்டு காய் வாண்டுது தோஉளம் கேட்டுவா."[1]

1. பனைமூட்டில் வைத்து பசித்தவர்களுக்கு பதநீர் கொடுத்துவிட்டு காசு வாங்குவது பாவம்.

அலி இரண்டு பட்டை அக்கானி குடித்து ஏப்பமிட்டான். ஒரு பெரும் ஆறுதல்.

கோதேசுவரன் கோயிலின் முன் செல்லும் ஒற்றையடிப் பாதை வழியாகப் பூத்துறைக்கு வரும்போது மணலில் சூடேறியது. மீண்டும் வயிற்றிற்குள் சுழலோசை. காந்தல்.

அரிசி கடத்தல்காரன் தாவூதைக் கண்டால் இரண்டு ரூபாய் வாங்கலாம். தாவூதின் வீட்டைக் குறிவைத்து நடந்தான்.

பள்ளியின் முன்பக்கமுள்ள மாமரத்தின் நிழலில் தாவூது நாயும் புலியும் விளையாடிக்கொண்டிருப்பது அவன் கண்ணில் பட்டது. சற்று விலகி நின்று தாவூதைக் கை சமிக்ஞை காட்டிக் கூப்பிட்டான்.

“காக்கா ஒண்ணும் தின்னயில்லெ. நல்லா பயிக்குது. எக்கு ரண்டு ரூவா தாருங்கொ.”

“நீ இப்பம் எங்கெயிருந்துடா வரியா?”

“நாவருகோயில்லெயிருந்து.”

“அங்கெ என்னத்துக்கு போனா?”

“அந்த சைத்தான் ஆஜியாருக்கெ காரெ தீ வைக்கப் போனேன்.”

“வச்சாயா?”

“வச்சேன்”

“நல்லது. படச்சவன் நிக்கு எட்டு சொர்க்கம் எண்ணி தருவாண்டா. அவனெ உட்டாயா?”

“அவனுக்கெ கையோ காலோ எடுக்கத்தான் போனேன்”. வேட்டியைத் தூக்கிக் காண்பித்தான். இடுப்பில் பளபளக்கும் வெட்டுக்கத்தி. “புடி கெடக்கல்லெ, அதுனாலெதான் காருக்குத் தீ வச்சேன். உடமாட்டேன். அவனுக்கெ தலையையும் எடுப்பேன்.”

தாவூது கொடுத்த இரண்டு ரூபாயுடன் அலி பிஸ்மில்லா ஹோட்டலில் ஏறினான். புட்டும் பயறும் பப்படமும் கடுப்பம் கூடிய ஒரு கட்டன் சாயாயும் உள்ளே இறங்கியபோது பெரும் உற்சாகம்.

மகிரிபின் பாங்கு கேட்டபோது அலி புறப்படத் தயாரானான். கடற்கரை வழி நடந்தால் ஆபத்து. சிலவேளை மேற்குத் துறையிலுள்ளவர்கள் தாக்கலாம்.

ஒரு போக்கு வள்ளத்தில் அலி ஏறினான். அவனுக்குத் துணையாக வேறு சிலரும் வள்ளத்தில் ஏறினர். பொழி ஓடிக் கொண்டிருக்கிறது. ஆற்றுப் பள்ளிக் கடவில் இறங்கி ஒஸ்ஸாக் குடி வழி மேற்காக நடந்தனர்.

சில வீடுகளில் விளக்கு ஒளி தெரிகிறது.

ஜும்ஆ பள்ளிக்கு அருகில் வந்தான் அலி. ஒரு வாரத்திற்குப் பின் முதன்முதலாக பள்ளி மினாராவிலிருந்து பாங்கொலி உயர்வதைக் கேட்டான். வேறு யாரோ ஒருவருடைய குரல். பயந்து எங்கோ ஓடிப்போன மோதீனார் திரும்பி வரவில்லை.

பாங்கொலி கேட்டதும் அலி பள்ளிக்கு முன் பக்கம் நின்றான். தாத்தாவைக் காப்பாற்ற வீட்டுக்கு விரைந்த வாப்பா பள்ளி விளாகத்திற்குள் நீண்ட நித்திரையில் ஆழ்ந்துள்ளார். தாத்தா பலியானது வாப்பா அறிவாரா?

வாப்பாவின் எஞ்சிய காலத்தில் தன்னை ஒரு நல்ல மகனாகக் காண்பதற்கு வாப்பா ஆசைப்பட்டார். தன்னைத் திருத்த வாப்பா தனக்குத் தந்த உதைகளுக்கும் மிதிகளுக்கும் கையும் கணக்குமில்லை.

வாப்பாவைப் பற்றிச் சிந்தித்தபோது கண்கள் நீர்த் தடாகமாயின.

தாத்தா கொலையுண்டிருப்பாள். எதிரிகளின் மிருக உணர்ச்சிக்கு ஆட்பட்டு நினைவிழந்து இந்த துனியாவிலிருந்து கடைசி விடை பெற்றிருப்பாள். ஒரு செத்த எலியைப் போலவோ, நாயைப் போலவோ அவளைக் குழி தோண்டி மூடியிருக்க வேண்டும். அல்லது அலையும் கடலின் வாய்க்குள் வீசியிருக்க வேண்டும்.

அலியின் வெப்பம் கூடிய மூளையின் வீதியினூடே ஒரு தனிமை உணர்வு சூட்டுப்பந்தம் வீசிக் கடந்து போனது. இனி இந்தத் துனியாவில் தான் தனித்தவன். யாருக்கும் வேண்டாதவன். பந்தமறுபட்டவன். பெண்ணாசைக்காரன். குடியன்.

இதற்கெல்லாம் காரணம் என்ன? தன்னைத் தூண்டும் உணர்ச்சிகள் என்ன?

அலி பள்ளிக்குட்பகுதியை எட்டிப் பார்த்தான். நாலைந்து பேர் தொழுது கொண்டிருக்கின்றனர். பள்ளிக்குத் தென் பகுதியிலுள்ள இடைவழிக்கு வந்தான். துருப்பிடித்த வீஜாவரியில் தொங்கிய கேட்டைத் தள்ளித் திறந்தபோது கேட் அழுதது. பூச்செடியும் கருவேப்பிலையும் அடர்த்தியாக வளர்ந்து காடாய்க்

கிடக்கும் பள்ளி வளாகம் இருளில் போர்த்திக் கிடக்கிறது. ஒரு தெளிவின்மை. புதுகபர்களுக்கு மேல் தூவிய குருத்து மணல் தென்படவில்லை. ஊரினங்களின் அருவருப்பான உருவங்கள் மனத்தில் தோன்றியபோது சற்று அஞ்சிப் பின்வாங்கி நின்றான்.

வாப்பாவின் கபர் எங்கே?

அங்கு தெரியும் பல புது கபர்களில் ஏதேனும் ஒன்றாக இருக்கும்.

பல மண் மேடுகளில் ஒன்றை வாப்பாவின் கபர் என்று மனத்தில் எண்ணிப் பள்ளி வளாக இருளில் கண்களைப் பாய்ச்சி மௌன அஞ்சலி செலுத்தியபோது அவன் கண்கள் ஈரமானது.

பள்ளியின் வாசல் சாத்தும் சப்தம் கேட்டது. கண்களை துடைத்துக்கொண்டு பள்ளி வளாகத்தை விட்டு வெளியேறினான்.

சிவசிவ விலாசம் காப்பிக்கடை திறக்கவில்லை. பித்னா மடத்தில் நாலைந்து பேர் உட்கார்ந்திருக்கின்றனர். தொலைவில் போலீஸ்காரர்களின் பூட்ஸ் சப்தம். ஒரு உள் நடுக்கம். அலி போலீஸ்காரர்களின் பூட்ஸ் சப்தத்தைக் கேட்டு வழி விலகி நடந்தான். தட்டாக்குடி இடைவழியாக பித்னா மடத்தின் முன் வந்தான்.

நரையனும் வேறு சிலரும் அங்குண்டு.

"மீசெ மம்மக்கண்ணு காக்காயெ பாத்தீயளா? அலி விசாரித்தான்"

"இல்லியே." எல்லோரும் கையை விரித்தனர்.

அலி பல இடங்களில் தேடிப் பார்த்தான். மம்மக்கண்ணு கண்ணில் தென்படவில்லை. நிராசையுடன் திரும்பி வரும்போது வீட்டைப்பற்றிய நினைவு வந்தது. மௌத்தானவர்களின் ஆத்மா அடிக்கடி வீட்டை வலம் வரும். வீட்டின் சுற்றுப்புறங்களில் வந்து போகும். வீட்டில் விளக்குப் பற்றவைக்க வேண்டும். இல்லாவிட்டால் றூஹானியத்துக்கள் வீட்டில் குடி புகுந்துவிடும். இந்த வீட்டிலேயே தங்கிய இரு உயிர்கள் துடிக்கத் துடிக்கப் பறந்து போயிருக்கின்றன.

அலி வீட்டை நோக்கி நடந்தான்.

செத்தை வேலி மல்லாந்து கிடக்கின்றது. ஐசாகண்ணும்மாவின் வீட்டில் விளக்கொளி இல்லை. அவர்கள் யாரும் திரும்பி வரவில்லை,

அலி வீட்டிற்குள் பிரவேசிக்க வாசல் படியில் காலைத் தூக்கி வைத்தான். முன் பகுதியிலுள்ள வாசலும் ஜன்னலும் நொறுங்கிக் கிடக்கின்றன.

வீட்டிற்குள் நடுத் திண்ணையில் ஒரு மங்கிய ஒளி தெரிகிறது. அலி தயங்கி நின்றான்.

யாருமில்லாத வீட்டிற்குள் மங்கிய ஒளி. கொலையுண்டவர்களின் ரூஹூகள் – ஆத்மா, எங்கும் பிடிப்பு கிடைக்காமல் நிம்மதி இழந்து அந்தச் சூழலிலேயே அலைந்து திரியுமென்று கேள்விப்பட்டதுண்டு, மௌத்தானவர்களின் பிரேதங்கள் அவர்கள் தங்கியிருந்த வீடுகளைச் சுற்றிப்பற்றி நிற்குமென்றும் கேள்விபட்டதுண்டு.

திரும்பி ஓட நினைத்தான்.

ஆனால் ஓடவில்லை.

வாப்பாவின் பிரேதம் ஒரு போதும் மகனுக்குத் தொல்லை கொடுக்காது. தாத்தாவின் பிரேதம் தம்பிக்கும் தொல்லை கொடுக்காது. அதனால்தானே அவர்கள் வந்து விளக்கு ஏற்றி வைத்திருக்கின்றார்கள்.

வீட்டிற்குள் யாரோ விம்முவது போல் கேட்டது.

முஹியுத்தின் அப்துல்காதர் ஜீலானியையும் நாகூர் ஷாஹூல் ஹமீது ஒலியுல்லாவையும் ஆற்றங்கரைத் தாயையும் பீமா பள்ளி உம்மச்சாவையும் மனத்தில் நிறுத்தினான்.

என்னவுமாகட்டும், உள்ளே செல்வோம். இனி இழப்பதற்கு ஒன்றுமில்லை. துறையிலுள்ளவர்களுடைய வெட்டு கொண்டு இறக்க வேண்டியவன், கடலில் மூச்சுத் திணறி இறக்க வேண்டியவன். பிரேதம் மூக்கு வழி ரத்தம் உறிஞ்சிக் குடித்தாவது இறப்போம். இனி ஒரு வாழ்வு இல்லை என்று கருதித்தானே எதிரிகளுடன் மோதியது. வாட்கள் ஓங்கி வரும்போதும் மிதப்பைகள் ஓங்கி விழும்போதும் கற்கள் சீறிப் பாயும்போதும் கொளுத்துவட்டிகள் வேகமாக நீண்டு வரும்போதும் மரணத்தின் நீண்ட கரங்களைத்தானே காண முடிந்தது. அதை எட்டிப்பிடிப்பதற்கான துணிச்சலுடன், தயங்கி நிற்காமல் முன்னேறிச் சென்றது மரணத்தைக் கண்டு அஞ்சாத துணிச்சல்தானே.

துணிச்சலுடன் அலி நடுத் திண்ணைக்குள் ஏறிச்சென்றான். கட்டிலில் ஒரு பெண் திரும்பி படுத்துக் கிடப்பதைக் கண்டான்.

நீண்ட தலைமுடி. மங்கிய ஒளியில் வேறு எதையும் அடையாளம் கண்டுகொள்ள முடியவில்லை.

“ஆரது?” எல்லா துணிச்சல்களையும் வரவழைத்துக் கொண்டு குரல் கொடுத்தான்.

“நே” பரபரப்புடன் அந்தப் பெண் எழும்பினாள்.

ஒரு நிமிடம் அலி பதறிப்போனான்.

அவள் அவனைப் பார்த்தாள். அவன் அவளையும். உணர்ச்சிகள் நுரைத்துப் பொங்கி வழியும் சில நிமிடங்கள்.

“தாத்தா.”

அவள் ஏதும் பேசவில்லை. அவனையே நோக்கி நின்றாள்.

“தாத்தா.”

“அலி”

“தாத்தா, நீ உயிரோடத்தான் இருக்கியா?”

“நா மரிச்சு போனேனு நெனைச்சியா?”

“ஓ”

“சரிதாண்டா, நீ முன்னெ கண்ட தாத்தா இல்லை இது.”

“என்னா?” அலி பதைபதைத்தான். “எக்கு ஒண்ணும் மனசிலாவல்லெ.”

“ஒனக்கெ தாத்தாக்கெ பிரேதம்தான் இது.”

அலி தரையில் பார்த்தான் – பாதம் தரையில் தொட்டு இருக்கின்றதா?

“கால் தரையில் தொட்டிருக்கிதா எண்ணு பாக்குதாயா?”

அலி பதில் பேசவில்லை. அவளை அடிமுடி பார்த்தான்.

“நான் கபறிலிருந்து எழும்பி வராத றூஹானியத்”

“எக்கு ஒண்ணும் மனசிலாவல்லெ.”

“எல்லாம் மனசிலாக்கித் தரலாம். விளக்கிலெ எண்ணை இல்லெ. பொலிய போவுது. எண்ணை வாண்டீட்டு வா.”

“கட ஒண்ணும் தொறக்கயில்லெ”

“அப்போ இண்ணு இருட்டிலெ கெடப்போம். இனியத்தெ நாளல்லாம் இருட்டுதானே.”

“நா ஆகப்பாடெ கொளம்பி போய் நிக்குதேன். எக்கு ஒண்ணும் மனசிலாவல்லெ. தாத்தாயெ தொறயக்காரனுவோ புடிச்சிட்டு போச்சீணு நெனச்சேன்.”

“இல்லெ.”

“அப்போ நீ இத்தர நாளும் எங்கே இருந்தா?”

சைனபா கட்டிலில் உட்கார்ந்தாள்.

“எல்லாம் ஒன்னாலெதான்.”

“தாத்தா.”

தூணருகில் சிணுங்கி எரிந்துகொண்டிருந்த சிம்மினி விளக்கு நாவசைத்தது. விளக்கு ஒற்றைக் கண்ணை மூடியது. கரும் திரி வாடை அந்த வீடெங்கும் முற்றி நின்றது.

## 35

ஒரு வாரத்திற்குப் பிறகு, கயிற்றாப்பீசின் பக்கமாக இபுறாஹிம் பிள்ளை பின்கையைக் கட்டியவாறு வந்தார். பெட்டாக்குளத்திற்கு நேராகச் சென்றார். ஊறப்போட்டிருந்த கதம்பை வலைக்கு எந்தச் சேதமுமில்லை. கரையில் கிடந்த பச்சைக் கதம்பை முழுதும் காய்ந்துவிட்டது. இராட்டுப்புரைக்கும் எந்தவித சேதமும் ஏற்பட வில்லை. பன்னிரெண்டு ஜோடி இராட்டுகளும் வைத்த இடத்தில் அதேபடி இருக்கின்றன. கம்பால் அடித்து, சேறு உதறி வைத்திருந்த சவரி வைத்தபடியே இருக்கின்றது.

கடற்கரைக்குச் சென்றார். கரையில் ஏற்றி வைத்திருந்த அவருடைய கடல் வள்ளத்திற்கும் எந்தப் பழுதுமில்லை. வள்ளத்தின் மீது கவிழ்த்திப்போட்ட பன்னாயத்தைத் தூக்கிப் பார்த்தார். வலைகள் அப்படியே இருக்கின்றன.

பாக்கியம். எந்தச் சேதமுமில்லை. இபுறாஹிம் பிள்ளையின் முகத்தில் வெண் மேகமிழைந்தது. நாளை, வள்ளம் கடலில் இறக்கலாம்.

வள்ளமும் வலையும் இராட்டும் கதம்பையும் எல்லாம் இழக்க நேர்ந்திருக்கும் என்ற எண்ணம் இபுறாஹீம் பிள்ளையை வேட்டையாடிக் கொண்டிருந்தது.

குழந்தைகளின் தொண்டை பாக்கியம்.

அவன் காப்பாற்றினான், அந்த அல்லாஹு.

“காக்கா என்னாச்சு? பொழிக்கரையிலிருந்து வந்த காதர் பிள்ளை கூப்பிட்டுக் கேட்டார்.

“றப்புக்கெ கிருப கொண்டு தப்பினேண்டா தம்பி எக்கெ யாத்தனமெல்லாம் அப்படியே இரிக்கு.” இபுறாஹிம் பிள்ளையின் முகம் மலர்ந்தது.

“வெசர்பு சிந்தி உண்டாக்குன காய்க்கு அழிவில்லெ. ஆயிரம் ராத்திரி ஒறங்காதெ தொழுதாலும் அடுத்தவனுக்கெ உழைப்பிலெ சம்பாதிச்சவனுக்கெ மொதலுக்கு நிலயில்லெ. பாத்தியளா சைத்தான் ஆஜியாருக்கெ ஊடெ. ஒரு சட்டிகூட இல்லெ. எல்லாம் தவிடுபொடி தம்பலம். கூனன் தோப்பை அளிச்சே போட்டானுவொ. கூனன் தோப்பு எந்த மொதலு கொண்டு வாண்டினது தெரியுமா? பண்டு சம்ப யாவாரம் செய்தப்போ பங்காளியெ சதிச்சு வாண்டின சொத்து. தெரியுமா?”

“படச்சவன் நீதியுள்ளவன்.”

“இவனெல்லாம் புளூத்து சாவணும், அதெ கண்டிட்டு மௌத்தாவணும். சீ, இவனெல்லாம் ஒரு மனுசனா. மிருகம். நபி தங்களுக்கெ புண்ணிய ஸ்தலத்துக்கு போயிட்டு வந்து இந்த அனியாயம் செய்யானுவளெ. இவனெல்லாம் நெனச்சா இந்த உயிரான உயிரெல்லாம் போயிரிக்குமா? இந்த ரண்டு ஊரும் எரிஞ்சு சாம்பலாயிருக்குமா?”

“சரி நடந்தாச்சு, பேச்செ உடு ஓய், இப்பம் தூரமா?”

“தொறக்குத்தான். சித்திரெ பெறக்கப் போவுதில்லியா வள்ளம் வலெயெல்லாம் என்ன ஆச்சு போய் பாக்கட்டு.” காதர் பிள்ளை நடக்க முயன்றார்.

“நில்லும் கூவா. ரண்டுநாள் களிஞ்சு போனா போராதா?”

“என்னெ ஒண்ணும் செய்ய மாட்டானுவோ. எக்கெ பயலெக் கண்டு அவனுவளுக்கு பேடியுண்டு. இந்த சித்திரேலெ நல்ல பாடு காணும். கடலெ பாத்தீளா.”

“இந்த சேலு நிக்குமாவுவ்வா.”

“நிக்கும். பத்து வருசத்துக்கு பெறவு இப்படி ஒரு சேலு கண்டதில்லெ.”

“அத்திப்பழம் பழுக்கும்போ காக்கக்கெ வாயிலெ புண்ணு எண்ணு சென்னது போலெ கடல்லெ நல்ல சேலு கண்டப்போ தொறயிலெ உள்ளவங்களுக்கு கடல்லெ எறக்கெ யாத்தனம் இல்லெ. பாவம். பஞ்சத்திலெ நீந்திப் போவானுவளே.”

காதர் பிள்ளை பின்கை கட்டிக்கொண்டு துறைக்கு நேராக நடந்தார். சாந்தமான கடல். கரைகளைக் கீச்சம் காட்டிக் கொண்டு திரை நீர் கடலை நோக்கிக் குலுங்கிச் சிரித்துக் கொண்டு திரும்புகிறது. கடலலைகளுடன் சிருங்கரித்துப் பறக்கும் கடல் காகங்கள். நுளையர்கள் கயிறு முறுக்கும்போது எழும் இராட்டுகளின் கரகரப்பொலி. கடை வண்டி பின்னால் இழுத்துச்

செல்லும்போது அதன் மரச் சக்கரம் எழுப்பும் முறுமுறுப்பு. மூக்குச்சளி வடித்து அதை இரு கன்னங்களில் பின்கையால் தேய்த்தும் நாக்கால் நக்கி எடுத்துக்கொண்டும் வயிறு தள்ளி நடக்கும் குழந்தைகளின் சிணுக்கம். அக்குளில் சவரி வைத்துக் கயிறு பிரியெடுக்கும் தாய்மார்களுடைய ஏச்சு.

கோவிலுக்குப் பின்பகுதியிலுள்ள கிணற்றினருகில் நிற்கும் ஒரு தென்னை மரத்தை ஒட்டிவைத்திருந்த ஒரு பன்னாயத்தின் பக்கம் தலைக்குக் கை ஊன்று கொடுத்து ஒரு பக்கமாகச் சாய்ந்து படுத்திருந்தான் புல்பாஸ். அவனைச் சுற்றி பசுமார்க்கு சுருட்டுத் துண்டுகள்.

"துலுக்கனுக்குப் பெறந்த நாய்க்கட்டெ நிச்சு என்ன பேச்சு?" லில்லியிடம் அவளுடைய தள்ளை சொன்ன சொற்கள், தலைக்குள் யானை வண்டுகளைப் போல் உறுமித் திரிகின்றன. அந்தச் சொற்களில் ஊன்றிய சிந்தனைகள், திளைத்து நுரைத்த சிந்தனைகள். அதன் வெம்மையில் பகுத்த மூளை. தலை வெடித்துச் சிதறுமா? இதயத் துடிப்பு நின்றுவிட்டால்? சிந்தித்து சிந்தித்து வினாடி வினாடியாக இறக்க வேண்டாம். தூக்கமின்மை, நாலு பக்கமும் சுட்டுப் பழுக்கவைத்த உலோகத் தகடுகளை குத்தி நாட்டியிருக்கின்றது. அதனுள் கிடந்து நீறித் நீறி துடிக்க வேண்டுமா? அவளுடன் பழகியிருக்க வேண்டாம். துறையில் எவ்வளவோ பெண்களுண்டு. அவர்களுள் அவளும் ஒருத்தி என்றாகியிருக்க மாட்டாளா? இதயத்தின் பலி பீடத்தில் அவளை பிரதிஷ்டை செய்யாமலிருந்தால் இந்தக் கூரிய அம்புகள் இவ்வளவு ஆக்கமாக இதயத்தைக் தாக்கியிருக்காது.

காதர் பிள்ளைக்குப் பிறந்துவிட்ட நிர்வாண உண்மைக்குத் திரைபோட என்னவென்ன வழிகளெல்லாம் கையாண்டதுண்டு. அவளுக்காக, அவள் தன்னை ஒரு துறையிலுள்ளவன்தான் என்று ஏற்றுக்கொள்வதற்காக, அந்த இழிச்சொல்லை துறையிலுள்ளவர் களின் மனத்திலிருந்து துடைத்து அப்புறப்படுத்தத்தானே பீருக்கண்ணுவின் அரிசியைப் பிடுங்கி அவனைத் தாக்கியது. அவனைத் தாக்கவில்லையானால் இந்தக் கலவரம் மூண்டிருக்குமா? ஒரு கட்டத்தில் காதர் பிள்ளையைக் கூட தாக்க எண்ணியது எதற்காக? சமுதாயத்தின் இதயத்தில் பதிவாகாத தன்னை ஆணி அடித்துப் பதிவு செய்வதற்குத்தானே! என்ன செய்து என்ன பயன்?

துலுக்கனுக்குப் பிறந்த நாய்தான்.

புல்பாஸ் எழும்பி உட்கார்ந்தான். ஒரு சுருட்டு எடுத்துப் பற்றவைத்தான். கடற்கரையில் எல்லோரும் வள்ளங்களையும் கட்டுமரங்களையும் பழுது பார்க்கும் பணியில். வள்ளங்களில்,

மரங்களில், உளி மோதும் ஓசை அலைச் சப்தங்களை விஞ்சியது. நெருப்பு சூம்பி வீசிய வலைகளை ஒட்டுப்போடும் பணியில் பல நூறு கைகள் துரிதமாகச் செயல்பட்டன. பெண்கள் வெறும் தொடைகளில் தக்ளி தேய்த்து நூலுக்கு முறுக்குக் கூட்டினர். பல தலைகள் உதட்டசைக்காமல், இமை மூடாமல் தலை நிமிராமல் மாலு பின்னிக்கொண்டிருந்தன.

சித்திரைக்கு முன் யாத்தனம் தயார் செய்யும் தீவிர முயற்சி.

கலவர வேளையில் சுழல் காற்று போல் சுழன்று திரிந்த புல்பாஸ் எங்கே? யாரும் விசாரிக்கவில்லை. அவன் இறந்து விட்டானா? உயிருடன் உண்டா? யாரும் அவனைப்பற்றிக் கவலைப்படவில்லை.

சுருட்டுக் குடித்துக்கொண்டிருக்கும்போது தொலைவிலிருந்து வரும் காதர் பிள்ளையை புல்பாஸ் கண்டான். கண்டதும் பல்லை நறுநறுவென்று நெரித்தான். உடன் அவன் மனத்தின் பாதையோரமாகப் பல சிந்தனைகள் கடந்து சென்றன. ஓங்கி ஒரு உதை கொடுத்தால் அந்த இடத்திலே வீழ்ந்துவிடுவார். பிறகு நெஞ்சுமீது ஏறி நின்றபடி சங்கில் கால் தூக்கி ஒரு மிதி மிதித்தால் ஒரு கூப்பாடுடன் அவர் கதை முடியும். அப்படியானாலும் துறையினுள்ளவர்கள் தன்னை ஏற்றுக்கொள்வார்களா? இல்லை. ஏற்றுக்கொள்ள மாட்டார்கள். அப்படி ஏற்றுக்கொண்டாலும் தன் பிறப்பின் பூசனம் சமுதாய மனத்தில் எஞ்சியே நிற்கும். தலைமுறையினூடே உருண்டோடும் காலத்தாலும் அந்தப் பூசனத்தைத் துடைத்து அப்புறப்படுத்த முடியாத சமுதாய அமைப்பு. தனது பின் தலைமுறையின் மனச்சாட்சியில் இந்தப் பேரிழிவு கடந்தை கொட்டுதலாகத்தானிருக்கும்.

காதர் பிள்ளையைக் கொலை செய்தாலும் இல்லாவிட்டாலும் தான் அவருடைய விந்தி உருவானவன்.

இது பகல் ஒளி போன்ற ஓர் உண்மை.

சில வேளை காதர் பிள்ளையைக் கொலை செய்தால், மகன் தந்தையைக் கொலை செய்ததாக எடுத்துக்கொள்ள மாட்டார்கள். துறையிலுள்ள ஒருவன் ஒரு மேகரைக்காரனைக் கொலை செய்துவிட்டான் என்றே பரப்பி மிருக உணர்ச்சிகளைக் கிளறிவிடுவார்கள். மீண்டும் ஒரு இரத்தச் சொரிச்சலுக்கும் நெருப்பு மூட்டலுக்கும் களம் தயார் செய்துகொடுப்பதாகும்.

வேண்டாம்.

இனி ஒருபோதும் மிருகத்தின் நிலைக்கு இறங்கக் கூடாது. கடவுள் மகோன்னதமாகப் படைத்த மனிதனாக வாழ்வோம். சமுதாயம் தன்னை ஏற்றுக்கொண்டாலும் இல்லாவிட்டாலும்.

பாலைவனத்தில் தனித்த ஒரு மரமாக வளர்வோம்.

என் இறப்போடு அந்த இழிவுக்கு ஒரு முடிவு உண்டாகட்டும்.

புல்பாஸ் தலை நிமிர்ந்தான்.

காதர் பிள்ளை.

மகன் தந்தையைப் பார்ப்பது போலல்ல. எதிரி எதிரியைப் பார்ப்பது போலல்ல. மனிதன் மனிதனைப் பார்ப்பது போல் பார்த்தான்.

"வள்ளம் எங்கடா?"

"அங்கெ காணும்."

"வள்ளத்துக்கு வல்ல சேதவும் உண்டா?"

"பாக்கல்லெ."

"நீ ஏன் இஞ்செ இரிக்கியா?"

"சும்மா."

காதர் பிள்ளை அவனுடன் அதிக நேரம் பேசி நிற்கவில்லை. துறைக்கு நேராக நடந்தார். அவர் போவதை நோக்கி உட்கார்ந்திருந்தான். அவர் எதிரில் லில்லி மண்குடமும் கொண்டு கிணற்றிற்கு நேராக வருவதைக் கண்டான். உணர்ச்சியற்றவனாக அவன் அவள்மீது பார்வையைச் செலுத்தினான். லில்லி அவனைக் கண்டாள். பார்வைகள் ஒன்றோடொன்று மோதின. அவனுடைய வெளிறிய முகத்தைக் கண்டாள். வேதனை அதில் துடிப்பதைக் கண்டாள். அவள் முகத்தில் துயரம் கட்டவிழ்ந்தது. அவள் தலையைக் குனிந்தாள்.

அவள் முகத்தைக் கண்டபோது, அதில் குலைந்து சிதறிய துன்பத்தைக் கண்டபோது, ஆயிரமாயிரம் கட்டுகளால் இறுக்கிக் கட்டிய அவன் மனம் இளகியது. எழுந்து நடந்தான் கிணற்றை நோக்கி.

கிணற்றிற்குள்ளிருந்து எடுத்து வெளியே போட்ட கைதைகள் அங்கு குவியலாகக் கிடந்தது. அவன் சற்று விலகி நின்று ஒரு கைதை ஓலையைக் கிழித்தெடுத்துப் பல்லால் கடித்தவாறு அவளையே பார்த்து நின்றான்.

அவள் குனிந்து குடத்தைத் தரையில் வைத்தபோது புல்பாஸ் மெல்லிய குரலில் கூப்பிட்டான்.

"லில்லி"

விம்மி வெடிக்கும் மட்டில் அவள் அவனைப் பார்த்தாள். அந்த விழி முனைகளில் நீர் முத்துக்கள் திரண்டன.

“என்னெ மறந்திரு.” அவன் தொண்டை கரகரத்தது.

லில்லி அடக்கமாட்டாமல் அழுதாள்.

“லில்லி நம்மொ ரண்டு பேருக்கும் அதுதான் நல்லது.”

“நா, மறக்கமாட்டேன்.” அவள் தேம்பினாள்.

கிணற்றில் பாளையை இறக்கினாள். தண்ணீரெடுக்கக் குனிந்தாள். விழியோரத்தில் நிரம்பி நின்ற கண்ணீர், கிணற்றிற்குள் பொலபொலவென்று சொரிந்தது.

“நா துலுக்கனுக்குப் பெறந்தவன்தான் லில்லி. ஆனா நின்னெப் போலெ ஒரு கடப்பறத்துக் காரிக்கெ வவுத்துலெ கெடந்தவன். உப்புத் தண்ணீலெ குளிச்சு, உப்புக் காற்று சுவாசிச்சு வளந்தவன். ஆனா நான் தொறயக்காரன் இல்லேணு இப்பம்தான் தெரிஞ்சேன். என்னெ நீ மறந்திரு லில்லி.”

“என்னாலெ எப்படி மறக்க முடியும்?”

“ஒன்னெ எனக்கும் மறக்க முடியாதும். நின்னெ நெனச்சு நெனச்சு இப்பிடியே நடப்பேன். ஒரு நாள் கடல்லெயோ. வழியிலெயே செத்துக் கெடப்பேன். அதோட எக்கெ தள்ளெ செய்த பாவம் தீரும்.” புல்பாஸின் ஒருபோதும் நிறையாத கண்கள் நிறைந்தன. கண்களைத் துடைத்துக்கொண்டான்.

“ஆண்டவரே . . . அப்படி ஒண்ணும் செல்லாரிங்க. நா ஒங்கெ கூடெ ஓடி வந்துடுவேன். ஆனா, நம்மளெ எந்த ஊரு கையேக்கும்? ஒருவளி செல்லுங்க. நா வருவேன்.”

“நீ வரண்டாம் லில்லி. நீ என்னெ மறந்திடுதுதான் நிச்சு நல்லது.”

“லில்லியேய்” தொலைவில் குடிசைகளுக்கிடையிலிருந்து மடிக்காரியின் குரல் உயர்ந்து கேட்டது.

புல்பாஸ் திரும்பி நடந்தான்.

மேற்கு நோக்கி நடந்து செல்லும் புல்பாஸ் கண்ணிலிருந்து மறையும் வரை இடுப்பில் ஏந்திய குடத்துடன் நிறை விழிகளுடன் பார்த்துக்கொண்டே நின்றாள். அவன் நடந்து அகன்றகன்று சென்றான். அவன் ஒரு பூஜ்யமாய் சுருங்கும் வரை அவள் பார்த்தபடியே நின்றாள்.

# 36

“நீ காரணம் நான் இதெல்லாம் அனுபவிச்சேன்.” சைனபா வீட்டை விட்டு இறங்கி ஓடியது முதல் நடந்த எல்லா கசப்பான அனுபவங்களையும் அலியிடம் விளக்கினாள். எல்லாவற்றையும் அலி முனகிக் கேட்டான்.

அவனுடைய தலைக்குள் உமி நீறிக் கொண்டேயிருந்தது. ஒரு குற்ற உணர்வு அவனுடைய மனசை அரித்துக்கொண்டேயிருந்தது.

சைனபாவின் துயர அனுபவம் கதையை அவள் வாய்வழியாகச் சொல்லிக் கேட்டபோது பொங்கி வந்த அழுகையை அலி அடக்கிக்கொண்டான். வீட்டிற்குள் கட்டவிழ்ந்து கிடந்த இருளை உற்று நோக்கிக்கொண்டு இருவரும் படுத்தனர். இருவர் உள்ளங்களிலும் உணர்ச்சிகள் நுரைத்துப் பதைத்தன. அவர்களுடைய இமைகளிலிருந்து தூக்கம் அகன்று நின்றது.

“நான் நல்லவன் எண்ணு செல்ல வரல்லெ. நா கோழி திருடினது உள்ளதுதான். நா வேறெ ஒரு தப்பும் செய்யல்லெ.” நிசப்த யாமத்தைச் சாட்சியாக்கிக்கொண்டு அலி குற்ற ஒப்புதல் செய்தான்.

“இப்பம் இதெல்லாம் செல்லி என்ன பிரயோசனம்? எல்லாம் நடந்து முடிஞ்சாச்சு.”

சிறிது நேர மௌனம், தொலைவில் எங்கோ ஒரு கோழி கூவியது. அலி வெளியே எட்டிப் பார்த்தான். கீழ்த் திசையில் ஆனைப்பாறையின் முகட்டில் நின்று எட்டிப் பார்க்கும் புலரி. சீதளக் காற்றுடன் சுபஹு பாங்கொலி.

சைனபா எழுந்து பாயில் உட்கார்ந்தாள். வீட்டிற்கு எதிர்புறமுள்ள இடைவழியில் இருமிக்

கேட்டது. வாப்பாயா? வாப்பா உயிருடன் இல்லை என்ற நம்பமுடியாத உண்மையை உறுதிப்படுத்துவதற்கு திணறி நின்ற வினாடிகள். சாயாக் கடைகளுக்குக் காலையில் பால்கொண்டு செல்லும் நாடார்களின் கால் சொடக்குகள்.

"நம்மொ ஆடு?" அலிக்கு சினை ஆட்டின் நினைவு வந்தது.

"என்னவெல்லாமோ போச்சு. ஆடு போனதா ஒரு காரியம்." சைனபா சொன்னாள்.

அலி கிணற்றிற்கு நேராகச் சென்றான் வாப்பா படுத்திருந்த நார் கட்டிலைக் கண்டான். அதன் வெறுமை அவன் நெஞ்சை வருடியது. அதில் படுத்துறங்க வாப்பா இல்லை. இனி இரவு நேரங்களில் அந்தக் கட்டிலிலிருந்து கரகரப்பு ஓசை எழாது. இருமல் எழாது. இனி ஒருபோதும்.

அலி முகத்தை அலம்பிவிட்டு வெளியே இறங்கினான். சிவசிவ விலாசம் காப்பிக் கடை திறந்திருக்குமென்று எதிர்பார்க்கவே இல்லை. எப்போதும் காலையில் காணப்படும் நெரிசல் அங்கில்லை. நரையன் முட்டிற்குக் கீழ் வேட்டியைச் சுருட்டிக் குந்தி உட்கார்ந்து கைச்சுற்று பீடி குடிக்கின்றான். பாய்லரின் தொண்டையிலிருந்து கபகபவென்று ஆவி கிளம்புகிறது. கரி தட்டியபோது தீப்பொறிகள் பறந்தன.

வராண்டாவில் சிலர் இடம் பிடித்துக்கொண்டனர்.

அலி சாயாக் கடைக்குள் நுழைந்தான். மம்மக்கண்ணு இருக்கிறானா என்று நோக்கினான். இல்லை. வரும் நேரம். காலையில் வள்ளக்கழையுடன் வந்து ஒரு சுடுசாயா குடித்த பிறகுதான் பொழிக்கடவிற்குப் போவது வழக்கம். காலையில் முதல் வண்டிக்குச் சந்தைக்குச் செல்பவர்கள் பொழிக்கடவிற்கு வருவார்கள். பொழி ஓடும்போதெல்லாம் சுபஹு பாங்கொலி கேட்டதும் அவர்களைக் கடத்திவிடுவதற்காக அவன் அங்கு வருவது வழக்கம்.

பொழி ஓடிக்கொண்டேயிருக்கின்றது.

ஏன் வரவில்லை?

அலி சற்று நேரம் அங்கேயே நின்றான். நின்று அலுத்தபோது இரண்டு ஆப்பம் ஒரு வாழை இலைத் துண்டில் மடித்து வாங்கிக் கொண்டு வீட்டை நோக்கி நடந்தான். சைனபா இரவே பட்டினி.

அலி ஆற்றுக்கடவிற்கு வந்தான். குற்றியில் கட்டப்பட்டிருந்த மம்மக்கண்ணின் வள்ளம் சிற்றலைகளில் ஆடி அசைந்து கிடப்பதைக் கண்டான். கழை இல்லை. கல்லாம் பொத்தையில்

பார்த்தான். கொச்சத்து மூலையில் பார்த்தான். பஸ் நிலையத்தில் பார்த்தான். எங்கும் அவனில்லை.

அலி மம்மக்கண்ணின் வீட்டிற்குச் சென்றான். மைமூனும்மா தொழுகைப் பாயில் சுருண்டு கிடப்பதைக் கண்டான். கண்ணீர் காயாத அந்தக் கண்கள் எதையோ தேடுவதைத் தெரிந்து கொண்டான். அந்த வயோதிக எலும்புக் கூட்டிற்குள் மெதுவாகத் துடிக்கும் இதயத்தில் ஏக்கங்கள் அலை எழுப்புவதைக் கண்டான். பீருக்கண்ணை கடலில் மூழ்கடித்துக் கொலை செய்த செய்தி தெரிந்த நிமிடமே மைமூனும்மா தளர்ந்து வீழ்ந்துவிட்டாள். கீரைத்தண்டு போல் குழைந்துவிட்டாள். “ஹயாத்தோடெ இருக்கித எக்கெ புள்ளெ மம்மக்கண்ணெயாவது எக்கு காட்டி தா மோனே.” அலியைக் கண்டதும் மைமூனும்மா பொட்டி அழுதாள்.

சுருக்கங்கள் விழுந்த அந்தக் கன்ன மடிப்புகள் வழியாக விழிநீர் உருண்டோடியதைக் கண்டதும் அலி அழாமலிருக்க முகத்தைத் திருப்பிக்கொண்டான். மிகச் சிரமப்பட்டு அழுகையைக் கட்டுப்படுத்திய பின் மைமூனும்மாவின் முகத்தைப் பார்த்தான்.

“எங்கெயாவது போய் காணும்.” அலி ஆறுதல்படுத்த முயன்றான்,

மம்மக்கண்ணு எங்கே?

யாரும் விடை சொல்லவில்லை. ரகளைக்குப் பின் யாரும் அவனைப் பார்த்தவராக இல்லை.

வடக்கு, சகியபர்வத சிகரத்தைக் கரிமேகம் சூழ்ந்திருக்கிறது. சீதக் காற்று வீசியது. இடையிடையே இடி முழக்கம். கரி விழியைத் தோண்டி எடுக்கும் மின்னல் வாட்கள். வடக்கு எங்கோ மழை. ஆற்றில் மீண்டும் கலங்கல் வெள்ளப் பெருக்கு. கடலை நோக்கி வெள்ளம் வெறிபிடித்து ஒழுகுகிறது.

பாறையில் நின்றிருந்தவர்கள் கலங்கல் நீரைக் கண்டபோது அதிர்ச்சியுற்றனர். எதிர்பாராதவெள்ளம். பொழி முகத்திற்கு அகலம் கூடியது. இரு கரைகளையும் நாக்கால் சுழற்றி எடுத்துக் கொண்டு பொழி இரைத்துப் பாய்கிறது.

சாஸ்தா கோவிலின் திசையிலிருந்து ஒரு பிணம் மிதந்து வருவதைப் பாறையில் நின்றிருந்தவர் கண்டு திடுக்கிட்டனர்.

“பிரேதம் வரும்.” யாரோ கூர்ந்து நோக்கிச் சொன்னார்.

அலைகளில் அசைந்து தட்டி முட்டி வந்த பிரேதம், ஆற்றில் குப்புறக் கிடந்த கைதைப் படர்ப்பில் சிக்கி நின்றது.

“அன்னா வேறெயும் ஒண்ணு.” மீண்டும் யாரோ சொன்னதைக் கேட்டவர்கள் நடுக்கத்துடன் ஆற்றுப் பரப்பிற்குக் கண்களை எய்தனர்.

அம்மணமான ஒரு பெண் பிரேதம், பொழிக்கு நேராக வருகின்றது. மக்கள் கைதைப் படர்ப்பை நோக்கி விரைந்தனர், பிரேதத்தைப் பார்க்க.

பொழி கடக்க வந்தவர்கள் அக்கரையில் நின்று கடத்து வள்ளத்தைக் கூவி அழைத்தனர்.

குற்றியில் கட்டிப் போட்டிருந்த மம்மக்கண்ணின் வள்ளம் சிற்றலையில் ஆடி அசைந்து கிடந்தது.

யாருமே வள்ளமிறக்க துணியவில்லை.

○○○

சீனாடி வாத்தியின் சுக்குவெந்நீர் கடை திறக்கவில்லை. அங்கு கண்ணாடிப் பெட்டிக்குள் இருந்த வேகவைத்த மரச்சீனிக் கிழங்குகாய்ந்து போயிருந்தது. வாத்தியின் மூத்த குழந்தை, கடைக்கு முன்னால் கிடந்த பெஞ்சில் தலையைச்சாய்த்துக் கொண்டு நின்றது. பெருவிரலைச் சூம்பியது. அந்தக் குழந்தையின் கதுப்புக் கன்னங்கள் வாடிப் போயிருந்தன. அதன் துலக்கமான சிறு கண்களில் துயரம் பற்றி எரிந்தது. காற்றுப்போன பலூன் போல் ஒட்டிப்போன வயிறு.

“வாப்பா.” ஒரு போதும் இனித் திரும்பி வராத வாப்பா கடைக்குள் உறங்கிக்கொண்டிருக்கிறார் என்ற நினைப்பில் வாப்பாவைக் கூப்பிட்டு அழுதது. கடை வாசலைத் திறந்து கொண்டு வாப்பா வெளியே வந்து தன்னை எப்போதும் போல் கட்டி அணைக்கவில்லையே என்று நினைத்து மீண்டும் மீண்டும் கூப்பிட்டது “வாப்பா வாப்பா.”

கடைக்குள் பெஞ்சில் குந்தி உட்கார்ந்து ஒரு பூனை மியாவு... மியாவு... என்று அழுதது. அதன் மினுங்கும் கண்கள்.

வாப்பாவின் குரல் மட்டும் கேட்கவில்லை.

பசியால் தளர்ந்து குழந்தை பெஞ்சில் இரு கைகளையும் வைத்து அதில் தலையைச் சாய்த்தது. அதே நிலையிலே தூங்கிவிட்டது. கண்ணீரில் நனைந்த பீந்தயை ஈக்கள் மொய்த்தன. பசிக்கு, வேக வைத்த கிழங்கும் பருப்பு வடையும் வாங்கி வீட்டில் கொண்டுபோய் சாப்பிடுவதற்காக எடுத்துவந்த சிறு ஓலைப்பெட்டி கையிலிருந்த நழுவி விழுந்தது.

பதிரிய்யா ஹோட்டலில் சாயா குடிக்க வந்த அவு பிள்ளை, வாத்தியின் குழந்தையைக் கண்டார்.

“மக்கா.” அவர் குழந்தையைக் உசுப்பினார்.

குழந்தை விழித்தது. திகைப்புடன் பார்த்தது. பரிச்சயமில்லாத முகம். அழுதது.

“கரையாதெ மக்கா. ஏன் வந்தா?”

“வாப்பா.”

அவு பிள்ளை திடுக்கிட்டார்.

மீன்கள் கொத்தித் தின்றபின் களைந்த வாத்தியின் அழுகிப் போன உடலை ஏதேனும் கடற்கரை ஓரத்தில் கடலலைகள் கரை சேர்த்திருக்கும், எலும்பில் ஒட்டியிருக்கும் எஞ்சிய சதையைப் பசி எடுத்து அலையும் ஏதேனும் நாய் கடிக்கும். அல்லது காகங்களோ கழுகுகளோ கொத்திக்கொண்டிருக்கும்.

“மக்கா.” அவர் குழந்தையின் கையைப் பிடித்தார்.

குழந்தை கையைப் பின் வாங்கியது.

“நிக்கு பைய்க்குதா?”

ஆமாவென்று தலையை ஆட்டியது.

“வா ... புட்டு வாண்டித் தாறேன்.”

புட்டு என்று கேட்டதும் குழந்தை அவர் பின்னால் நடந்தது.

பதிரிய்யா ஹோட்டலுக்குள் கடுப்பம் கூடிய சாயாவை நுணைத்துக் குடித்துக்கொண்டு காதர் பிள்ளை உட்கார்ந்திருந்தார். ஒரு காலை பெஞ்சின் மீது எடுத்து வைத்திருந்தார்.

“ஆத்துலெ ரண்டு பிரேதம் வந்துதாமே.” அவு பிள்ளைக் கேட்டார்.

“ஓ ... வந்தது,”

“ஆரோ?”

“ரண்டு பெண்ணு.”

“எங்கெ உள்ளதோ?”

“இஞ்செ உள்ளதுதான்.”

“நம்மொ சாதியோ?”

“உடு. வயத்தெரிச்சலெ கெளப்பாதெ ... ரண்டு கொமரி புள்ளெயோ, போலீஸ்காரன் வந்து கீறி முறிக்கீதுக்கு முன்னெ சடபிடானு அடக்கம் செய்தாச்சு.”

○○○

காலையில் இறங்கிப்போன அலி திரும்பி வரவில்லை. நேரம் அந்தி மயங்கியது. சைனபா வீட்டின் முன்பகுதிக்கு வந்தாள். ஜன்னல் வழியாகத் தெருவைப் பார்த்தாள். அந்தக் கண்கள் எதையோ தேடின. தேடியது கைகூடாத நிராசை முகத்தில். நெஞ்சிற்குள் பதைபதைக்கும் வேதனை.

வீட்டு வேலி அலங்கோலம் செய்யப்பட்ட நிலையில் கிடக்கிறது. அதைப் போல் வீடும். கண்முன் வெறிச்சோடிக் கிடக்கும் இடைவழி. இடைவழிக்கப் புறம் வெற்றிலைக் கொடி வளாகம். அங்கு 'கிளியான் தட்டு' விளையாடும் சிறுவர்களின் ஆரவாரம் கேட்கவில்லை. அவர்களுடைய ஏச்சும் பேச்சும். அடிபிடியும் கேட்கவில்லை.

ஆனைப்பாறையின் கரும் கன்னத்தில் ஒரு உண்ணி போல் காணப்படும் சேண்டபள்ளி போக்கு வெயிலில் நீராடுகிறது. அது போக்கு வெயிலா? அல்லது மனித நிணமா? பாறை இடுக்கில் வளர்ந்தோங்கி நிற்கும் நாக மரத்தின் உச்சியில் தெரியும் சிவப்பு, போக்கு வெயிலா? மனித நிணமா?

பாறைமீது வறண்டு காணப்படுகிறது சுனை. மழைக் காலங்களில் பாறை இடுக்கு வழியாக ஒழுகும் நீர், சுனையில் செங்குத்தாக விழும். தலையில் புண்ணும் பேனுமுள்ள சிறுவர்களை அந்த நீர்வீழ்ச்சியில் உட்கார வைத்துக் குளிப்பாட்டுவதுண்டு. தண்ணீர் தலையில் ஓங்கி விழும்போது உயிரே போவது போலிருக்கும். மூன்று நான்கு தடவை குறித்தால் போதும் குணம் கிடைக்கும்.

வாப்பா கொழும்பில். வாப்பாவைப் பார்த்ததில்லை. உம்மா ஹயாத்துடன் இருக்கும்போது தலை வாரிக் கட்டாமலும் எண்ணெய் தேய்க்காமலும் நடந்ததால் தலை நிறைய புண்ணும் ஈரும் பேனும் படை சேர்ந்துவிட்டது. இரவு தூக்கமே வருவதில்லை. ஒரே ஊரல். உம்மா பலவந்தமாகப் பிடித்து உட்காரவைத்துத் தலையை வாரிக் கட்டித் தருவதுண்டு. சீப்பின் கூரிய முனைகள் புண்ணின் மீது நகரும்போது வலியால் துடிதுடித்துப் போவதுண்டு. அதனால் உம்மா தலைவாரிக் கட்டக் கூப்பிட்டால் போவதே இல்லை. ஒரே ஓட்டம்தான்.

உம்மா ஒரு கத்திரிக்கோல் தயார் செய்து வைத்திருந்தது எதற்கு என்று புரிந்தது. தன்னுடைய தலை முடியை வெட்டி மொட்டையாக்க. தலையை மொட்டயடிக்கப் போவது தெரிந்ததும் நெஞ்சில் அறைந்து அழுது தொண்டை கட்டிவிட்டது. மற்ற சிறுவர்களெல்லாம் இனி 'மொட்ட சைனா' என்றே அழைப்பார்கள். தலையில் எப்போதும்

முக்காடு போட்டுத்தான் திரிய வேண்டும். முக்காடு போட்டு நடக்கும்போது சில ‘பொல்லாத’ கிழவர்கள் நகைப்பார்கள் … “புள்ளெ கண்ணுவாத்தாம், நிங்கொ, புள்ளக்கு பாலு குடித்தீளா?”

கடைகளில் சாமான்கள் வாங்கச் செல்லும்போதும், மதரஸாவில் ஓதச் செல்லும்போதும் ஆண் பிள்ளைகள் கை கொட்டிப் பாடுவார்கள்.

**மொட்டச்சி மோருகள்ளி**
**தட்டாக்குடிக்கு போவாதெ**
**தட்டுவான் கொட்டுவான்**
**தாலி எடுத்துக் கட்டுவான்**

இந்தப் பாட்டை நினைக்கும்போது மனசில் நெருப்பு மூளும்.

ஒரு திடீர் மழை. நான்கு நாட்களாகியும் ஓயவே இல்லை. குளங்களும் கிணறுகளும் நிரம்பின. நடைபாதை எங்கும் தண்ணீர் கட்டியது. சகதி. குழந்தைகள் மழைநீரில் கொதும்பு வள்ளம்[1] விட்டுத் தண்ணீரில் அலம்பினர். புத்தனாறு நிரம்பி முட்டைத்தாளி மிதந்தது. நீர்கோலிப் பாம்புகள் தண்ணீருக்குமேல் தலைதூக்கிப் பார்த்தன. சுனையில் தண்ணீர் விழும் சப்தம்.

ஒரு துண்டு ‘புண்ணு சோப்பு’ கையில் தந்து சுனையில் போய் குளித்துவர உம்மா சொன்னாள். துணைக்கு அலி.

புத்தனாற்றை அலி நீந்திக் கடந்தான். அலி அக்கரை, தான் இக்கரை. நீந்தத் தெரியாது. புத்தனாற்றைக் கடந்துதான் சுனைக்குப் போக முடியும்.

அக்கரைக் கடக்க முடியாமல் தவித்து நின்ற நேரம் மம்மக்கண்ணு சுனையில் குளிப்பதற்காக அங்கு வந்தார்.

“இன்னா … இன்னா … அந்த பெண்ணெ இத்திப் போலெ இந்தப் பக்கம் கொண்டு உடுங்கோ …” அலி மம்மக்கண்ணிடம் வேண்டினான்.

நாணமாகயிருந்தது. அவர் கையைப் பிடிக்காமல் எப்படி அக்கரை கடத்திவிடுவார்? மம்மக்கண்ணின் தடித்துக் கொழுத்த உடம்பு எண்ணெயில் பளபளத்தது. கையிலும் மார்பிலும் நிறைய உரோமங்கள்.

மம்மக்கண்ணு திடீரென்று தன் கையை எட்டிப் பிடித்தபோது ஒரு உட்புளகம். நடு ஆற்றில் சென்றபோது கால் எட்டவில்லை. மூழ்கிப் போவோமோ என்ற பயம். உடன் மம்மக்கண்ணின் கழுத்தைச் சுற்றிப் பிடிக்க வேண்டியதாயிற்று.

1. குட்டிப் படகு

“நிக்கெ பேரென்ன?” நடு ஆற்றில் வைத்து மம்மக்கண்ணு கேட்டபோது சொல்வதற்கு வெட்கம்.

“செல்லுட்டீ ... பண்ணீ ...” அலி கத்தினான்.

“செல்லு. இல்லேண்ணா இப்பம் கையை உட்டுடுவேன்.”

வெட்கம் நாக்கில் ஆணி அடித்திறக்கியது. “அப்பம் நீ அக்கரைக்கு போவேண்டாம்.” மம்மக்கண்ணு, கழுத்தைச் சுற்றிப் பிடித்திருந்த கையை விடுவிக்க முயன்ற வேளையில் முன்னை விட இறுக்கமாகப் பிடித்தபோது அவருடைய கழுத்து நெரிந்தது.

அலி அக்கரையில் நின்று கை கொட்டிச் சிரித்தான்.

அக்கரைக்குச் சென்றதும் ஓடி ஒரு தென்னை மரத்தின் பின்னால் ஒளிந்துகொண்டதின் பொருள் மம்மக்கண்ணுக்குத் தெரியும். அவர் தன்னைப் பார்க்கவில்லை. பார்த்தால் வெட்கமாகயிருக்கும். இருந்தாலும் பார்க்கவில்லையே என்ற செல்லப்பிணக்கு.

உடம்போடு ஒட்டிப்போன துணியை எடுத்துவிடுமுன் மம்மக்கண்ணு சுனையை நோக்கி நடந்தார். ஈரமான சட்டை உடம்பில் ஒட்டிக்கொண்டதால் குருத்து மார்புகளின் தளதளப்பு வெளியே தெரிந்தது. அலி உடுத்திருந்த துண்டை வாங்கி மார்பை மறைத்துக்கொண்டு சுனையை நோக்கி செல்லும்போது வழியில் மம்மக்கண்ணு.

“பேரு செல்லல்லியே?”

“சைனா ...” சொன்னது அலி.

அதற்குப்பின் மம்மக்கண்ணைக் காணும்போதெல்லாம் ஒரு வெட்கம். வேறு யாரைக் கண்டாலும் தோன்றாத ஒரு வகை வெட்கம். வழியில் எங்கு வைத்துக் கண்டாலும் ஒரே ஓட்டம். எங்கேயாவது மறைந்து நின்றுகொண்டு அவர் நடந்துசெல்வதைப் பார்ப்பதற்கு ஒரு விழைவு.

சில வேளை காசிம் பிள்ளையின் கடையில் சாமான்கள் வாங்க நிற்கும்போது பூனையைப் போல் பின்னால் வந்து நின்று கையை எட்டிப் பிடிப்பார். “ஒன்னெ அக்கர கடத்தி உட்டேனே. கடத்துகூலி தா ...” என்று கேட்டுச் சிரிப்பார்.

கையைத் தட்டிக்கொண்டு ஒரே பாய்ச்சல், திசையில்லாமல்.

அப்படி அருமையாக வளர்த்த நட்புறவு. உம்மாவின் மௌத்துக்குப் பின் உம்மும்மா வீட்டில் இல்லாத நேரம். வீட்டின் பின்பகுதியில் வேலியோரம் நின்றிருந்தபோது மம்மக்கண்ணு

தோளில் வள்ளக்கழையும் தாங்கிக்கொண்டு அது வழி பொழிக் கடவிற்குச் செல்கின்றார். அவரைக் கண்டதும் ஓடி மறைய வெட்க உணர்வு தூண்டியது. ஆனால் ஏதோ இனம் தெரியாத ஓர் ஈர்ப்பு சக்தியால் கால்கள் இளகவில்லை. ஓடி ஒளிந்து கொள்ளவுமில்லை.

தண்டியான மீசைக்கடியில், வெற்றிலை போட்டுச் சிவந்த உதட்டில் பூ புன்னகை. அர்த்தம் நிறைந்த புன்னகை. மெதுவான நடை. பார்வையில் குறும்புத்தனம். ஏதோ ஒரு மாந்திரீக ஈர்ப்பின் சிலிர்ப்பு வலயத்தில் சிக்கிப்போன நிமிடம்.

“சைனபா ...” மெல்லெக் கூப்பிட்டார். “ஏன் ஓடி ஒளிக்கல்லெ?”

நா தாழ்ந்துவிட்டது. முகத்தை வேலிக்குள் மறைத்து நின்றபோதும் அவர் உதட்டில் மந்தகாசம்.

“வாப்பா பணம் வல்லதும் அனுப்பூதுண்டா?”

“இல்லெ.”

“உம்மும்மா ஊட்டுலெ இல்லியா?”

“இல்லெ.”

“என்னெ காணும்போ சைனா ஒளிச்ச நிக்கீது எதுக்கு?”

பதில் சொல்லவில்லை. என்ன பதில் சொல்ல முடியும்?

“நா போட்டா? ஒரு சவாரி உண்டு.”

அந்த நடையழகை விழி மூடாமல் பார்த்து நிற்கும்போது இதயத்திற்குள் ஒரு சீல்காரம். ஒரு பாலருவியின் ஓய்யாரச் சீல்காரம்.

எதிர்பாராத ஒரு நிமிடத்தில் வாப்பா கொழும்பிலிருந்து வந்தபோது பல எதிர்பார்ப்புகளின் கண்ணாடி மாளிகைகளெல்லாம் சுக்கு நூறாயின. பெரிய பெட்டிகளில் ஏராளம் பொருட்களும் பட்டுடைகளும் மணம் கமழும் சோப்புக்களம் நிறைய பணமும் கொண்டுவந்து தன்னை நிக்காஹ் செய்து கொடுப்பார் என்ற ஆசை நிறைந்த கனவுகள் கண்ட இரவுகள். ஆனால் வாப்பா வீட்டில் நுழைந்தது, ஒரு கட்டு சொக்கலால் பீடியும் ஒரு தீப்பெட்டியுடனும். போதாதற்கு ஒரு இருமலும்.

வாப்பா வந்த மூன்றாவது மாதம் உம்மும்மாவின் மௌத்து. உறவுகளின் ஒவ்வொரு கண்ணியும் அறுந்து தெறித்த

போதெல்லாம் மம்மக்கண்ணு அளித்த வாக்குறுதி ஒன்றுதான் ஆறுதல், "சைனா நான் ஒன்னெத்தான் நிக்காஹ் செய்வேன்."

அந்த இன்ப எதிர்பார்ப்பின் இளநீரை நுகர்ந்தவாறு துழாவித் துழாவிப் பின் தள்ளிய நாட்கள். முடிவில் அந்த இன்ப எதிர்பார்ப்பின் இளநீரும் வற்றிப்போன சோக நிலை. இது மட்டிலும் பாதுகாத்து வந்த கன்னித்தன்மையின் நீர் குமிழுக்கு எந்த ஊனமும் தட்டவில்லை என்று யார் அறிவார்? எப்படி நிரூபிக்க முடியும்?

மம்மக்கண்ணு நம்புவாரா? தன்னை ஏற்றுக்கொள்வாரா? வேண்டாம். யாரையும் திருப்திப்படுத்த வேண்டாம்.

இனி இந்த வாழ்க்கை தனிமையின் இடுக்கமான மதில்கட்டிற்குள் நெருங்கி அழுங்கி மூச்சுத்திணறி ஒரு முடிவுக்கு வரட்டும். அப்படி இந்த வகுப்புக் கலவரத்தில் இறந்தவர் களின் எண்ணிக்கையோடு காலம் இந்த ஒன்றையும் எழுதிச் சேர்க்கட்டும்.

ஆனால்

அந்தச் சிரிப்பு. உன்மத்த மூட்டும் அந்த மூசை. பூ எறியும் அந்தப் பார்வை. புளகம் கொள்ளவைக்கும் சொற்கள்! ஆவலைத் தூண்டும் ஆகார வடிவம். எல்லாம் . . . எல்லாம் . . . எப்படி மறக்க முடியும்? ஒரு நிமிடமாவது அவரைப் பற்றிய சிந்தனை இல்லாமல் வாழ முடியுமா?

றப்பில் ஆலமீனாய தம்புரானே!

சைனபா நெடுமூச்சுவிட்டாள்.

கடலில் தன்னை மூழ்கடித்திருக்க மாட்டார்களா? உயிர் துடிக்கும் ஒரு சடலமாக வாழ வேண்டுமா? மரணத்தில் வாழ வேண்டுமா?

சைனபாவின் கண்கள் நிறைந்து வழிந்தன.

வீட்டின் முன்பக்கம் நிற்கும் புங்க மரத்தின் மண்டையில் தங்கி நின்றிருந்த போக்கு வெயிலை அந்திப்பொழுது நக்கித் துடைத்தது.

ஐசா கண்ணும்மாவின் வீட்டில் ரம்லாவின் அழுகை கேட்டது.

# 37

“ஏலே... புல்பாஸே...” சிறப்பீனா புல்பாஸைக் காணாமல் துறையில் இறங்கிக் கூப்பிட்டாள். குருசடியில் சென்று கூப்பிட்டாள். சீட்டாடிக் கொண்டிருக்கும் கும்பலை நோக்கிக் கூப்பிட்டாள். அவளுடைய சப்தம் துறையில் குடிசைகளுக் கிடையில் எதிரொலித்தது. அலையாழிப்பரப்பில் எதிரொலித்தது.

“ஏலே . . . புல்பாஸே . . .” விளித்துக் கூவி அங்குமிங்கும் அலைந்தாள்.

“தாந்துபோன வாருவனி எங்கெ போவுட்டான்?” அலைந்து களைத்துப்போய் குடிசைக்கு முன் வந்து குந்தி உட்கார்ந்து புலம்பினாள்... “ரண்டு நாளா பயலெ காணல்லியே . . . எங்கெ போவுட்டான் பாவி?”

புல்பாஸ் ஒரு மனநோயாளியைப் போல் திரிந்தான். யாரிடமும் எதுவும் பேசாமல் தனியாக மறைவான ஓர் இடத்தில் முட்டுக் கட்டி உட்கார்ந்து தலையை முட்டில் வைத்துச் சிந்தனையில் மூழ்கி னான். அவனுடைய இதயத்திற்குள் தாங்கமுடியாத பாரம். தலைக்குள் நெருப்போடு.

புல்பாஸ், பொழியை நோக்கி நடந்தான். செல்வது எங்கே என்று அவனுக்கே தெரியவில்லை. சுருட்டுக்களைக் குடித்து வீசினான். காலியான போது, வீசிய சுருட்டுத் துண்டுகளைப் பொறுக்கிப் பற்ற வைத்தான். ஒன்றிலிருந்து ஒன்றைப் பற்றவைத்தான். அதுவும் காலி. குடிப்பதற்குச் சுருட்டுமில்லை. துண்டால் உடம்பை மூடி நெஞ்சில் கைகட்டி மெதுவாக நடந்தான், ஒரு பித்தனைப் போல்.

புல்பாஸ் பொழிக்கு நேராகச் செல்வதைக் கயிறு முறுக்கிக்கொண்டிருந்த பரமேசுவரன் கண்டான்.

“ஆ… இவன் எவிடெ போணான்?” பரமேசுவரன் வியந்து நின்றான்.

நடேசன் திரும்பிப் பார்த்தான்.

புல்பாஸ்.

“இவன் அவிடெ போணாலே, கொண்ணு பொழியிலெ தாத்து களயுமே…”

வேகமாக சுற்றிய இராட்டுகள் எல்லாம் நின்றுவிட்டன. சவரியையும் பிரியையும் கையில் வைத்துக்கொண்டு எல்லோரும் தெற்குத் திசையில் நோக்கினர்.

“சாவத்தான் போறான்…”

“அவன் போண போக்கெ பாத்தீளா… வல்ல நாளும் இப்படி போவானா? பூச்செ போணது போலல்லியா போணான்…”

புல்பாஸ் நெஞ்சு நிமிர்ந்து கைவீசிச் செல்வதையே அவர்கள் பார்த்திருக்கின்றனர்.

இராட்டுகள் சுற்றின. அக்குளில் சவரிப் பந்து வைத்திருந்தவர்கள் பிரி எடுத்தனர். சவரி உதறிக் கம்பால் அடித்துக்கொண்டு நின்றிருந்தவர்கள் முனை வளைந்த நீளமான கம்புகளுடன் கடற்கரையில் வந்து நின்றனர். அவன் செல்வதை நோக்கினர்.

புல்பாஸ் புதுவலின் பக்கம் வந்தான். கடற்கரையில் யாருமே இல்லை. சீட்டுப்புரை வெறிச்சோடிக் காணப்பட்டது. ஆங்காங்கே கிழித்து வீசப்பட்ட சீட்டுகள்.

பொட்டக்குளத்தின் கரையில் பச்சைக் கதம்பைகள் குவிந்துகிடந்தன.

பாரைக்கோல்[1] நாட்டி ஒருவர் கதம்பையைச் சிறு துண்டு களாகக் குத்திப் பிளந்து தண்ணீருக்குள் கிடக்கும் வலையில் வீசுகிறார்.

கால் ஊனப்பட்ட ஒரு கொல்லி நாய் மூன்று காலில் குந்திக் குந்தி ஓடிவந்தது.

புதுவல் வேலியையொட்டி ஒரு பன்னாயம். பன்னாயத் திற்குள் எதையோ ஈக்கள் மொய்க்கின்றன. அதன் உள்ளிலிருந்து துர்வாடை, பிணவாடை போல். மூக்கைப் பொத்திக்கொண்டு பொழிக்கரைக்குச் சென்றான்.

1. கடப்பாறை

பொழி ஓடுவதைப் பார்த்துக்கொண்டு பொழிக்கரையிலேயே உட்கார்ந்தான். ஆற்றிலிறங்கிய கலங்கல் வெள்ளம் தெளியவில்லை. பொழி வேகமாக ஓடுகிறது. மறுகரையில் பாறைமீது சிலர் நிற்பதைக் கண்டான். பொழி கடக்க வந்தவர்கள் கடவில் நின்று அலுத்துப்போய் திரும்பி செல்கின்றனர். பொழி கடத்திவிட யாருமில்லை.

மறுகரையில், பொழிக்கடவில் மம்மக்கண்ணின் பொழி கடத்தும் வள்ளம் சிற்றலையில் ஆடி அசைந்து கிடப்பதைக் கண்டான்.

மம்மக்கண்ணைக் காணவில்லை.

மம்மக்கண்ணைப் பற்றிய ஒரு பழைய நினைவு அவனுடைய மனசில் மின்னற் கொடிபோல் பளிச்சிட்டது. அந்த நினைவு பகர்ந்த குற்ற உணர்வில் தலை குனிந்தான்.

புறம் கடலில், கண் எட்டாத தொலைவில் வைத்து. நிறைய நெய்மீன் பாடுள்ள நேரம். கடலில் பெரு வலைகள் இறக்கப்பட்டன. இபுறாஹிம் பிள்ளையின் பெருவலையும் கடலில் இறக்கப்பட்டது. கடலில் வலை போடுவதற்கு இபுறாஹிம் பிள்ளையின் வள்ளத்தின் கொம்பில் உட்கார்ந்து சென்றது மம்மக்கண்ணு. புல்பாஸூம் காதர் பிள்ளையின் வள்ளத்தில் பெரு வலைபோட கடலுக்குச் சென்றான். புல்பாஸ் போட்டு வந்த வலைமீது எல்லை மீறி மேற்குத் துறையிலுள்ளவர்கள் வலை போட்டார்கள். எவ்வளவோ சொல்லியும் கேட்கவில்லை. எல்லை தாண்டித் தாண்டி வந்து வலை போட்டுக்கொண்டிருந்தார்கள். கடலில் வைத்துச் சண்டை மூண்டது. இரு வள்ளங்களும் நெருங்கின. ஒருவருக்கொருவர் அடித்துக்கொண்டனர். மேற்கு துறையிலுள்ள வள்ளத்தில் ஆட்கள் அதிகம். புல்பாஸ் சென்றது இரண்டாம் பாடுக்கானதால் களைத்திருந்தான். அவர்களுடன் மோத அவனால் இயலவில்லை.

சற்றுத் தொலைவில் வலை போட்டுக்கொண்டிருந்த மம்மக்கண்ணு இதைக் கண்டான். உடன் கடலில் குதித்தான். நீந்தி வந்து புல்பாஸின் வள்ளத்தில் ஏறினான். மோதல் வலுத்தது.

“பொலயாடி மோனே, எங்கெ எடத்திலெ வந்து வலபோட்டதும் போதாதெண்ணு எங்கெ தொறயிலெ உள்ளவங்களெ அடிப்பியாடா” ஒரே குத்து வள்ளக் கொம்பில் உட்கார்ந்திருந்த அமரக்காரனின் மூக்கில். அவன் கடலில் குதித்தான். அந்த வள்ளத்தில் உடன் வந்தவர்களையும் உதைத்தான். எல்லோரும் கடலில் குதித்துத் தப்பித்துக்கொண்டனர். மேற்குத்

துறையிலுள்ளவர்களின் வலையை அறுத்துவிட்டான். தனியாக அந்த வள்ளத்தைத் துழாவிக் கரைசேர்த்தான்.

அவ்வாறு தன்னுடைய உயிரைக் காப்பாற்றிய மம்மக்கண்ணைக் கொலை செய்தே அடங்குவேன் என்று செய்த சபதத்தை நினைத்துத் தலையைக் குனிந்தான். எவ்வளவு பாசமாகச் சொன்னார். எங்க எடம், எங்கெ தொறை என்று. 'புள்ளேய் … அண்ணு எக்கெ சீவனெ ரச்சிச்சீருமே… நா … நண்ணி கெட்டவன் " மம்மக்கண்ணின் கடத்து வள்ளத்தைப் பார்த்து உளறிக் கொண்டேயிருந்தான்.

"நா … நா … இப்பம் ஆருமில்லெ … ஒரு சாதியுமில்லெ … ஒரு மனிசன் … புள்ளேய், இனி என்னெ அடிச்சுவீரா? கொல்லுவீரா? அடிச்சமாட்டேன், கொல்லமாட்டேன் எண்ணு செல்லுங்கோ புள்ளே … செல்லுங்கோ."

மம்மக்கண்ணின் கடத்து வள்ளம் சிற்றலையில் ஆடி அசைந்து கிடப்பதை உற்று நோக்கியபடியே புலம்பினான்.

அலி ஓடி வருவதைக் கண்டு சைனபா முன் வாசலில் வந்தாள்.

"தாத்தா," அலியின் தொண்டை கரகரத்தது.

அலி சைனபாவை இமை மூடாமல் பார்த்தான். அந்தப் பார்வை சுரத்தும் அர்த்த ஆழம் புரியாமல் அவள் அவனையே உற்று நோக்கினாள். அவனுடைய கண்கள் கரையை உடைத்து ஒழுகிக் கன்னத் தடங்கள் வழியாகப் பாய்வதைக் கண்டபோது அவள் கண்களும் பெய்தன.

அலியின் உதடுகள் துடித்தன. சப்தம் தொண்டையில் இடறியது. குரல் வெளியே வரவில்லை. அவன் எதையே சொல்ல முயலுகிறான். தொண்டைக்குள் ஏதோ சொல்லவிடாமல் தடுக்கிறது. சப்தநாளம் அடைபடுகிறது.

சைனபா பொறுமையிழந்தாள்.

"அலி … என்னேணு செல்லுடா …"

"தாத்தா." இதற்கப்புறம் பேச முடியவில்லை. சொற்கள் குழைகின்றன. வழுக்கி வீழ்கின்றன.

"டேய் … செல்லு."

அவன் அவளுடைய முகத்தையே பார்த்தாள். எப்படிச் சொல்வது என்று தெரியாமல் திணறி நின்றான்.

“தாத்தா … மம்மக்கண்ணு காக்கா … மரிச்சு போச்சு …” எப்படியோ சொல்லி முடித்தான்.

அவள் முழுவதும் கேட்கவில்லை. சாய்ந்து கீழே வீழ்ந்தாள். நினைவிழந்தாள்.

அலி அவளைக் குலுக்கிக் கூப்பிட்டான் “தாத்தா … தாத்தா”

பதில் இல்லை.

அலி தண்ணீர் எடுத்து முகத்தில் தெளித்தான். அவள் கண்களை மெதுவாகத் திறந்தாள். அவன் அவளைத் தாங்கித் தூணோடு சாய்த்து உட்காரவைத்தான்.

“அலி.”

“தாத்தா.”

மீண்டும் நினைவிழந்தாள்.

நினைவு திரும்பியபோது மீண்டும் அலியைக் கூப்பிட்டாள்.

“அலி.”

“தாத்தா”

சைனபா அவளுடைய கழுத்தில் அணிந்திருந்த ‘தாயத்தை’ இழுத்து அறுத்தாள். அதை அலிக்கு நேராக நீட்டினாள்.

“இதெ கொண்டுபோய் வித்து எனக்கு ஒரு வெள்ள உடுப்பு வாண்டித் தா.” தொடர்ந்து என்னவோ சொல்ல நினைத்தாள். அதற்குள் மயக்கமுற்றாள்.

திடீரென வந்த நினைவில் அலி ஆற்றுக் கடவிற்கு நேராக நடந்தான்.

“டேய் இந்த லகளையிலெ எக்கெ தம்பி மரிச்சு போனான். ஒருக்கா நானும் மரிச்சு போனா நீ எனக்கு ஒரு உபகாரம் செய்யணும்”

“சொல்லுங்கோ. செய்வேன்.”

“எக்கெ வாப்பா பொழியிலெ மரிச்சு எனக்கு கெடச்ச வள்ளமாக்கும் நா ஊணுாது. இனி அந்த வள்ளம் கெடந்து இனியும் ஒரு வள்ளக்காரன் உருவாகப்படாது. நம்மொ பாவப்பட்ட தொழிலாளிகளானதினாலே நம்மொ ஆதரவில்லாதெ போனோம்.”

“ஓ.”

“நீ உயிரோடெ இருந்தா எக்கெ வள்ளத்தெ கட்டவுத்து கடல்லெ உட்டுடு. அது கடலில் ஒழுகிப்போட்டு. செய்வியா?”

“செய்வேன்.”

மம்மக்கண்ணு சொன்னதை நினைத்தான்.

ஆற்றுக் கடவில் தண்ணீரில் இறங்கிநின்று நிமிர்ந்து பார்த்தான். ஆட்கள் ஒளிந்திருந்த பாறை. கடற்கரையில் பன்னாயத்திற்குள் கிடக்கும் மம்மக்கண்ணின் மய்யத்தைத் தூக்குவதற்காக எல்லோரும் அங்கு சென்றிருக்கின்றனர்.

அங்குமிங்கும் பார்த்தான். யாருமில்லை. அடக்கிய நிறுத்திய நிசப்தம். காற்றசைக்காத தென்னை ஓலைகள், மரக்கிளைகள்.

அலி குனிந்தான்.

சிற்றலையில் ஆடி அசைந்து கிடக்கின்றது வள்ளம். குனிந்தபோது அவனுடைய கண்களிலிருந்து சில துளிகள் வள்ளப்படியில் அடர்ந்து வீழ்ந்தன.

வள்ளத்தின் குற்றியை உருவினான். கயிற்றைக் குற்றியில் சுற்றினான். கயிற்றையும் குற்றியையும் வள்ளத்திற்குள் போட்டான்.

வள்ளத்தை பொழிக்கு நேராகத் தள்ளிவிட்டான். அலைகளில் ஆடி அசைந்து வள்ளம் பொழிக்கு நேராக, தலை திரும்பியும் நேராகவும் சென்றது.

அலி பாறைமீது ஏறிநின்று பார்த்தான். வள்ளம் பொழியைக் கடந்துவிட்டது. கடலலை வள்ளத்தைச் சுருட்டி எடுத்தது. உயர்த்தியது. தாழ்த்தியது. உயர்ந்தும் தாழ்ந்தும் கடல் நீரோட்டத்தில் செல்லும் வள்ளத்தை நோக்கி நின்றான் அலி. அரபிக்கடல் பரப்பின் அனந்த விசாலமான மார்பு வழியாக அந்த வள்ளம் ஒழுகி ஒழுகி ஒரு கரும்புள்ளியாகச் சுருங்கும் வரை இமை மூடாமல் நிறைவிழிகளுடன் அதை நோக்கி நின்றான்.

மக்களின் நெஞ்சங்களைப் பிளந்து பிரித்துக்கொண்டு நடுவில் திமிர்ந்து நிற்கும் கூனன் தோப்பினுள் வானத்தைத் தொடும் ஆள் ஏறாத முதுமூடு தென்னையின் சூம்பிக்குறுகிய ஓலைகளில் மோதி, உயிர்கள் கரைந்த புகைச்சுருள்கள் ஆகாச உயரங்களை நோக்கி உயர்ந்துகொண்டேயிருந்தது, அப்பவும்!

* 9 7 8 9 3 8 8 6 3 1 6 2 4 *
FCW - #0122 - 061026 - C0 - 216/140/16 - PB - 9789388631624 - Matt Lamination